1800களின் இந்தியா

மார்க் ட்வைன்

தமிழில்: ப்ரியா ராம்குமார்

1800களின் இந்தியா
- மார்க் ட்வைன் ©

தமிழில்: ப்ரியா ராம்குமார்

சுவாசம் பதிப்பகம்

1800kalin India
by Mark Twain ©

Translated by: Priya Ramkumar

ISBN: 978-81-19550-56-2
Title Number: Swasam 150

First edition: Dec 2024

Published by:
Swasam Pathippagam,
An imprint of Swasam Publications Private Limited,
52/2, Near B.S Mahal,
Ponmar,
Chennai, Tamil Nadu – 600127
Email: swasam.publications@gmail.com

Printed by: Adyar Students Xerox, Chennai – 600 002

To buy the book: Swasam Bookart - +91-8148066645
Website: https://www.swasambookart.com/

உள்ளே...

‘Following the Equator’ என்கிற இந்தப் பயண நூல் புகழ்பெற்ற அமெரிக்க எழுத்தாளர் மார்க் ட்வைனால் (Mark Twain) எழுதப்பட்டது. 713 பக்கங்களும் 193 அத்தியாயங்களும் கொண்ட இந்தப் புத்தகம், உலகின் பல முக்கியப் பகுதிகளுக்கு அவர் சென்றுவந்த அனுபவங்களின் தொகுப்பாகும். அவரது புத்தகத்திலுள்ள இந்தியப் பயணத்தைக் குறித்த அனுபவங்களை மட்டும் தமிழில் மொழிபெயர்த்து இந்தப் புத்தகத்தில் தந்துள்ளேன். அவரது இந்தப் பயணம் 1895-1897க்கு இடையே நடைபெற்றது. அவரது இந்தியப் பயணக் குறிப்புகள் ‘Following the Equator’ எனும் மூலப் புத்தகத்தின் 38வது அத்தியாயத்தில் தொடங்கி 60வது அத்தியாயத்தில் முடிவதால், நாமும் இந்தப் புத்தகத்தின் முதல் அத்தியாயத்தை ‘38வது அத்தியாயம்’ என்றே குறிப்பிடுவோம்.

38

பம்பாய்! மனத்தைக் கவரும் ஆச்சரியமூட்டும் ரம்மியமான இடம். 'அரேபிய இரவுகள்' மீண்டும் தொடங்குகின்றன. சுமார் பத்து லட்சம் மக்களைக் கொண்ட பெரிய நகரம். இங்கே இயற்கையான இந்திய நிறங்களைக் கொண்ட மக்களுக்கு இடையே மிகச் சிலரே வெள்ளையர்கள். இப்போது இங்கு குளிர் காலமாக இருப்பதால், இதமான தட்பவெட்ப நிலை நிலவுகிறது. மரங்களின் இலைகளில் பசுமையும் புது மலர்ச்சியும் தெய்வீகமும் உள்ளன. நல்ல நிழலைத் தரும் மரங்கள் விடுதியிலிருந்து செல்லும் வழியெங்கும் வரிசையாக இருக்கின்றன. மரத்தின் அடியில் ஆண்களும் பெண்களுமாய் உள்ளூர்வாசிகள் அமர்ந்திருக்கின்றனர். குறளி வித்தை காட்டுபவர் தலையில் முண்டாசுடன் தனது பாம்புகளுடன் உட்கார்ந்திருக்கின்றார். விதவிதமான ஆடைகளில் மக்கள் செல்வது, சாலைகளில் ஓயாமல் ஓடிக்கொண்டிருக்கும் வாடகை கார்கள் எனப் பரபரப்பாக நாள் முழுவதும் இயங்கிக்கொண்டிருக்கும் இந்த நகரத்தின் காட்சிகளைப் பார்த்துக்கொண்டிருந்தால் சலிப்பே இருக்காது.

கடைவீதியில் கூட்டமாக ஆண்களும் பெண்களும் செல்வதைக் காண்பது அழகாக இருக்கும். நகரத்தின் கலைநயம் மிக்க கட்டடங்களின் பின்னணியில் கண்ணைக் கவரும் வண்ண வண்ணத் தலைப்பாகைகள், துப்பட்டாக்கள் எனக் காண்பதெல்லாம் அற்புதமாக இருக்கும். பம்பாய் மாகாண கவர்னர் லார்டு சான்ட்பர்ஸ்ட் வாழ்கின்ற

மலபார் பாயின்டை நோக்கி அந்தி சாயும் நேரத்தில் கடற்கரை ஓரமாகப் பயணம் செய்வது மற்றொரு இனிமையான அனுபவம். சாலையின் சிறிது தூரம் வரை பார்சி மாளிகைகள். அதைத் தாண்டி, பணம் படைத்த ஆங்கிலேயர்களின் மற்றும் உயர் பதவியிலிருந்த சில இந்தியர்களின் கோச் வண்டிகள் நின்றிருந்தன. இவை முறையே ஓர் ஓட்டுநர் மற்றும் வியக்கவைக்கும் உடைகளில் இருந்த மூன்று பணியாளர்களால் பராமரிக்கப்பட்டன. அந்தப் பணியாளர்களில் இருவர் வண்டியின் பின்னால் தலைப்பாகை அணிந்த சிலைபோல நிற்கிறார்கள். சில சமயம் பொதுமக்கள் செல்லும் வண்டிகளிலும், ஓர் ஓட்டுநர், ஓர் உதவியாளர், ஒரு மேற்பார்வையாளர், இவர்களைத் தவிர, பின்னால் நின்று வழியில் யாராவது வரும்போது, ஆட்களே இல்லாவிட்டாலும்கூட கூவிக்கொண்டே வருவதற்கு ஒருவர் என்று இதுபோன்ற அளவுக்கதிகமான பணியாளர் குழு உண்டு. இவையெல்லாம் இந்த இடத்தைச் சுறுசுறுப்பாகவும் உயிர்ப்புடனும் பரபரப்பாகவும் வைத்துள்ளன.

கடற்கரையை ஒட்டி 'ஸ்கேன்டல் பாயின்ட்' என்றொரு இடம். அந்த இடத்தைப் பார்த்தாலே உற்சாகம் ஏற்படும். கரையிலிருக்கும் பாறைகளில் அமர்ந்து ஒருபுறம் கடலையும், மறுபுறம் சாலையில் ஓடும் கோச் வண்டிகளையும், வண்ண மலர்கள்போல் கூட்டமாகச் செல்லும் பார்சி பெண்களையும் காண்பது அற்புதமான காட்சி. ஆண்களும் பெண்களும் வீதிகளில் தனித்தனியாக, ஜோடியாக, குழுவாக, கூட்டமாகப் பணிகளுக்குச் சென்றுகொண்டிருக்கிறார்கள். அவர்களது உடை நாம் அணிந்திருப்பதுபோல் இல்லை. ஆண் அடர்ந்த மாநிறத்தில் திரண்ட புஜங்களுடன் நல்ல விளையாட்டு வீரனுக்கான உடற்கட்டுடன் காணப்படுகிறான். அவனது உடல் சாட்டின் துணிபோல் பளபளப்பாக உள்ளது. இடுப்பில் மட்டுமே ஆடை அணிந்துள்ளான்.

மெல்லிய எடுப்பான தோற்றத்துடனும் நிமிர்ந்த உருவத்துடனும் பெண்கள் காணப்படுகிறார்கள். பொதுவாக ஒரு பெண் நல்ல பளிச்சிடும் வண்ணத் துணியைத் தலையிலிருந்து முழங்கால் வரை சுற்றியிருக்கிறாள். அது உடலோடு ஒட்டியபடி இருக்கிறது. கைகளில் விதவிதமான வெள்ளி வளையல்கள். காதுகளிலும் மூக்கிலும் நகை. கால்களில் சலங்கைகள். காலில் காலணிகள் இல்லை. கால் விரல்களிலும்கூட வளையங்கள் இருந்தன. இரவு

படுக்கப்போகும் முன், உடை மாற்றும்போது அவள் தன் நகைகளைக் களைவாள் என நினைக்கிறேன். அழகான பித்தளைக் குடத்தைத் தலையில் சுமந்து, அதை ஒரு கையால் வளைத்துப் பிடித்து ஓய்யாரமாய், அதே நேரம் கண்ணியமாக அடி மேல் அடி வைத்து நிமிர்ந்து நடப்பாள். அவளது வளைந்த கையும், பளபளக்கும் பித்தளைக் குடமும் என்னைப் படமெடுக்கத் தூண்டும். பணிக்குச் செல்லும் நமது பெண்களால் இவர்களது அலங்காரத்துடன் போட்டி போடவே முடியாது.

பால்வண்ண விரிகுடாப் பகுதியிலிருந்து அரசினர் மாளிகை வரை வழியெங்கும் வண்ணமயம். கண்ணையும் மனத்தையும் கவரும் வண்ணங்கள். அரசினர் மாளிகை வாயிலில் தலைப்பாகை அணிந்த உள்ளூர் சாப்ராசிகள் கூட்டமாக நின்றிருப்பார்கள். செக்கச் சிவந்த உடையில் அவர்கள் நேர்த்தியாகப் பணிசெய்வது கண்கொள்ளாக் காட்சியாக இருக்கும். நானும் சாப்ராசியாக இருந்திருக்கலாம்!

இதுதான் இந்தியா! கனவுகள் மற்றும் காதலின் தேசம், அற்புதமான செல்வச்செழிப்பு கூடவே ஏழ்மை, ஆடம்பரம் கூடவே கந்தல்கள், மாளிகைகள் கூடவே மண்குடிசைகள், பஞ்சம் அத்துடன் கொள்ளைநோய், பூதங்கள் மற்றும் அலாவுதீனின் விளக்கு, புலிகள் கூடவே யானைகள், நாகங்கள் மற்றும் காடுகள், ஒரு தேசத்துக்குள் நூறு தேசம் மற்றும் நூறு மொழிகள், ஆயிரம் மதங்கள் அத்துடன் இருபது லட்சம் கடவுள்கள், மனித இனத்தின் தொட்டில்,

பேச்சின் பிறப்பிடம், வரலாற்றின் தாய், புராணங்களின் தாயின் தாய், பாரம்பரியத்தின் தாயின் தாயின் தாய். உலகிலேயே வெளிநாட்டு அரசருக்கும் விவசாயிக்கும், படித்தவனுக்கும் பாமரனுக்கும், பணக்காரனுக்கும் ஏழைக்கும், சுதந்திரமானவனுக்கும் அடிமைக்கும் என்றுமே அழியாத ஆர்வத்தைத் தூண்டுவது இந்தத் தேசம் மட்டுமே. எல்லோரும் காண விரும்புவது. ஒரே ஒருமுறை பார்த்தாலும்கூட அந்த அனுபவத்திற்கு ஈடாக உலகின் அத்தனை தேசங்களின் காட்சிகளை ஒன்று சேர்த்தாலும் பயனில்லை.

ஒரு வருடம் கழிந்துகூட இன்றும் பம்பாயின் நினைவுகள் மறையவில்லை, மறையாது. எல்லாமே புதிது, எந்த விவரமும் பழையதில்லை. இந்தியா நான் காண்பதற்கு விடியும் வரை காத்திருக்கவில்லை. நேரடியாக ஹோட்டலில் இருந்தே தொடங்கியது. வரவேற்பறைகளிலும் கூடங்களிலும் தலைப்பாகைக் கட்டு, குல்லாய், தொப்பி ஆகியவை சகிதம் காலணிகள் இல்லாத, வேலைப்பாடுடைய பருத்தி உடையணிந்த இந்தியர்கள் சிலர் அவசரமாகச் சென்றுகொண்டிருந்தனர். மற்றவர்கள் தரையில் வசதியாக அமர்ந்தும் அல்லது தரையில் படாமல் அமர்ந்தும் அரட்டையடித்துக் கொண்டிருந்தனர். வேறு சிலர் கனவுலகில் இருந்தனர். உணவுக்கூடத்தில், ஒவ்வொருவருடைய இந்தியப் பணியாளும் அரேபியன் நைட்ஸ் நாடகத்திற்காக வேடமிட்டது போன்ற உடையுடன் நாற்காலிகளுக்குப் பின்னால் நின்றிருந்தனர்.

எங்களுடைய அறைகள் மாடியின் முன்பக்கத்தில் இருந்தன. எங்கள் கூடவே ஒரு ஜெர்மானியர் வந்தார். சாமான்களைச் சுமக்கவும் அடுக்கி வைக்கவும் மூன்று இந்தியர்களையும் கூட்டி வந்தார். பின்னால் வரிசையாகப் பதினான்கு பேர் கைப்பையுடன் ஒரேயொரு சாமானை மட்டும் சுமந்து வந்தனர். ஒரு திடகாத்திரமான ஆள் எனது கோட்டைச் (coat) சுமந்துவந்தார், மற்றொருவர் குடை, இன்னொரு ஆள் சிகரெட் பெட்டி, ஒருவர் புத்தகம், கடைசி ஆள் விசிறி. எல்லாருமே தீவிரமாக வேலை செய்தனர். சிரிக்கக்கூட இல்லை. வரிசையில் வரும்போது ஒவ்வொருவரும் அமைதியாக, பொறுமையாக அவசரப்படாமல் வந்தனர். எங்களில் ஒருவர் காசு தரும்வரை காத்திருந்து மரியாதையாகத் தலைவணங்கி சலாம் செய்து பெற்றுச்

சென்றனர். மென்மையான அமைதியான இனம் எனத் தோன்றியது. அவர்கள் நடத்தையில் ஏதோவொன்று மனத்தைத் தொட்டது.

தங்கும் அறையில் பெரிய வழுவழுப்பான கதவு ஒன்று இருந்தது. அதைத் திறந்தால் பால்கனி. கதவை எளிதாகத் திறந்து மூட முடியவில்லை. ஒரு பணியாள் அதைச் சரிசெய்யத் தொடங்கினான். அவனால் அதைச் சரிசெய்ய முடியவில்லை போலும். ஜெர்மானியர் கதவைப் பார்த்துவிட்டு அந்தப் பணியாளின் கன்னத்தில் ஓங்கி ஓர் அறைவிட்டு, பின் என்ன குறை என்று விளக்கினார். எங்கள் முன்னிலையில் அவர் அப்படிச் செய்தது அவமானகரமாகத் தோன்றியது. ஆனால் எவ்வித எதிர்ப்புமின்றி அந்தப் பணியாள் அமைதியாகவே இருந்தான். இந்த ஐம்பதாண்டுகளில் இதுபோன்ற சம்பவத்தை நான் காணவில்லை. எனது பால்ய பருவம் நினைவுக்கு வந்தது. அப்போதெல்லாம் அடிமைகளிடம் ஒரு விஷயத்தைக் கூற இதுபோலத்தான் நடந்து கொள்வர். அந்தக் கலாசாரத்தில் பிறந்ததால் அப்போது அது எனக்குச் சரியென்றே தோன்றியது. ஆனால் அவர்களிடம் கட்டளையிடுவதற்கு வெவ்வேறு வழிகள் இருந்தன என்று நான் அன்று அறிந்திருக்கவில்லை. பாதிக்கப்பட்ட அடிமை மீது இரக்கமும், அடித்தவர் குறித்து அவமானமாகவும் இருந்தது. என் தந்தை பண்பானவர், நல்ல குணமுடையவர், நேர்மையானவர், ஒழுக்கமானவர், நாணயஸ்தர். அவர் எந்தத் தேவாலயத்திற்கும் போனதும் இல்லை, மத விஷயங்கள் குறித்துப் பேசியதும் இல்லை. குடும்பத்தினரின் மதச் சடங்குகளில், கொண்டாட்டங்களில் பங்கேற்றதில்லை. அதுகுறித்து வருந்தியதும் இல்லை. இரண்டு முறை மட்டுமே என்னைத் தண்டிக்கக் கை நீட்டியுள்ளார்.

அதுவும் பலமாக அல்ல. பொய் சொன்னதற்காக ஒருமுறை அடித்தார். அவர் என்னை அந்த அளவுக்கு நம்பியது எனக்கே ஆச்சரியமாக இருந்தது. ஏனெனில் நான் பொய் சொன்னது அது முதல் முறையல்ல.

இவ்வாறு இரு முறைகள் மட்டுமே அவர் என்னை அடித்தார். குடும்பத்தில் வேறு யாரையும் தண்டித்ததில்லை. ஆனாலும் எங்கள் அடிமைச் சிறுவன் லூயியின் சின்ன சின்ன தவறுகளுக்குக்கூட அவனை அடிப்பார். என் தந்தை பிறந்ததிலிருந்து அடிமைகளுக்கு மத்தியிலேயே வாழ்ந்ததால் அடிமைகளை அடிக்கும் பழக்கம் அவரிடம் இருந்ததே தவிர, அது அவரது சுபாவமல்ல. எனது பத்து வயதில், ஒருவர் தனது பணியாளின் வேலை சுத்தமாக இல்லையென்ற கோபத்தில் ஒரு பெரிய இரும்பை அந்த அடிமைமேல் வீசி எறிந்தார் - அது ஏதோ பெருங்குற்றம் போல். அந்த இரும்பு பணியாளின் கபாலத்தில் அடித்ததில் அவன் பேச்சு மூச்சின்றிச் சுருண்டு விழுந்து ஒரு மணிநேரத்தில் இறந்துவிட்டான். அடிமைகளைக் கொல்ல எஜமானருக்கு உரிமையுண்டு என்று தெரியும். இருந்தாலும் வருத்தமாக இருந்தது. ஏன் தவறு என்று சொல்லத் தெரியாவிட்டாலும், அப்படி அவர் செய்தது தவறென்று தோன்றியது. ஊரில் யாருமே இந்தக் கொலையைச் சரியென்று ஒத்துக்கொள்ளாவிட்டாலும், அதுகுறித்து யாரும் அதிகமாக எதுவும் சொல்லவில்லை.

ஆச்சரியம்! பூமியின் எல்லைகளை எண்ணங்களின் ஆற்றல் தகர்க்கிறது. உலக உருண்டையின் மறுபுறம் ஒரு மிசௌரியக் கிராமத்தில் நடந்த இந்நிகழ்வுகளை, என்றோ மறந்துபோன, ஐம்பது ஆண்டுகளுக்கு முன் நடந்தவற்றை, ஒரு நொடியில் எனக்குள் இருந்த 'நான்' தெளிவாகப் பார்த்தேன். அடுத்த நொடியே பம்பாய் வந்துவிட்டேன். அந்த இந்தியப் பணியாளின் அடிபட்ட கன்னத்தில் எரிச்சல் அடங்கவில்லை. இரண்டே நொடியில் உலகையே ஒரு சுற்று சுற்றி வந்ததுபோல் ஐம்பதாண்டு கடந்து, பால்ய காலத்திற்குச் சென்று, மீண்டும் இன்னொரு ஐம்பதாண்டு தாண்டி நிகழ்காலத்திற்கு வந்துவிட்டேன்.

சில பணியாட்கள், எனது படுக்கையறைக்குள் சென்று சாமான்களை ஒழுங்குபடுத்திக் கொசுவலையைச் சரிசெய்தனர். நான் எனது இருமலுக்கு மருந்து எடுத்துக்கொள்ளப் படுக்கைக்குச் சென்றேன். அப்பொழுது மாலை ஒன்பது மணி. கூடத்தில் சுமார் மூன்று மணிநேரம்

பணியாட்களின் கூச்சலும் கத்தலும் நீடித்தன. கூடவே செருப்பணியாத அவர்களது மெல்லிய காலடி ஓசை - என்னவொரு கூச்சல்! மூன்று மாடிகள் முழுவதும் உத்தரவு பிறப்பித்துக்கொண்டும் தகவல் பரிமாறிக்கொண்டும் இருந்தனர். இன்னும் சொல்லப்போனால் அந்தச் சத்தம் கேட்பதற்கு ஏதோ போராட்டம் நடப்பது போலவும் புரட்சி நடப்பது போலவும் இருந்தது. இதைத் தவிரவும் இடையிடையே கூரை இடிந்து விழுவதுபோல், ஜன்னல் நொறுங்குவதுபோல், ஆட்கள் கொல்லப்படுவதுபோல் தொடர்ந்து சப்தம். காகம் கரைவது, குரங்குகள் கத்துவது, 'க்ரீச்... க்ரீச்...' எனக் குருவிகள் கூவுவது, கிளிகளின் வசவு மொழி, அவ்வப்போது கேட்கும் பேய்ச் சிரிப்பு, டைனமைட் வெடிச் சத்தம் போன்ற அதிர்ச்சி. இவையெல்லாம் இதற்குமேல் என்னைத் தனியாகவோ கூட்டாகவோ தொந்தரவு செய்யமுடியாது என்ற நிலையில் அமைதி நிலவியது. பின்னர் ஆழமான அமைதியான உறக்கம் அதிகாலை ஐந்து மணிவரை.

காலையில் எல்லாம் பழைய நிலைக்குத் திரும்பியது. யார் ஆரம்பித்தார்கள் மறுபடியும்? பறவைகளின் பறவை இந்தியக் காகம். அந்தப் பறவையை நான் நன்கு அறிவேன். சொல்லப்போனால் மிகவும் விரும்பினேன். பறவை இனத்திலேயே மிகக் கடினமானது காகம் என்றே நான் நினைக்கிறேன். ஆம், மிக உற்சாகமான பறவை. தன்னிடம் உள்ளதை வைத்துத் திருப்திப்பட்டுக் கொள்ளும் பறவை. எந்தவொரு அவசரமோ பரபரப்போ காட்டாது. அதுவொரு சிறந்த கலைப் படைப்பு. 'கலைக்கு அழிவில்லை'. பல்லாயிரம் ஆண்டுகளாக வாழும் உயிரினம். மிக நேர்த்தியாக உருவாக்கப்பட்டது. ஒரே நாளிலெல்லாம் இந்தப் பறவையை உருவாக்கிவிட முடியாது. பரமசிவனை விடவும் பலமுறை கூடுதலாக அவதாரம் எடுத்துள்ளது. ஒவ்வொரு அவதாரத்தில் இருந்தும் ஒரு சில தன்மைகளைச் சேர்த்துவைத்து ஒன்றாக்கித் தனது இயல்பாய் ஆக்கிக்கொண்டது.

பொதுவாக ஒரு காகம் முழு நிறைவை நோக்கிய தனது பரிணாம வளர்ச்சியில் சூதாடுபவனாக, கோமாளியாக, விரக்தியடைந்த பாதிரியாக, அலட்டல் மிகுந்த பெண்ணாக, திருடனாக, பொய்யனாக, உளவாளியாக, அரசியல்வாதியாக, கொலைகாரனாக, ஜனநாயகவாதியாக, புரட்சியாளனாக, பண்பாடற்றவனாக, சதிகாரனாக, ஆசிரியராக, வக்கீலாக,

அயோக்கியனாக, நேர்மையற்றவனாக, சகஜமாகப் பாவம் செய்பவனாக இருந்திருக்கும். அதன் விளைவுகள்தான் இந்த எல்லாக் குணாதிசயங்களும். அதற்குப் பரிவு என்றால் என்னவென்று தெரியாது, துயரம் என்றால் என்னவென்று தெரியாது, கவலை என்றால் என்னவென்று தெரியாது. இன்பமும் ஆனந்தமும் மட்டுமே நிறைந்த நீண்ட நெடிய வாழ்க்கையை வாழ்ந்து, மீண்டும் பிறவி எடுப்போம் என்று உணர்ந்தே அமைதியாக இறந்துவிடுகிறது. அப்பிறவியில் அதுவொரு எழுத்தாளராகவோ அல்லது இன்னும் திறமைசாலியான வேறு ஏதாவதாகவோ முன்னைவிட சொகுசாகவும் இருக்கலாம்.

கால்களைப் பரப்பி முன்னேறுவதிலும், இங்கும் அங்குமாகத் துள்ளித் துள்ளி நடப்பதிலும், ஆணவப் பார்வை பார்ப்பதிலும், அலட்சியமாக ஒருபுறமாகத் தலையைச் சாய்ப்பதிலும் அது 'அமெரிக்கன் பிளாக் பேர்ட்' போலவே தோற்றம் தரும். ஆனால் இது பிளாக் பேர்டைவிட மிகப் பெரியது. பிளாக் பேர்ட் போன்ற அழகான தோற்றமும் கூரான அலகும் காகத்திற்குக் கிடையாது. நிறமும் பிளாக் பேர்ட்போல் பளபளவென்று இல்லாமல் சாம்பல் நிறமும் கறுப்பும் கலந்ததுதான் காகம். பிளாக் பேர்ட் மிக நாசூக்கானது, பண்பானது. எப்போதாவது மரத்தில் பிற பறவைகளுடன் இருக்கும் சமயம் தவிர பிற சமயங்களில் இரைச்சலிடாது. ஆனால் இந்தியக் காகமோ அடாவடியானது. எப்பொழுதும் ஒரே இரைச்சல், வசவு, சிரிப்பு, அரட்டை, சபித்தல் என்று ஏதோவொன்றைச் செய்துகொண்டே இருக்கும். பறவையெல்லாம் அபிப்ராயம் சொல்லி நான் இதுவரை பார்த்ததில்லை. ஆனால் காகத்தின் கண்களிலிருந்து எதுவும் தப்ப முடியாது. சுற்றி எது நடந்தாலும் கவனிக்கும், அதைப் பற்றிய தனது கருத்தைக் கூறும், குறிப்பாகத் தனக்குச் சம்பந்தமில்லாத விஷயத்தில். அந்தக் கருத்து மென்மையாகவும் இருக்காது. அதிரடியாக அவதூறு கூறுவதாகவே இருக்கும். சுற்றிப் பெண்கள் இருந்தாலும் அதைப் பாதிப்பதில்லை.

அந்தக் கருத்து எந்தச் செய்கையின் பிரதிபலிப்பும் அல்ல. ஏனென்றால் எதைப் பற்றியும் அது சிந்திக்காது. ஆனால் மனத்தில் என்ன எழுகிறதோ அதை அப்படியே கூறிவிடும். அது பெரும்பாலும் சூழ்நிலைக்குச் சம்பந்தமில்லாததாகத்தான் இருக்கும். அது அப்படித்தான். உடனடியாக ஏதாவது கருத்து கூறியே ஆகவேண்டும்.

சிந்திக்கத் தொடங்கினால் வாய்ப்பு கிடைக்காமல் போகலாமே! மனிதர்களில் இவனுக்குப் பகை யாரும் இல்லை. வெள்ளையர்களும் முகமதியர்களும் இவனைத் துன்புறுத்தவில்லை. ஹிந்துக்கள் தங்களது மத தர்மத்தின்படி எந்த உயிரையும் எடுப்பதில்லை. அவர்கள் புலிகளுக்கும் பாம்புகளுக்கும் புழு பூச்சிகளுக்கும் எலிகளுக்கும்கூட தீங்கு நினைப்பதில்லை.

பால்கனியில் ஒரு மூலையில் நான் அமர்ந்தால் இந்தக் காகங்கள் ஒன்றுகூடி எதிர்ப்புறம் அமர்ந்து என்னைப் பற்றிப் பேசிக்கொண்டிருக்கும். மெதுவாக அவற்றை நெருங்கினாலும்கூட, அவை அங்கேயே அமர்ந்திருக்கும். சிறிதும் கூச்சப்படாமல் என்னைப் பற்றி, என் உடையைப் பற்றி, என் தலைமுடியைப் பற்றி, என் நிறத்தை குணத்தைப் பற்றி, வேலையை அரசியலைப் பற்றி, நான் இந்தியா வந்ததைப் பற்றி, நான் என்ன செய்துகொண்டிருந்தேன் என்பதைப் பற்றி, தண்டனையைப் பற்றி, இன்னமும் தண்டிக்கப்படாதது பற்றி... இப்படிப் பலப்பல விஷயங்களைப் பற்றிப் பேசிக்கொண்டே இருக்கும். ஒரு கட்டத்தில் என்னால் பொறுத்துக்கொள்ள முடியாமல் விரட்டிவிடுவேன். உடனே அவை பறந்து வானத்தில் ஒரு சிறிய வட்டமிட்டுச் சிரித்து, பேசிக் களித்து, கேலி

செய்துவிட்டு மீண்டும் அதே இடத்திற்குத் திரும்பி வந்து கதையைத் தொடரும்.

உணவு ஏதாவது இருந்தால் மிகுந்த நட்பாகிவிடும். சிறிது ஊக்கப்படுத்தினால்கூட எனது உணவு மேசைக்கருகில் வந்து எனக்கு உதவி செய்யும். ஒருமுறை நான் அடுத்த அறையில் இருந்தேன். கூட்டமாக உணவு மேசைக்கருகில்

வந்து எதையெல்லாம் எடுக்க முடியுமோ எல்லாவற்றையும் எடுத்துக்கொண்டு போயின. எது தங்களுக்குத் தேவை இல்லையோ அதை எடுத்துச் செல்வதில் மிகவும் கருத்தாக இருந்தன. இந்தியாவில் காகங்களின் எண்ணிக்கை கணக்கிலடங்கா, அதற்கேற்றவாறு அவை போடும் கூச்சலும். இவற்றால் தேசத்திற்குச் செலவு அதிகம் என்றே நினைக்கிறேன். இருப்பினும் இப்பறவைகளின் உற்சாகக் குரல் இல்லாமல் ஊரே களையிழந்து நிற்கும்.

39

இந்தியாவைப் பற்றிய பல்லாயிரம் எண்ணங்கள் சிறுவனாக இருந்தபோது மிகத் தெளிவாக இருந்தன. பின்னர் மெல்ல மெல்ல மறைந்த நினைவுகள் இப்பொழுது மீண்டும் பிரகாசமான நிலவெளிபோல் மனத்தில் தோன்றுகின்றன. உதாரணமாக, சொல்வதற்கு இனிமையான அவர்களது ஆடம்பரப் பட்டங்கள். ஹைதராபாத் நிஜாம், திருவாங்கூர் மகாராஜா, ஜபல்பூர் நவாப், போபால் பேகம், மைசூர் நவாப், குல்னார் ராணி, ஸ்வாத்தின் அஹ்கூண்ட், ரோகில்குண்ட் ராவ், பரோடா ஹெய்க்வார் போன்றவை. உண்மையில் இந்தியா பெயர்களுக்காகவே பிரசித்திபெற்ற தேசம். பகவான் விஷ்ணுவிற்கு 108 சிறப்பு நாமங்கள் உள்ளன. ஞாயிற்றுக்கிழமை மட்டுமே ஓதப்படும் புனித நாமங்கள் உள்ளன. ஒருமுறை விஷ்ணுவின் 108 நாமங்களை நான் மனனம் செய்தேன். ஆனால் 'ஜான் டபுள்யு' (John W) என்ற பெயரைத் தவிர, அவற்றில் வேறெதுவும் என் நினைவில் இல்லை.

அதேபோல ராஜ பரம்பரையின் வீரத்தைப் பறைசாற்றும் அரண்மனைகள். இன்று பிரிட்டிஷ் கோர்ட்டில் தனது உரிமைக்காகப் போராடும் இளவரசர், அவருடைய 14 வயது வரை பதவியையும் பட்டத்தையும் எந்தவிதத் தொந்தரவும் இன்றி அனுபவித்து வந்தார். தற்போது 16 1/2 வயதில் நீதிமன்றத்திற்கு இழுத்து வரப்பட்டிருக்கிறார். அதாவது அவர் இளவரசரே அல்ல, சாதாரணக் குடியானவன் என்றும், உண்மையான இளவரசர் இரண்டரை வயது இருக்கும்போது இறந்துவிட்டதாகவும், அந்த இறப்பை மறைத்து ஒரு குடியானவர் குழந்தையை இளவரசராக

வளர்த்ததாகவும் அவர்மேல் வழக்குத் தொடரப்பட்டது. கீழைத் தேசத்துக் கதைகள் பல இது போன்றவைதான்.

பரோடா இளவரசர் ஹெய்க்வாரின் கதை இதற்கு நேர்மாறானது. சிம்மாசனத்திற்குரிய வாரிசு இல்லாததால் தெருவில் விளையாடிக் கொண்டிருந்த குடியானவரின் குழந்தையை இளவரசர் ஆக்கினர். ஆனால் அவரது பரம்பரை நேரானதாக இருந்தது. அவர்தான் உண்மையான இளவரசர். எனவே, அன்றுமுதல் அவர் எந்தச் சிக்கலும் இல்லாமல் இளவரசராகத் தொடர்கிறார். இதே போன்றதொரு சூழ்நிலை இன்னொரு ராஜ வம்சத்திற்கும் ஏற்பட்டது. பரோடா ஹெய்க்வாரைப் போன்று குடியானவக் குடும்பத்தைச் சேர்ந்த குழந்தை ஒன்றை இளவரசராகத் தேர்ந்தெடுத்தனர். ஆனால், அக்குழந்தையின் முன்னோர்கள் 14 தலைமுறைக்கு முன்னால் அரச வம்சத்துடன் தொடர்புடையவர்கள் என்பது கண்டறியப்பட்டு அவர் சட்டப்படி வாரிசானார். ஹிந்து ஆலயங்களில் காணப்படும் ஆவணங்களின் மூலம் இவர்களின் பரம்பரைகள் கண்டுபிடிக்கப்படுகின்றன. ராஜாக்கள் ஆன்மிகப் பயணம் மேற்கொள்ளும்போது தங்கள் பெயரையும், கோவிலுக்கு விஜயம் செய்த நாளையும் பதிவுசெய்திருந்தனர். அந்த ஆவணங்களின் மூலம் ராஜ பரம்பரையின் உண்மையான விவரங்கள் தெரியவந்தன.

இப்பொழுது பம்பாயைப் பற்றி நினைத்துப் பார்க்கையில் என் கண் முன்னால் பல வண்ண வண்ணக் காட்சிகள் தோன்றுகின்றன. கண்ணாடி சிதறுவதுபோல் பல அருமையான உருவங்கள் மறைந்து உதிர்ந்து புதுப்புது உருவங்களாக வருகின்றன. ஒவ்வொரு புது உருவமும் எனக்குள்ளே ஒரு சிலிர்ப்பை, மகிழ்ச்சியை ஏற்படுத்துகின்றது. இந்தக் காட்சிகள் மீண்டும் மீண்டும் ஒரு கனவுபோல என்னைக் கடந்து மறைந்து செல்கின்றன. வெறும் ஒரு மணிநேர அனுபவம் போலவே தோன்றும் இவை, உண்மையில் பல நாள் அனுபவம் என நினைக்கிறேன்.

முதலில் ஒரு வேலையாளைத் தேர்வு செய்வதிலிருந்து இந்தியாவில் நமது பயணம் தொடங்குகிறது. வேலையாட்களைத் தேர்வுசெய்வதில் கவனமாக இருக்கவேண்டும். ஏனென்றால் அவன் நமக்கு மிக அருகிலேயே இருக்கவேண்டும், கிட்டத்தட்ட நமது உடைபோல. இந்தியாவில் நமது காலைப் பொழுதுகள் நமது பணியாள் படுக்கையறைக் கதவைத் தட்டி ஒருசில சம்பிரதாய வார்த்தைகளை உதிர்ப்பதன் மூலம்

தொடங்கும். ‘குளியல் ஏற்பாடுகள் தயார்’ என்பதைக் கூறும் வார்த்தைகள்தான் அவை. அதில் பெரிதாக அர்த்தம் ஒன்றும் இருக்காது. நமக்கும் வேலையாட்களின் ஆங்கிலம் புரியாது.

இவர்கள் எங்கிருந்துதான் ஆங்கிலம் கற்கிறார்கள் என்பது யாரும் அறியாத ரகசியம். அதுபோன்றதொரு ஆங்கில வழக்கு உலகில் எங்குமே இருக்காது, ஏன் சொர்க்கத்தில்கூட இருக்காது. ஒருவேளை நரகத்தில் இந்த ஆங்கிலம் இருக்கலாம். நீங்கள் ஆணோ பெண்ணோ, இந்திய மண்ணை மிதித்ததுமே வேலையாட்களை அமர்த்திக்கொள்வதுதான் முதல் வேலை. அவர்கள் இல்லாமல் எந்த வேலையும் இங்கு நடக்காது. துணி வெளுப்பது, படுக்கையறையைச் சுத்தம் செய்வது, கடிதத் தூது அனுப்புவது, உணவு பரிமாறுபவன், பெண்களின் பணியாள், ஆண்களுக்கு ஊழியன் எல்லாமே அவர்கள்தான். ஒரு துணிப் பையும், ஒரு சாதாரணப் படுக்கையும்தான் அவனது பொருட்கள். நமது அறையின் வாயிலில் கல் தரையில்தான் படுத்திருப்பான். தனக்கான உணவை எங்கிருந்து எப்படிக் கொண்டுவருவான் என்றே தெரியாது. ஒன்றுமட்டும் உறுதியாகத் தெரியும், ஹோட்டலிலும் சரி, விடுதியில் தங்கி இருந்தாலும் சரி, அவனுக்கு இங்கு உணவு அளிக்கப்படுவதில்லை. ஓர் இந்தியனின் கண்ணோட்டத்தில் பார்த்தால் அவனுக்கு அளிக்கப்படும் கூலி அதிகமே. அந்தக் கூலியிலிருந்துதான் அவன் உணவுக்கும் உடைக்கும் செலவழித்துக் கொள்கிறான்.

இரண்டரை மாதக் காலத்தில் மூன்று பணியாட்கள் எங்களுடன் இருந்தனர். முதல் பணியாளுக்கு முப்பது ரூபாய் மாதச் சம்பளம். அதாவது நாளொன்றுக்கு 27 சென்ட்கள். மற்ற இருவருக்கும் நாற்பது ரூபாய் சம்பளம். இது மிக அதிகம். ஒரு ரயில்வே சுவிட்ச்மேன் அல்லது ஒரு தனிப்பட்ட குடும்பத்து வேலையாளின் மாதச் சம்பளம் வெறும் ஏழு ரூபாய் மட்டுமே. விவசாயிகளுக்கு நான்கு ரூபாய் மட்டுமே. முதல் இருவரும் தங்களது $1.90 மாதச் சம்பளத்திலிருந்து தங்களது உணவு, உடை மற்றும் குடும்பச் செலவுகளையும் செய்கிறார்கள். ஆனால் இந்த விவசாயிகள் $1.08 கூலியில் உணவுத் தேவைகளைப் பூர்த்திசெய்துகொள்ள முடியுமா என்று தெரியவில்லை. ஒருவேளை அவர்கள் வேலைசெய்யும் நில உரிமையாளர்கள் அவர்களுக்கு உணவளிக்கலாம். அப்படியிருந்தால், பூசாரிக்குக் கொடுக்கப்படும் ஒரு சிறு தொகையைத் தவிர, மீதிச் சம்பளம் குடும்பத்திற்கு உதவியாக இருக்கும்.

இவர்கள் மண் குடிசையில் வாழ்வார்கள். வாடகை எதுவும் கிடையாது. கந்தலாடையைத் தவிர வேறு எதுவும் அணிவதில்லை என்பதால் இந்தச் சம்பளம் உணவுக்குப் போதுமானதாக இருக்கும். அந்த விவசாயிகளுக்கு இப்பொழுது நல்ல காலம்தான். முன்பு இருந்தது போன்ற கடுமையான காலங்கள் இப்பொழுது இல்லை. தங்களது கஷ்ட ஜீவனம் குறித்துக் கூலியாட்கள் ஒருமுறை குறைகூறியபோது, மத்திய மாகாணத்தின் முதன்மை ஆணையர் தனது அறிக்கையில், 'முன்பு விவசாயக் கூலி ஒரு மாதத்திற்கு ஐம்பது காசுகள் மட்டுமே. நாளொன்றுக்கு ஒரு சென்ட்டுக்கும் குறைவானது. ஓராண்டு வருமானமே $2.90தான். அந்த நிலையில் இருந்த கூலி ஆட்கள் மீது தற்போது கடவுள் கருணையோடு இருக்கின்றார் என்றே கூறவேண்டும். ஆடம்பரத்தையும் அனாவசியச் செலவுகளையும் தவிர்த்தால் அவர்கள் தனது ஆண்டு வருமானத்திலிருந்து 15 சென்ட் வரை சேமிக்க முடியும். $13.50 கடன்பட்டிருந்தாலும் நல்ல ஆரோக்கியத்துடன் இருந்தால் தனது 90 வயதில்கூட கடனைத் திருப்பி அடைக்க முடியும். தலைநிமிர்ந்து நடக்கவும் முடியும்' என்று குறிப்பிட்டார். இந்தத் தகவல்களையும், அவை உணர்த்தும் உண்மைகளையும் சிந்தித்துப் பார்ப்போம்.

இந்தியாவில் நகரங்களே கிடையாது. இந்திய மக்கள்தொகை முழுவதுமே விவசாயக் கூலிகள்தான். இந்தியா என்பதே ஒரு பெரிய விவசாய பூமிதான். மண்வேலிகள் அமைந்த நீண்ட நெடிய வயற்காடுகள்தான். மேற்கூறிய உண்மைகளை நினைத்துப் பாருங்கள். நம் கண்முன்னே தோன்றுவதெல்லாம் ஒட்டுமொத்த வறுமைதான்.

அது பம்பாயில் நாங்கள் கழித்த முதல் காலைப்பொழுது. கீழே காத்திருந்த முதல் பேரர் (bearer) தன்னைப் பற்றிய பரிந்துரைக் குறிப்புகளை அனுப்பியிருந்தான். அவற்றைக் கவனமாக ஆராய்ந்தோம். ஒரு தவறும் தெரியவில்லை, ஒன்றைத் தவிர. அவையனைத்தும் அமெரிக்கர்களின் பரிந்துரைகள். ஏளனம் செய்கிறேனோ? உண்மையைத்தான் கூறுகிறேன். எனது அனுபவத்தில் அமெரிக்கர்கள் பரிந்துரை செய்த வேலையாள் யாரும் திறமைசாலியாக இருந்ததில்லை. நாங்கள் மிக மென்மையான உயர்ந்த சமூகம். ஒருவரைப் பற்றிக் குறைகூறமாட்டோம், மனம் புண்படக்கூடிய உண்மைகளைச் சொல்லமாட்டோம். அந்த ஏழைக் கூலியாளின் வாழ்வாதாரம் நாம் கூறும் உண்மையில்தான் அடங்கியிருக்கிறது என்பதால், அவனைப் பற்றிய நல்ல

விஷயங்களை மட்டுமே கூறுவதுண்டு. அவனிடம் உள்ள குறைகளைக் கூறாமல் அமைதி காப்போம். ஒருவகையில் அவனிடம் குறைகளே இல்லை என்பது போன்ற பொய்யான தோற்றம் நிலவும்.

இவ்வாறு அவனைப் பற்றிக் குறைகூறாமல் அமைதியாக இருப்பது ஒருபுறமென்றால், அவனைப் பரிந்துரை செய்யும்போது அவனது நிறைகளை அதிகப்படியாகக் கூறுவதன் மூலம் பாவமும் செய்கிறோம். பரிந்துரை எழுதும்போது பொய்கள் பிரவாகமாக வரும். இத்தனைக்கும் பிரெஞ்சு மக்கள்போல எங்களுக்கு எந்தக் கட்டாயமும் இல்லை. பிரான்ஸில் வேலையிலிருந்து நீங்கும் பணியாளைப் பற்றி நல்லவிதமாகவே எழுதவேண்டும், அவனது குறைகளை மறைக்கவேண்டும், வேறு வழி இல்லை. ஒருவேளை வேலைகளைப் பற்றிய குறைகளைக் கூற நேர்ந்தால், அவன் நஷ்டஈடு கோரி உங்களை நீதிமன்றத்திற்கு இழுப்பான். நீதிமன்றமும் அவர்களுக்குத்தான் துணை நிற்கும். மேலும் உங்களையும் கடுமையாகக் கண்டித்து அறிவுரை கூறும். 'ஓர் ஏழைத் தொழிலாளியின் வயிற்றில் அடிப்பது பாவம், அவனது குணங்களைக் கொச்சைப்படுத்துவது தவறு' என்று கூறும். இதையெல்லாம் நானாகச் சொல்லவில்லை, பேரும் புகழும் மிக்க ஒரு பிரெஞ்சு மருத்துவர் கூறியவை. பாரிஸில் பிறந்து வளர்ந்து மருத்துவராகச் சேவை செய்தவர், தனது சொந்த அனுபவத்தின் மூலம் பகிர்ந்துகொண்டவை இவை.

முன்னமே கூறியதுபோல் பேரர் கொண்டுவந்த பரிந்துரைகள் எல்லாமே அமெரிக்கச் சுற்றுலாப் பயணிகளுடையவை. இந்தப் பரிந்துரைகளின்படி மேனுவல் எக்ஸ் என்பவன் எல்லாவிதத்திலும் சிறப்பானவன் என்று குறிப்பிடப்பட்டிருந்தான். அவனது ஆங்கிலத் திறமை வெகுவாகப் பாராட்டப்பட்டிருந்தது. நானும் அதைக் குறித்துக்கொண்டேன். அது உண்மையாகக்கூட இருக்கலாம். உடனடியாக எங்களுக்கு ஒரு பணியாள் தேவைப்பட்டதால் குடும்பத்தினர் அவனை ஒரு வாரம் சோதனைக்காகத் தேர்வுசெய்து என்னிடம் அனுப்பிவிட்டு, அவரவர் வேலையைப் பார்க்கச் சென்றனர். இருமல் இருந்ததால் அறையிலேயே அடைந்து கிடந்த எனக்கு, புதிதாக ஒருவன் வருவது மகிழ்ச்சி அளித்தது. மேனுவல் ஐம்பது வயது மதிக்கத்தக்க, உயரமான மெல்லிய உடலுடன் சிறிது கூனுடன் காணப்பட்டான். அவன் செயற்கையாக அவ்வாறு மரியாதைக்காகக் குனிந்திருந்தது பலநாள் பழக்கமாகத் தோன்றியது.

முகத்தில் ஐரோப்பியக் களை, கருமையான முடி, மென்மையான கருவிழிகள், கருமை நிறம், முழுவதும் மழிக்கப்பட்ட முகம். தலைப்பாகை அணியவில்லை, காலணியும் அணியவில்லை. எங்களுடன் அவன் தங்கியிருந்த ஒரு வார காலமும் சுமாரான, தரமற்ற மெலிதான ஐரோப்பிய ஆடையை அணிந்திருந்தான். எனக்கு முன்னால் மிகப் பணிவுடன் இந்திய முறையில் பரிதாபமாகத் தனது விரல்களால் நெற்றியைத் தொட்டு எனக்கு வணக்கம் தெரிவித்தான்.

“மேனுவல், நீ இந்தியன்தானே... உனக்கு எப்படி ஸ்பானிஷ் பெயர் வந்தது?” என்று நான் அவனைப் பார்த்துக் கேட்டேன். அவன் முகத்தில் குழப்ப ரேகை. நான் கேட்டது அவனுக்குப் புரியவில்லை. ஆனாலும் அவன் பதில் கூறினான்.

“ஆம், முதலாளி. எனது பெயர் மேனுவல்.”

“அது எனக்குத் தெரியும். ஆனால் அந்தப் பெயர் எப்படி வந்தது?”

“ஓ, என் தந்தையின் பெயர் அதுதான். தாயின் பெயர் அல்ல.”

இன்னும் கொஞ்சம் எளிதாக, வார்த்தைகளை நிதானமாகக் கூறினால், இந்த ஆங்கிலப் புலவனுக்கு எனது பாஷை புரியும் என்பதை உணர்ந்தேன்.

“சரி, உன்... தந்தைக்கு... இந்தப் பெயர்... எப்படி வந்தது?”

சிறிது மலர்ச்சியுடன், "ஓ! அவர் கிறிஸ்தவர், போர்த்துகீசியர். கோவாவில் வாழ்கிறார். நான் கோவாவில் பிறந்தேன். அம்மா இந்தியர், உயர்ந்த ஜாதி பிராமணர். நானும் பிராமணன்தான், தந்தையைப்போல கிறிஸ்தவரும்கூட. நான் உயர்ந்த ஜாதி கிறிஸ்தவ பிராமணன்" என்று தட்டுத் தடுமாறிச் சொல்லி முடித்தான். தொடர்ந்து நிறையப் பேசவேண்டும் என்ற உற்சாகம் அவனுக்கு ஏற்பட்டதில் வெள்ளம்போல் வார்த்தைகள் வந்தன. எனக்குத்தான் ஒன்றும் புரியவில்லை.

"நீ பேசும் ஹிந்துஸ்தானி எனக்குப் புரியாது, பேசவேண்டாம்" என்றேன்.

"ஹிந்துஸ்தானி இல்லை முதலாளி. ஆங்கிலம்தான், எப்போதுமே ஆங்கிலம்தான் பேசுவேன்" என்றான்.

"நல்லது அப்படியே செய். நான் எதிர்பார்த்த அளவு இல்லாவிட்டாலும், பரிந்துரைத்தபடி இல்லாவிட்டாலும், இது ஆங்கிலம்தான். எனக்குப் புரிகிறது. இப்படியே பேசு. ஆனால் மிக விவரமாகப் பேசவேண்டாம்."

"முதலாளி?"

"ஒன்றுமில்லை. நான் ஏதோ எண்ணிக்கொண்டிருந்தேன். உனக்குப் புரியாது. சரி, உனக்கு எப்படி ஆங்கிலம் தெரியும்? கற்றுக்கொண்டாயா அல்லது இறைவனின் அருளா?"

சிறிது தயங்கிப் பின் மரியாதையாக, "கிறிஸ்தவக் கடவுள் மிகவும் நல்லவர். ஹிந்துக் கடவுளும் நல்லவர்தான். இரண்டு மில்லியன் இந்துக் கடவுள்கள், ஒரு கிறிஸ்தவக் கடவுள். எல்லோரும் என் கடவுள்கள்தான். சில சமயம் அந்தக் கடவுள்களை நான் வணங்குவேன். கோவிலுக்குச் செல்வேன். காணிக்கை வழங்குவேன். எல்லாம் எனது நன்மைக்கே. என்னை இன்னும் சிறந்த மனிதனாக்க, என் குடும்ப நன்மைக்காக வணங்குவேன்."

மேலும் ஏதேதோ குழப்பத்தில் ஒன்றுக்கொன்று தொடர்பில்லாமல் பேசிக்கொண்டே இருந்தான். அவன் சிறிது அதிகமாகவே பேசிவிட்டதால் நான் இடைமறித்தேன். அவனிடமிருந்து விடுபடும் நோக்கத்தில் அவனைக் குளியலறையைச் சுத்தம் செய்யச் சொன்னேன். அவனும் புரிந்துகொண்டதுபோல் நகர்ந்தான். என்னுடைய சில துணிகளைத் துவைக்க எடுத்துச் சென்றான். மீண்டும் அவன் புரிந்துகொள்ளும்படி எளிமையான மொழியில் குளியலறையைச் சுத்தம் செய்யச் சொன்னேன். அவன்

அதற்கு வேறொரு கூலியை ஏற்பாடு செய்தான். அவன் உயர்ந்த ஜாதியைச் சேர்ந்தவன் ஆனதால், இந்தப் பணியைச் செய்ய இயலாது என்றும், அவ்வாறு செய்தால் அதற்குப் பிராயச்சித்தம் செய்யவேண்டி வரும் என்றும் கூறினான்.

இந்தப் பணியை ஹிந்து மதத்தின் அடித்தட்டு மக்களான சூத்திரர்கள் மட்டுமே செய்யவேண்டும் என்று கூறினான். அவன் கூறியது உண்மைதான். இந்த அவமானத்தைச் சூத்திரர்களும் காலம் காலமாகத் தாங்கிக் கொண்டிருக்கின்றனர். மனு ஸ்மிருதியில் *(பொ.யு.மு. 900)* கூறப்பட்டுள்ளவை என பக்கில் பின்வருவனவற்றைப் பட்டியலிடுகிறார்:

> 'ஒரு சூத்திரன் மேல் ஜாதியினருக்குச் சமமாக அமர்ந்துகொண்டால் அவனை நாடுகடத்த வேண்டும். சூத்திரன் தனது எஜமானரைப் பற்றிக் குறைகூறினாலோ, இழிவாகப் பேசினாலோ அவனுக்கு மரண தண்டனை விதிக்கலாம். புராண இதிகாச கிரந்தங்களை சூத்திரன் கேட்க நேர்ந்தால் அவன் காதில் கொதிக்கும் எண்ணெய்யை ஊற்றலாம். வேதங்களை அவன் படித்தால் அவனைக் கொல்லவேண்டும். பிராமண பெண்ணை மணந்துகொள்பவன் நரகத்திற்குச் செல்வான். சூத்திரன் பொருள் சேர்க்கவே கூடாது. ஆனால், வேலைக்காரர்கள், குடியானவர்கள், நிதியை உருவாக்குபவர்கள் என்று இந்தியாவின் ஜனத்தொகையில் பெரும்பாலானோர் சூத்திரர்தான்.'

மேனுவல் முதியவன். மறதி அதிகம், சுறுசுறுப்பும் குறைவு. ஏதாவது பணி நிமித்தமாக மூன்று கட்டடங்களுக்கு அப்பால் செல்வதற்கு இரண்டு மணி நேரம் ஆகும். அதற்குள் சென்ற வேலையையும் மறந்துவிடுவான். ஒரு பெட்டியை அடுக்கிவைக்க நாள் முழுவதும் எடுத்துக்கொண்டான். ஆனாலும் வேலை சுமார்தான். உணவு மேஜைக்கருகில் பணிவிடையும் சுமார்தான், அது பெரிய குறை. இந்திய உணவகங்களில் இந்தியப் பணியாளர் அருகில் இல்லாவிட்டால் பட்டினியாகத்தான் எழுந்து செல்லவேண்டும். எங்கள் மொழி அவனுக்குப் புரியாது, அவனது மொழி எங்களுக்குப் புரியாது. அவனது மொழி அவனுக்கே புரியவில்லை என்று உணர்ந்தபோதுதான் அவனைப் பணியிலிருந்து நீக்கினோம். ஆனால் அவனைக் கடிந்துகொள்ளவில்லை. மிக மென்மையாகவே அவன் வேலைக்கு வரவேண்டாம் என்று கூறினேன். என்றாவது

ஒருநாள் நல்ல நிலையில் மீண்டும் சந்திப்போம் என்றும் கூறினேன். அது உண்மை இல்லைதான். ஆனாலும் அவ்வாறு கூறியதில் எனக்கு எந்த நஷ்டமும் இல்லை.

அவன் இப்பொழுது என் எண்ணங்களை விட்டும், மனத்தை விட்டும் சென்றுவிட்டான். எனக்குள் புத்துணர்ச்சி ஏற்பட்டது. நான் உற்சாகமாக வெளியில் கிளம்பினேன். அப்பொழுதுதான் அடுத்த பணியாள் வந்து நின்று, அதேபோல் நெற்றியில் கை வைத்து வணக்கம் கூறினான். சுறுசுறுப்பாக ஓடியாடி வேலைசெய்து ஐந்தே நிமிடங்களில் அறையைச் சுத்தப்படுத்தினான். இவனது சுறுசுறுப்பையும் மேனுவல் தூங்கி வழிவதையும் நினைத்துப் பார்த்தேன். புதிய பணியாள் என் மனத்தைக் கவர்ந்தான். அவனது தன்னம்பிக்கையும் சுறுசுறுப்பும் புத்திக்கூர்மையும் என்னைக் கவர்ந்தன. கண்களில் கூர்மை, பிரகாசமான முகம் எல்லாம் கண்டு திருப்தியுற்றேன்.

“நீ பொருத்தமானவன்தான். உன் பெயர் என்ன?”

நீண்ட பட்டியலையே வாசித்தான்.

“இவற்றுள் ஏதாவதொரு பெயரை இப்போதைக்குத் தேர்வு செய்துகொள்கிறேன். மீதியை ஞாயிற்றுக்கிழமைக்கு வைத்துக்கொள்வோம். எங்கே ஒவ்வொன்றாகக் கூறு.”

அவன் கூறியதில் மௌசா என்ற ஒரு பெயர்தான் சுருக்கமாக இருந்தது. ஆனால் அது அவன் குணத்துக்குப் பொருத்தமாக இல்லை. அந்தப் பெயர் மிக மென்மையானது, மிக அமைதியானது, பழமையானது. மேலும் அது அவனது நாகரிகக் குணாதிசயங்களுக்கு ஒத்துப்போகவில்லை.

“மௌசா சிறிய பெயர்தான். ஆனால் எனக்குப் பிடிக்கவில்லை. ஏதோ குறையுள்ளது. அழகாக இல்லை. இதெல்லாம் என்னைப் பாதிக்கும். உனக்கு சாத்தான் என்ற பெயர் பரவாயில்லையா?”

“மகிழ்ச்சி முதலாளி, சாத்தான் என்றே இருக்கட்டும்.”

கதவு படீரென அடித்துக்கொண்டது. சாத்தான் மின்னல் வேகத்தில் மறைந்துபோனான். ஒன்றிரண்டு வார்த்தைகள் இந்துஸ்தானியில் கூறிக்கொண்டே மறைந்தான். மூன்று நிமிடங்கள் கழித்து மீண்டும் என் முன்னே வந்து நிமிர்ந்து நின்று நான் பேசுவதற்காகக் காத்திருந்தான்.

“சாத்தான், என்ன அது?”

“கடவுள் உங்களைக் காண விரும்புகிறார் முதலாளி.”

“யார்?”

“கடவுள். காட்டுகிறேன் வாருங்கள்.”

“ஆச்சரியமாக இருக்கிறது! நம்ப முடியவில்லை! எனக்கு ஒன்றும் புரியவில்லை! கொஞ்சம் விவரமாகக் கூறுகிறாயா?”

“இதோ அவரது விவர அட்டை.”

‘இது அதிசயம், ஆனந்தம், அற்புதம். இன்னும் என்ன சொல்ல! கடவுள் என் போன்ற ஒரு மானிடனைச் சந்திக்கத் தனது விலாசத்தைத் தருவதா... அதுவும் சாத்தான் மூலம்!’ குழப்பமாக இருந்தது, நம்பவும் முடியவில்லை. ஆனால் இது அரேபியா இரவுகளின் நாடு. இதுதான் இந்தியா. இங்கே எதுவும் நடக்கும்.

நான் அவரைச் சந்தித்தேன். சாத்தான் சொன்னது உண்மைதான். வந்திருந்தவர் ஏராளமான பக்தர்களால் வணங்கப்படுபவர். அவர்கள் இவரைப் பரிபூரணமாக நம்புகின்றனர். இவரிடம் வேண்டுகின்றனர். இவருக்குக் காணிக்கை செலுத்துகின்றனர். பாவமன்னிப்பு கோருகின்றனர். அவர்களைப் பொறுத்தவரை இந்த மகானும், இவருடன் தொடர்புடைய எல்லாமுமே புனிதமானவைதாம். இவரது நகங்களை விலைகொடுத்து வாங்கி அதைத் தாயத்தாகச் செய்து அணிந்துகொள்கின்றனர். ஆரம்பத்தில் நான் அமைதியாக இருக்க முயன்றேன், ஆனால் முடியவில்லை. எனக்குள் ஆர்வம், உற்சாகம், மகிழ்ச்சி, ஆச்சரியம் எல்லாம் தொற்றிக்கொண்டன. நான் கடவுளைப் பார்த்துக்கொண்டிருந்தேன். அவர்தான் கடவுள் என்று உணர்ந்தேன். அவரது நடை உடை பாவனையை அணு அணுவாக ரசித்தேன். அவர் வணங்கப்படுகிறார். அவரை மக்கள் சாதாரணமாகக் கொண்டாடவில்லை, புகழ்ச்சிக்குள் அடக்கவில்லை. மாறாக உயர்ந்த ஆன்மிக நிலையில் வைத்துள்ளனர். ஆண்களும் பெண்களும் தங்கள் வருத்தங்களையும் கவலைகளையும் அவரது காலடியில் சமர்ப்பிக்கின்றனர். அவர் இவர்களுக்கு மன அமைதியைத் தருகிறார்.

சிறப்புமிக்க அந்த மனிதர், ‘ஹக் பின்னின் தத்துவ அம்சம் இங்கு உள்ளது’ என்று கூறியபடி உள்நுழைந்தார்.

இந்தியா! அதிசயங்கள் சூழ்ந்த நாடு. எனது எழுத்துகளை அரசர்கள், பெரிய தலைவர்கள் எல்லாம் படிக்கவேண்டும் என்று எனக்குப் பல லட்சியங்கள், நம்பிக்கைகள், எதிர்பார்ப்புகள் எல்லாம் உண்டு. அதற்கு நான்

தகுதியானவனா என்று தெரியவில்லை, ஆனால் இவர் கூறியதில் மகிழ்ந்தேன். இல்லை என்று சொன்னால் அது பொய். அந்தப் பாராட்டில் அளவுக்கதிகமாகவே மகிழ்ந்தேன்.

அவர் என்னுடன் அரைமணி நேரம் இருந்தார். மிக மரியாதையான குணவானாகத் தெரிந்தார். அவரிடமிருந்த இறைத்தன்மை அவரது குடும்பத்திலேயே சில காலமாக இருந்திருக்கும்போல் தெரிந்தது. அது எவ்வளவு காலம் என்பது குறித்து என்னால் நிச்சயிக்க முடியவில்லை. அவர் ஒரு முகமதிய கடவுள். இவ்வுலகில் அவர் ஓர் அரச குமாரன். இந்தியர் அல்ல, பாரசீக இளவரசன். நபிகளின் நேரடி வம்சத்தில் வந்தவர், மென்மையானவர், இளைஞர். 35 வயதுக்கு மேல் இருக்காது. அவரது தோற்றமும் பொலிவுமே அவரது மேன்மையை உணர்த்தின. அருமையாகச் சுலபமாக ஆங்கிலத்தில் உரையாடினார். ஆங்கிலேயரைப் போலவே என்றால் மிகையில்லை. இதுவரை நான் பார்த்த ஒரே கடவுள் அவர்தான். நான் அவரால் வெகுவாகக் கவரப்பட்டேன். அவர் எழுந்து எனக்கு விடைகொடுத்தார். கதவு திறந்தது.

“சாத்தான்! இறைவனை வழியனுப்பி வை.” மரியாதையாக வெளிப்பட்டன வார்த்தைகள்.

“சரி.”

சாத்தானைப் பின்தொடர்ந்தார் அவர்.

40

அடுத்து என் மனத்தில் ஓடிய காட்சி மலபார் பாயிண்டில் இருக்கும் அரசு மாளிகை. ஜன்னலைத் திறந்தால் மிக அகலமான பால்கனிகள், ரம்மியமான கடற்கரைக் காட்சிகள். பம்பாய் மாகாணத்தின் மேதகு ஆளுநர் குடியிருக்கும் மாளிகை எல்லா விதத்திலும் ஐரோப்பியப் பாணியில் இருந்தாலும், வேலைக்காரர்களும் காவல்காரர்களும் இந்தியர்கள்தான். வீடும் அரண்மனையும் சேர்ந்திருக்குமாறு மாளிகை அமைக்கப்பட்டிருந்தது. ஆங்கிலேய நாகரிகம், இங்கிலாந்தின் ஆளுமை, நவநாகரிகப் பழக்கவழக்கங்கள், அமைதியான நிறங்கள், ஆழமான ரசனைகள், மேன்மையான பண்புகள், குணங்கள் என இவையெல்லாம்தான் நாகரிகத்தின் அடையாளம்.

அதைத் தொடர்ந்து பாலிதானா ராஜாங்கத்தின் இளவரசர் குமார் ஸ்ரீ சமத்சிங்ஜி பகதூரின் அரண்மனையில் சுமார் ஒருமணி நேரம் இருந்ததால், இந்தியாவின் மிகப் பழமையான கலாசாரம் மனக்கண்ணில் தோன்றுகிறது. இளவரசரின் அருகிலிருக்கும் அந்தச் சிறிய பையன்தான் அவரது வாரிசு. கூடவே அந்தப் பையனின் சகோதரி. மாநிறத்தில் அழகாக மென்மையாக ஒரு வண்ணத்துப்பூச்சி போல் ரம்மியமாக அலங்காரம் செய்துகொண்டு, தேவதைபோல் காட்சியளித்தாள் அந்தப் பெண். அறிமுகம் இல்லாதவரிடம் பழகத் தயக்கமில்லை. ஆனாலும் புதியவர்கள் மீது நம்பிக்கை வரும்வரை சிறிது நேரம் தன் தந்தையின் கை பற்றியே நின்றிருந்தாள். அவளுக்கு எட்டு வயதுதான் இருக்கும்.

இந்தியக் கலாசாரப்படி இன்னும் மூன்று அல்லது நான்கு ஆண்டுகளில் அவளுக்குத் திருமணம் ஆகிவிடும். அத்துடன் இவளது சுதந்திரம், ஆண்களுடனான நட்பு, வெளியுலகச் சஞ்சாரங்கள் எல்லாம் முடிவுக்கு வந்துவிடும். அவளது தாயைப்போல இவளும் அரண்மனைக்குள் அடைந்திருப்பாள். கிட்டத்தட்ட சிறைவாசம் போன்ற இந்தத் தனிமை அவர்களை வாட்டுவதில்லை, மகிழ்ச்சியுடன் ஏற்றுக்கொள்ளப் பழகிவிட்டார்கள்.

இளவரசரின் பொழுதுபோக்குக் குறித்து எனக்குப் புரியவே இல்லை. என் மனைவியும் மகளும் அந்தப்புரத்தில் இருந்த இளவரசியை ஒருமுறை சந்தித்தபோது, இளவரசரின் பொழுதுபோக்குக் குறித்து ஓரளவு அறிந்துகொண்டேன். ஏனென்றால் அவர் சரளமாக ஆங்கிலத்தில் உரையாடுவார். ஆனால் அந்த விளையாட்டு எனக்குப் புரியவில்லை. மிகக் கடினமானதொரு விளையாட்டு அது. இந்தியர்களைத் தவிர வேறு யாரும் கற்றுக்கொண்டு விளையாட முடியாது. என்னால் ஒரு தலைப்பாகை கட்டுவதைக்கூட கற்க முடியவில்லை. பார்ப்பதற்கு எளிதாகவே இருக்கும் அந்தத் தலைப்பாகையானது 40 அல்லது 50 அடி நீளமும் ஓரடி அகலமும் உள்ள மெல்லிய துணி. அதைக் கையில் எடுத்துத் தலையில் வைத்து மிக நேர்த்தியாக ஓரிரு நிமிடங்களில் சுற்றிக்கொள்வர். கட்டி முடித்ததும் பார்த்தால் தலையில் கச்சிதமாகப் பொருந்தியிருக்கும்.

அவர்களது உடையலங்காரம், நகைகள், வெள்ளிச் சாமான்கள், கலைநயத்தோடு கூடிய பொருட்கள்

எல்லாவற்றிலும் எங்களுக்கு ஆர்வம் தோன்றியது. வெள்ளிப் பாத்திரங்கள் உணவு வேலையைத் தவிர மற்ற நேரங்களில் பத்திரமாகப் பூட்டி வைக்கப்பட்டிருக்கும். ராஜாவின் முதன்மைச் சமையல்காரரிடம் மட்டும்தான் சாவி இருக்கும். ஏன் என்று புரியவில்லை, ஆனால் நிச்சயமாக வெள்ளியைப் பாதுகாக்க அல்ல. கீழ் ஜாதியினர் கைப்பட்டு நோய்த்தொற்று ஏற்படாமல் இருக்க அல்லது யாரும் ராஜாவின் உணவில் விஷம் கலந்துவிடாமல் இருக்க, இந்தப் பாத்திரங்கள் பாதுகாக்கப்படுகின்றன என்றே நினைக்கிறேன். ராஜா உணவருந்தும் முன் அவரது உணவை ருசி பார்க்கவென்று ஒரு பணியாள் உண்டு. கீழைத் தேசங்களில் இது சகஜமான பழக்கம். ஆனால், சமையல்காரன்தான் உணவில் விஷம் கலக்கக் கூடியவன், ருசி பார்ப்பவன் அல்ல. நான் இந்திய அரசனாக இருந்திருந்தால் ருசி பார்ப்பவனுடன் அமராமல் சமையல்காரனுடனே உணவருந்துவேன்.

இந்தியாவில் சில சடங்குகள் சுவாரசியம் மிகுந்ததாக இருக்கும். காலை வணக்கம் சொல்வதே ஒரு விசேஷ சம்பிரதாயம். மகன் ஒரு சிறிய வெள்ளிக் கம்பியால் குங்குமம் எடுத்துத் தந்தையின் நெற்றியில் இட்டுவிடுவார், தந்தையார் ஆசி வழங்குவார். நமது காலை வணக்கம் அலட்சியமாக இருக்கும். இன்னும் சொல்லப்போனால் மேலை நாடுகளில் காலை வணக்கம் சொல்வது ஒரு நொடியில் நடந்துவிடும். சம்பிரதாயப்படி மஞ்சள் வண்ண மலர்களால் கழுத்தில் மாலை சூடி, மெல்வதற்கு வெற்றிலைப் பாக்கு தந்த பின்னர் இந்த இனிமையான நிகழ்ச்சி முடிவுற்றது. வண்ணங்களும் ஒளியும் சேர்ந்த இந்தப் பிரகாசமான இடத்திலிருந்து நாங்கள் சென்ற இடத்தின் காட்சி நேரெதிரானதாகும். அது 'Towers of Silence' என்ற இடம். பார்சிகளின் கல்லறைத் தோட்டம்.

அந்தப் பெயரிலேயே ஒரு கம்பீரம், ஓர் ஆழ்ந்த ஈர்ப்பு உள்ளது. அது இறப்பின் அமைதியை உள்ளடக்கியது. எங்கள் ஊர்களில் கிரேவ், டூம்ப், மௌசொலெயம், சிமெட்ரி எனப் பல பெயர்களில் கல்லறைகள் உண்டு. ஆனால் இந்த அளவு கம்பீரமாகச் செவிகளில் ஊடுருவி, ஆழ்ந்த இரக்க உணர்ச்சியை ஏற்படுத்தும் வகையிலானதொரு பெயர் இல்லவே இல்லை. உலகின் கூச்சலும் கூக்குரலும் கேட்காத தூரத்தில், பசுமை நிறைந்த சோலையில் ஓர் உயர்வான பகுதியில் அமைந்துள்ளது 'The Towers of Silence'. அதன் கீழ் பரந்து விரிந்த பனை மரங்கள், நகரம், கடல், கடலில்

மிதக்கும் கப்பல்கள் எல்லாமே அந்த இடத்தின் ஆழ்ந்த அமைதியைப் போலவே அசைவற்று இருந்தன. கல்லறைக் கோபுரத்தைச் சுற்றிக் கழுகுகள் வட்டமாக அசைவற்று அமர்ந்திருந்தன. அவை பார்ப்பதற்குச் செதுக்கப்பட்ட ஆபரணங்களைப் போலக் காணப்பட்டன.

இப்பொழுது அந்த இடத்தில் ஒரு சிறிய சலசலப்பு. ஒரு சவ ஊர்வலம் உள்ளே அமைதியாக நுழைந்துகொண்டிருந்தது. சடலம் வெள்ளைத் துணியால் மூடப்பட்டிருந்தது. சவத்தைச் சுமந்து வந்தவர்கள் தனியே நின்றனர். அவர்களும் இரங்கல் தெரிவிக்க வந்தவர்களும் தூய்மையான வெண்ணிற ஆடையை அணிந்திருந்தனர். இரங்கல் தெரிவிக்க வந்தவர்கள் இரண்டிரண்டு நபர்கள் என்ற அளவில் ஒரு வெள்ளைக் கைக்குட்டையால் கட்டப்பட்டிருந்ததுபோல் இரு முனையையும் கைகளால் பிடித்துக்கொண்டிருந்தனர். ஊர்வலத்தின் பின் சங்கிலியால் கட்டப்பட்ட ஒரு நாய் வந்தது. கல்லறைத் தோட்டத்தை நெருங்கும் பகுதியில் சவப்பெட்டியைச் சுமந்து வந்தவர்களைத் தவிர வேறு யாரும் 30 அடி தூரத்தில் நிற்கக்கூடாது. இரங்கல் தெரிவிக்க வந்தவர்கள் எல்லோரும் திரும்பித் தியானக் கூடத்திற்குச் சென்றனர். அங்கு, இறந்தவரின் ஆன்மாவிற்காகச் சிறப்புப் பிரார்த்தனை செய்யப்பட்டது. பின்னர் சவப்பெட்டியும் அதைப் போர்த்தும் வெள்ளைத் துணியும் இறக்கி வைக்கப்பட்டுக் கதவு மூடப்பட்டது. கழுகுகள் படபடவெனச் சிறகை அடித்துப் பறக்கத் தொடங்கி மெதுவாகக் கீழே இறங்கி உடலை விழுங்கத் தயாராகின.

சில நொடிகளில் எலும்புக்கூட்டைத் தவிர வேறு எதுவுமே மிஞ்சவில்லை. பின்னர் கூட்டமாகப் பறந்துபோயின.

பார்சிகளின் இறுதிச் சடங்கில் மறைந்திருக்கும் தத்துவம் தூய்மை. ஜோராஸ்ட்ரிய மதக் கோட்பாடுகள்படி நிலம், நீர், காற்று இவையெல்லாம் மிகப் புனிதமானவை. இறந்தவர்களின் உடலால் அவற்றை மாசுபடுத்தக்கூடாது என்பதால் இறந்தவர்களை எரிப்பதும் இல்லை, புதைப்பதும் இல்லை. சவப்பெட்டியைச் சுமந்துவரப் பணிக்கப்பட்டவர்களைத் தவிர வேறு யாரும் சவத்தைத் தொடமாட்டார்கள். தொழில் இறப்பு சார்ந்தது என்பதால், சமூகத்திலிருந்து ஒதுங்கி வாழ்வதால் பிணம் சுமப்பவர்களுக்கு நிறையக் கூலி தரப்படும். கல்லறையில் இருந்து வெளியே வரும்போது அவர்கள் உடை மாற்றிக்கொள்வார்கள். இறுதிச் சடங்கிற்குப் புதிய ஆடையுடனே வருவார்கள். இவ்வாறு இறுதிச் சடங்கிற்கு வருவதைத் தாண்டி சவப்பெட்டி சுமப்பவர்களைத் தவிர 'The Towers of Silence'-க்குள் வேறு யாரும் உள்ளே வந்ததில்லை என்பதுதான் நிஜம்.

நூறாண்டுகளுக்கு முன் ஆர்வக்கோளாற்றினால் ஓர் ஐரோப்பியன் இந்த மர்மம் நிறைந்த கல்லறைத் தோட்டத்திற்குள் நுழைந்ததாகத் தெரிகிறது. அவன் பெயரும் அவனைப் பற்றிய குறிப்பும் உள்ளது. அதில் இந்தச் செயலுக்காக அவன் கிழக்கிந்திய கம்பெனியால் கடுமையாகத் தண்டிக்கப்பட்டதும், வருங்காலத்தில் இதுபோன்ற செயலில் யாராவது ஈடுபட்டால் கம்பெனிப் பணிகளிலிருந்து விடுவிக்கப்படுவர், வியாபாரிகளானால் இங்கிலாந்துக்குத் திருப்பி அனுப்பப்படுவர் என்ற எச்சரிக்கையும் குறிப்பிடப்பட்டு இருந்தன.

அந்தக் கோபுரங்கள் அதிக உயரம் ஒன்றுமில்லை. சிறியதாக உருளை வடிவிலேயே இருந்தன. காசோமீட்டர் (gasometer) போன்றதொரு தோற்றம். ஒரு காசோமீட்டரில் பாதி அளவிற்கு கிரானைட்களால் கட்டி, பிறகு நடுவில் ஆழமாக அகலமாகக் கிணறு போன்றதொரு கட்டடம் எழுப்பினால் எப்படி இருக்குமோ, அதுதான் டவர் ஆஃப் சைலன்ஸ் (Towers of Silence). அந்தக் கிணற்றைச் சுற்றியுள்ள கட்டடங்களில் உள்ள அகழியில்தான் உடல்கள் இருத்தப்படும். அவை கிணற்றிலிருந்து தோன்றிய சக்கரங்களின் ஆரங்கள் போன்று இருக்கும். இந்த அகழிகள் கிணற்றை நோக்கிச் சரிவாக இருப்பதால் மழைநீரைக்

கிணற்றுக்குள் கொண்டுசெல்லும். நிலக்கரி ஃபில்டர்களுடன் கூடிய பாதாள நீர் வடிகால்கள் இந்த நீரைக் கிணற்றின் ஆழத்திலிருந்து எடுத்துச் செல்லும்.

மழையில் நனைந்து வெயிலில் காயும் அந்த எலும்புக்கூடு ஒரே மாதத்தில் சுத்தமாகக் காய்ந்துவிடும். பிறகு ஒருநாள், சவத்தைச் சுமந்து வந்தவர்களே மீண்டும் வந்து ஒரு குச்சியால் அந்த எலும்புக்கூட்டைக் கிணற்றுக்குள் தள்ளிவிடுவர். அங்கு அது மண்ணோடு கலந்துவிடும். அதன் பிறகு பார்ப்பதோ தொடுவதோ கிடையாது.

பிற மதங்களில் அவரவர் அந்தஸ்திற்கேற்ப கல்லறைத் தோட்டங்கள் நிர்மாணிக்கப்படும். அரசர்கள், அதிகாரிகள், தளபதிகள் போன்றோரின் எலும்புக்கூடுகள் ஆலயங்களிலும், சாமானியர்களின் எலும்புக்கூடுகள் சாதாரணமான இடங்களிலும் வைக்கப்படும். ஆனால் பார்சிகள், 'இறப்பில் எல்லா மனிதரும் ஒன்றே' என்ற தத்துவத்தைக் கடைப்பிடிக்கிறார்கள். எல்லாருமே ஒன்றுதான். ஏழ்மையைக் குறிக்கும் வகையில் சடலங்கள் ஆடையில்லாமல் கல்லறைக்கு அனுப்பப்படும். பெயரும் புகழும் பெற்றவர்களின் உடல்களும் ஒன்றாகவே கிணற்றில் வீசப்படும். பார்சிகளின் இறுதிச் சடங்கில் வாகனங்கள் அனுமதிக்கப்படுவதில்லை. எவ்வளவு தூரமானாலும் ஏழையோ பணக்காரனோ நடந்தே செல்லவேண்டும். இந்த டவர்ஸ் ஆஃப் சைலன்ஸில்தான் பம்பாயில் கடந்த இரண்டு நூற்றாண்டுகளில் இறந்த பார்சி ஆண்களும் பெண்களும் குழந்தைகளும் மண்ணோடு கலந்திருக்கின்றனர். பெர்ஷியாவிலிருந்து முகமதியர்களால் பார்சிகள் இந்தியாவுக்கு விரட்டப்பட்டு 200 ஆண்டுகள் ஆகிவிட்டன. இந்த ஐந்து டவர்ஸ் ஆஃப் சைலன்ஸில், மோடி குடும்பத்தால் 200 ஆண்டுகளுக்கு முன்னால் கட்டப்பட்டதே பழமையானது. இப்பொழுதும் அது அந்தக் குடும்ப வாரிசுகளுக்காகவே ஒதுக்கப்பட்டுள்ளது.

பார்சிகளின் இறுதிச்சடங்கில் நாய் பங்கெடுப்பதுதான் இதுவரை புரியவில்லை. இல்லத்திலிருந்து ஊர்வலம் புறப்படும் முன் அதை நாய் பார்க்க வேண்டும். ஊர்வலத்தின் பின்னால் அந்த நாயும் வரவேண்டும். பார்சிப் பஞ்சாயத்தின் செயலாளர் நெசர்வாஞ்சி பைராம்ஜி கூறும்போது, 'இந்தச் சடங்குகளுக்கெல்லாம் ஒரு காலத்தில் அர்த்தம் இருந்தது. இப்பொழுது காரணம் தெரியாவிட்டாலும் கடைப்பிடிக்கிறோம்' என்றார்.

சடங்கும் சம்பிரதாயமும் பழமையும் அவர்களைக் கட்டிப்போட்டுள்ளன. முற்காலத்தில் நாய் புனிதமான மிருகமாகப் பாரசீகர்களால் நம்பப்பட்டது. அவை சொர்க்கத்திற்கு வழிகாட்டும் என நம்பினர். மேலும் இறந்தவர்களைத் தொட்டதால் ஏற்பட்ட அசுத்தத்தைப் புனிதப்படுத்தும் தன்மை நாயின் கண்களுக்கு உள்ளதாக நம்பினர். அதனாலேயே இன்றுவரை பார்சிகளின் இறுதிச் சடங்கில் நாயும் பங்கேற்று வருகிறது.

பார்சிகளைப் பொறுத்தவரை இறந்தவர்களை அப்புறப்படுத்துவதில் தாங்கள் மேற்கொள்ளும் வழியே சிறந்தது. உயிருடன் இருப்பவர்களுக்கும் பாதுகாப்பானது. எந்தவித நோய்த்தொற்றோ அசுத்தமோ இருக்காது. இறந்தவரின் துணியையோ உடையையோ பிறகு யாரும் தொடுவதில்லை. டவர் ஆஃப் சைலன்ஸில் இருந்து வெளியே வரும்போது எந்தவித அசுத்தமும் தொடர்வதில்லை என்று கூறுகின்றனர். இதெல்லாம் அவர்கள் கூற்று என்றே நான் நினைக்கிறேன். சுகாதாரத்தைப் பொறுத்தவரை அவர்களும் எரியூட்டுவதற்குச் சமமான ஒரு சடங்கையே மேற்கொள்கின்றனர்.

மெல்ல மெல்ல நாமும் எரியூட்டும் முறைக்கு மாறிவருகிறோம். உடனடியாக இல்லாவிட்டாலும், காலப்போக்கில் மாறினாலும் நலமே. எரியூட்டுதலைச் சட்டமாக்கிவிட்டால் அதுகுறித்த நடுக்கம் விலகும். உண்மையிலேயே புதைப்பதற்குத்தான், அதுவும் புதைக்கப்பட்ட பின் என்ன நடக்கும் என்பதை உணர்ந்துதான் நடுங்க வேண்டும். நாய் என்னை மிகவும் கவர்ந்தது. மென்மையாக அதே நேரம் சோகமாகக் காணப்பட்டது. அது தலைகவிழ்ந்து நின்றதைப் பார்க்கும்போது, தான் இந்தப் பூமியில் தோன்றியபோது தனது அடையாளம் என்னவாக இருந்திருக்கும் என்று யோசிப்பதைப்போல இருந்தது. நான் கண்டிராத இன்னொரு சுவாரஸ்யமான நிகழ்வு, இந்தப் புனிதத் தீ. 200 ஆண்டுகளாக இடைவிடாமல் இன்றும் எரிந்துகொண்டிருக்கும் தீ.

பார்சிகள் ஒரு குறிப்பிடத்தக்க சமுதாயத்தினர் ஆவர். பம்பாயில் அறுபதாயிரம் பேர் மட்டுமே இருக்கின்றனர். இது இந்தியாவின் மற்ற பகுதிகளில் இருக்கும் பார்சிகளின் எண்ணிக்கையில் பாதி. எண்ணிக்கையில் குறைவாக இருந்தாலும் முக்கியத்துவம் வாய்ந்தவர்கள். அவர்கள் மெத்த படித்தவர்கள், முன்னேற்றப் பாதையை நோக்கிப் பயணிப்பவர்கள், தொழில்முனைவோர்,

பணம் படைத்தவர்கள், உற்சாகமானவர்கள். மக்கள் தொண்டாற்றுவதில் யூதர்களோ கத்தோலிக்கர்களோ இவர்களுக்கு நிகரில்லை. சேவை நோக்கோடு மருத்துவமனைகளை மனிதருக்கும் மிருகங்களுக்கும் தனித்தனியாகக் கட்டுகின்றனர். பெண்கள் நற்காரியங்களுக்குத் தாராளமாக நிதியுதவி செய்கின்றனர். அரசியல் செல்வாக்கு மிகுந்தவர்கள், அரசாங்கத்திற்கு எல்லாவிதத்திலும் துணையாக இருப்பவர்கள். அவர்களது மதம் உன்னதமானது, தூய்மையானது. அதை அப்படியே பாதுகாத்து வருகின்றனர்.

இறுதியாக ஒருமுறை நிலப்பரப்பையும் நகரத்தையும் கடலையும் பார்த்துவிட்டு எங்களது டவர்ஸ் ஆஃப் சைலன்ஸ் கல்லறைத் தோட்ட விஜயத்தைப் பூர்த்தி செய்தோம். இறுதியாக நான் ஒன்றைக் கவனித்தேன்... அது ஒரு கழுகு... கிளைகள் இல்லாத பனை மரத்தின் உச்சியில் நின்றுகொண்டிருந்த கழுகு. சிறிதுகூட அசைவின்றி ஒரு தூணில் உருவாக்கிய சிற்பம்போல நின்றிருந்தது. அதன் பார்வைகூட அந்த இடத்திற்குத் தொடர்புடையதாகவே, மகிழ்ச்சியற்று இருந்தது.

41

என் நினைவில் நிற்கும் அடுத்த காட்சி மதத்துடன் தொடர்புடையது. நண்பர்கள் எங்களை ஒரு ஜைன ஆலயத்திற்கு அழைத்துச் சென்றனர். அதுவொரு சிறிய கோவில். உச்சியில் கம்பங்களில் நிறையக் கொடிகள் பறந்துகொண்டிருந்தன. அதன் சுற்றுச் சுவர்களில் சிறு சிறு விக்கிரகங்களும் பொம்மைகளும் அமைக்கப்பட்டிருந்தன.

மேல் தளத்தில் ஒரு ஜைனர் சத்தமாக ஸ்தோத்திரம் சொல்லிப் பிரார்த்தனை செய்துகொண்டிருந்தார். எனது வருகை அவரை எவ்விதத்திலும் பாதிக்கவில்லை, அவரது கவனத்தைத் திசை திருப்பவில்லை. அவர் எதிரே, சுமார் 10 அல்லது 12 அடி உயரத்தில் அமர்ந்த கோலத்தில் ஒரு சிலை இருந்தது. அது ரோஜா வண்ணத்தில் மெழுகுப் பொம்மைபோல இருந்தது. ஆனால் பொம்மையின் வடிவத்தில் நெளிவு சுளிவுகள் இல்லை. மிஸ்டர் காந்தி எல்லாவற்றையும் எங்களுக்கு நல்ல ஆங்கிலத்தில் தெளிவாக விவரித்தார். அவர் சிகாகோவில் நடந்த சர்வ சமய மாநாட்டுப் பிரதிநிதி. ஆனால் காலம் செல்லச் செல்ல எனக்கு எல்லாம் மறந்துவிட்டது. அறிவுடன் இணைந்த, மேன்மையான மற்றும் தூய்மையான, அதேசமயம் உடல் சார்ந்த உணர்ச்சிகளுக்கு அப்பாற்பட்ட மத நம்பிக்கைகளை, முழுமை இல்லாத, தெளிவில்லாத ஒரு பிம்பத்துடன் எவ்வாறு தொடர்புபடுத்துகின்றனர் என்பதை என்னால் புரிந்துகொள்ள முடியவில்லை. இந்த ஒன்றைத் தவிர இப்பொழுது எனக்கு எதுவுமே நினைவில் இல்லை.

அந்தச் சிலையானது தோற்றத்தில் ஒரு முனிவர் போலவும், புனிதர் போலவும் இருந்தது. பல அவதாரங்களுக்குப் பின் மெருகேறி இறைத்தன்மை எய்தியவர்போல, இப்பொழுது தொழுவதற்குத் தகுதியுடையவராக, இந்தப் பிரார்த்தனையை இறைவனிடத்தில் கொண்டுசேர்ப்பவராக இருக்கலாம்.

பிறகு நாங்கள் பைகுல்லா லவ்லேனில் உள்ள திரு பிரேம்சந்த் ராய்சந்தின் பங்களாவிற்குச் சென்றோம். அங்கு ஓர் இந்திய இளவரசர் ஜெயின் குழுவை வரவேற்க காத்திருந்தார். விக்டோரியா மகாராணி அந்த இளவரசருக்குச் சமீபத்தில் அளித்த பட்டத்திற்காகப் பாராட்டு தெரிவிக்க அந்த ஜெயினர்கள் வருவதாக இருந்தது. விக்டோரியா மகாராணி அந்த இளவரசருக்கு 'மாவீரர்' பட்டம் அளித்திருந்தார். எவ்வளவு பெரிய இந்திய அரசராக இருந்தாலும், தங்களுக்கு ஏற்கெனவே பல உயர்ந்த இந்தியப் பட்டங்கள் இருந்தாலும் 'சர்' பட்டத்தை மகிழ்ச்சியுடன் ஏற்றுக்கொள்வார்கள். அதைப் பெற எந்தச் சேவையையும் செய்யத் தயாராக இருப்பார்கள். இதைச் செய்தால் 'சர்' பட்டம் கிடைக்கும் என்றால் தாராளமாக வரிகள் செலுத்துவார்கள், குடிமக்களின் நன்மைக்காக நிறையப் பணம் செலவிடுவார்கள். பிரிட்டிஷ் அரசாங்கத்திடமிருந்து மரியாதையுடன் பட்டமும் துப்பாக்கியும் பெறுவதற்காக, மேலும் பல நல்ல காரியங்கள் செய்வார்கள்.

ஒவ்வொரு வருடமும் மகாராணியார் பட்டங்களும், துப்பாக்கியுடன் மரியாதையும் பொதுச்சேவை செய்யும் இந்திய அரசர்களுக்கு வழங்குவதுண்டு. சிற்றரசர்களுக்கு மூன்று அல்லது நான்கு துப்பாக்கிகள். பெரிய அரசர்களுக்குப் பதினொரு துப்பாக்கிகள் மற்றும் மரியாதை கூட உண்டு. அதற்கு மேலும் இருக்கலாம், நான் கேள்விப்பட்டதில்லை. சில சிற்றரசர்களுக்கு ஓரிரு துப்பாக்கிகள் கூடும்போது உற்சாகம் எல்லை மீறிவிடும். மரியாதையைப் பெற ஏதேதோ காரியங்கள் செய்வார்கள். புது மோகம் சில நாட்களுக்கு இருக்கும். மிகப் பெரிய அரசர்களான ஹைதராபாத் நிஜாம், பரோடா கெய்க்வாருக்கெல்லாம் பதினொரு துப்பாக்கிகளுக்கு மேல் என நினைக்கிறேன், தெரியவில்லை.

நாங்கள் பங்களாவை அடைந்தபோது ஏற்கெனவே கீழ்த்தளத்திலுள்ள பெரிய கூடம் நிரம்பியிருந்தது. மேலும் மேலும் கோச் வண்டிகள் வந்தவண்ணமிருந்தன. கம்பெனி ஏற்பாட்டில் ஆடை அலங்காரத்தில் வண்ணமயமாக

மனிதர்களே வாணவேடிக்கையாய் மாறியிருந்தனர். விதவிதமான தலைப்பாகைகளைக் காண நேர்ந்தது. அதற்குக் காரணம், இந்த ஜைனப் பிரதிநிதிகள் இந்தியாவின் பல்வேறு பகுதிகளிலிருந்தும் வருவதால் அவரவர் பகுதியில் பழக்கத்திலிருந்த தலைப்பாகையை அணிந்திருந்தனர் என அறிந்தோம். விதவிதமான தலைப்பாகைகள் அழகாகவே இருந்தன.

நானும்கூட போட்டிக்கு கிறிஸ்தவரின் தொப்பி, உடையலங்காரக் காட்சி நடத்தலாம். அறையின் ஒரு பகுதியை ஒதுக்கி அமெரிக்கா, இங்கிலாந்து மற்றும் காலனிகளிலிருந்து வந்த தொப்பியணிந்த நாகரிகமான பழக்கங்களுடைய மற்றும் பழமைவாத கிறிஸ்தவர்களை அணிவகுக்கலாம். ஆனால் அது அதிபயங்கரக் காட்சியாக இருந்திருக்கும். வெண்மை நிறமும் ஒரு குறைபாடு. தன்வரையில் வெண்மை நிறம் அப்படியொன்றும் காணச் சகியாத நிறமல்ல என்றாலும், போட்டியில் எதிரணியில் மாநிறம், கருமை என்றிருக்கும்போது நமது அணியில் ஒரே வெண்மையாக இருப்பதுதான் குறை. அந்த நிறம் பழகிவிட்டதால் மட்டுமே பொறுத்துக்கொள்கிறோம். மாநிறம், கருமை நிறத்தோலுடையவர் அநேகமாக எல்லோருமே அழகுதான்.

அழகான வெள்ளைத் தோல் அபூர்வம். எவ்வளவு அபூர்வம் என்பது லண்டன், பாரிஸ், நியூயார்க் நகர வீதிகளில், குறிப்பாகப் பழமை மிகுந்த வீதிகளில், ஒரு வார நாளில் நடக்கும்போது தெரியும். ஒரு மைல் தூரத்திற்குள் எத்தனை திருப்திகரமான நிறங்களைக் காண்கிறோம் என எண்ணினால், அடர் நிறத்தவர்கள் கூட்டத்தில் வெள்ளைத்தோல் பார்க்க முழுமையில்லாமல், வெளுத்துப்போனதுபோல், உண்மையைச் சொன்னால் சிறிது பயங்கரமாகவே இருக்கும். இதை நான் சிறுவனாக இருந்தபோது கவனித்திருக்கிறேன். யுத்தத்திற்கு முந்தைய அடிமைக் காலத்தில், தென்னாப்பிரிக்காவின் டர்பனைச் சேர்ந்த ஜுலூக்களின் வழுவழுப்பான கறுப்புத்தோல் நேர்த்தியானது என நினைப்பேன். இப்போதுகூட ஜுலூக்களைப் பார்க்கமுடியும். ரிக்ஷா ஓட்டுநர்களாக ஹோட்டல் வாசலில் வாடிக்கையாளருக்காகக் காத்திருப்பர். இவர்கள் அடர்ந்த கருமை நிறத்தவர்கள், அழகானவர்கள். மிதமான, கோடை காலத்திற்கேற்ற இறுக்கமில்லாத உடை, அதன் பனி போன்ற வெண்மை காரணமாக இவர்களது

கருமையை மேலும் கறுப்பாகக் காட்டும். அந்த நிறங்களை இதோ இங்கு லண்டனில் என்னைத் தாண்டிப்போகும் வெள்ளை நிறத்துடன் என்னால் ஒப்பிட முடியும்.

ஒரு பெண் - புதிய வரைதோல் நிறம்.

மற்றொரு பெண் - பழைய வரைதோல் நிறம்.

ஆண் - சாம்பல் நிறத்தில், ஆங்காங்கே ஊதாவும்.

ஆண் - முழுமையற்ற, மீன் வயிறு போன்ற தோல்.

சிறுமி - துருதுருப்பான வெளிறிய முகம்.

மூதாட்டி - வெளிர் சாம்பல் முகம்.

கசாப்புக் கடைக்கார இளைஞர் - சிவந்த முகம்.

காமாலை கண்ட ஆண் - அடர் மஞ்சள்.

வயதான பெண் - நிறமற்ற தோல், பெரிதாக இரண்டு மரு.

வயதான ஆண் - குடிப்பவர் - வெந்துபோன காலிஃப்ளவர் போன்ற மூக்குடன் சுருக்கங்கள் நிறைந்த மந்தமான முகம்.

ஆரோக்கியமான இளைஞர் - மென்மையான புத்தம் புது நிறம்.

நோயாளி இளைஞர் - கோரமான வெண்மை நிற முகம்.

இதுபோன்ற வெளிர் திட்டுகளுடன் நிறமற்ற தோலுடைய மக்களுக்குக் குறைவே இல்லை. இந்த நிறத்தைத்தான் நாம் வெள்ளை எனத் தவறாகக் கூறுகிறோம். சில முகங்களில் பரு, சில ரத்தசோகை, சிலவற்றில் தழும்புகள். அதுவும் சுற்றுப்புறத்தின் நிறங்களுக்கு ஏற்றாற்போல். வெள்ளையரின் நிறத்தில் ஒளிவுமறைவே இல்லை. எல்லாவிதத்திலும் சிதைவதற்காகவே உருவான நிறம்போலத் தோன்றுகிறது.

பெண்கள் ஒப்பனை செய்யவேண்டும். அதிக அக்கறையெடுத்து அலங்காரப் பொருட்களைக் கொண்டு சுண்ணாம்படித்து, பவுடர் பூசி, வர்ணங்கள் தீட்டிக் கெஞ்சிக் கொஞ்சி அழகாக்க முயல்கின்றனர். ஆனால் தோல்விதான். இவர்களது இந்த முயற்சிகளெல்லாம் இயற்கை அழகாகத் தோன்றுவதற்காகத்தான். இவர்கள் ஒப்பனை மூலம் பெற நினைக்கும் நிறம் நூற்றில் ஒருவருக்கே அமையும். மீதி 99 பேருக்கும் மட்டமான நிறத்தையே இயற்கை தருகிறது. அந்தவொரு அழகிய நிறமும் அதிகபட்சம் பத்தாண்டுகள் மட்டுமே. இந்த விதத்தில் ஜூலூக்கள் அதிர்ஷ்டமானவர்கள். அழகான நிறத்துடன் பிறக்கிறார்கள், இறுதிவரை அதே நிறத்துடன் இருக்கிறார்கள். அதுவும் இந்தியர்களின் அந்த மாநிறம், உறுதியான மென்மையான அப்பழுக்கற்ற கண்ணுக்குக் குளிர்ச்சியான நிறம், எல்லா நிறத்துடனும் ஒத்துப்போகும் நிறம், மெருகூட்டும் நிறம். இவற்றுடன் சாதாரண வெள்ளை நிறத்தை ஒப்பிடவே முடியாது.

மீண்டும் பங்களாவிற்கு வருவோம். ஒருசில குழந்தைகள் அதி அற்புதமான ஆடைகளை அணிந்து வண்ணமயமாக

ஜொலித்துக் கொண்டிருந்தனர். அவர்களின் ஆபரணங்கள் விலையுயர்ந்ததாக இருந்தன. அந்தக் குழந்தைகள் தொழில்முறை ஆட்டக்காரர்கள். மேலும் அவர்கள் பெண்கள் தோற்றத்திலிருந்த சிறுவர்கள். ஒருவர், இருவர், நால்வர் என விதவிதமாகப் பின்னணி இசைக்கு ஏற்றபடி பாடிக்கொண்டு ஆடினர். அவர்களது அபிநயம் மற்றும் அசைவுகள் அழகாக இருந்தன. ஆனால் குரல் மட்டும் கரகரப்பாக இனிமையற்றதாக இருந்தது. இசையும் சுவாரஸ்யமாக இல்லை.

வெளியில் உற்சாக ஆரவாரம். இளவரசரின் வண்டி நாடகப் பாணியில் வந்து நின்றது. அரசர்களுக்கேற்ற உடையில் முத்து, பச்சை போன்ற ரத்தினங்களால் ஆன விலையுயர்ந்த ஆபரணங்களை அணிந்திருந்தார். தரமானதாகவும் விலையுயர்ந்ததாகவும் இருக்கும் பச்சைக் கற்கள் பம்பாயில் மிகப் பிரசித்தம். கண்ணைக் கவரும் விதத்தில் பாறை போன்ற பெரிய அளவில் உள்ள கற்கள். ராஜா கூடவே அரச குடும்பத்துப் பாலகனும் இருந்தான். அவன் எல்லோரையும் கவர்ந்தான்.

சடங்குகள் சலிப்புத் தட்டவில்லை. ஜூலியஸ் சீசர் போன்ற தோரணையில் அரசர் தனது சிம்மாசனத்தில் கம்பீரமாக அமர்ந்தார். இளவரசருக்கு ஒரு சிறிய சிம்மாசனமும் இருந்தது. இருவரும் அருகருகே அமர்ந்தனர். கிங் சாலமனின் அரண்மனையில் ராணி ஷீபாவை வரவேற்ற படத்தைப் புத்தகங்களில் பார்த்திருக்கிறோமே, அதுபோலவே இருபுறமும் அதிகாரிகள் வரிசையாகக் குழுமி இருந்தனர். ஜெயின் பிரதிநிதிகளின் தலைவர் வாழ்த்து மடலை வாசித்தார். பின்னர் அதைச் சுருட்டி ஒரு வெள்ளிக் குழலிலிட்டு முறைப்படி அரசரின் கைகளில் ஒப்படைத்தார். அந்த வாக்கியங்களை இங்கே கூறலாம். இன்றைய பிரிட்டிஷ் அரசாங்கத்தில், இந்தியக் குடிமக்களுக்குத்தான் தம் ராஜாவைப் பாராட்டவும் வாழ்த்தவும் எவ்வளவு காரணங்கள் இருக்கின்றன. 150 ஆண்டுகளுக்கு முன்னால் இருந்த காரணங்கள் இப்பொழுது இல்லை. அப்பொழுது இந்த ராஜாக்களது சுதந்திரம் ஆங்கிலேயக் குறுக்கீடுகளால் தகர்க்கப்படவில்லை. 150 ஆண்டுகளுக்கு முன் நன்றி நவிலல் சிறு உரையாகவே முடிந்திருக்கும்.

1. பிரஜைகளை அதிக அளவில் கொல்லாமல் இருந்ததற்கு.

2. அதிகமான வரிவசூல் போன்றவற்றின் மூலம் அவர்களை ஏழையாக்காமல் இருந்ததற்கு.
3. காரணமே இல்லாமல் பணக்காரர்களை அழித்து அவர்கள் சொத்தைப் பறிமுதல் செய்யாமல் இருந்ததற்கு.
4. அரியணையைக் காப்பாற்றிக்கொள்ள வேண்டி அரச குடும்பத்தவர்களையே குருடாக்கிச் சிறையில் தள்ளி நாடுகடத்திக் கொல்லாமல் இருந்ததற்கு.
5. மறைமுகமாகக் குடிமக்களைத் துன்புறுத்திச் சித்திரவதை செய்து கொலைசெய்து அவர்களது பொருட்களைச் சூறையாடாமல் இருந்ததற்கு.

பண்டைய காலத்தில் இவையெல்லாம் சகஜமாக நடந்தன. ஆனால் இவையெல்லாம் ஆங்கிலேய அரசின் கீழ் முற்றிலும் ஒழிந்தன. இதற்குப் பதிலாக, ஜைனப் பிரதிநிதிகள் கூறியதுபோல, புதிய விஷயங்கள் நடந்தேறுகின்றன.

‘அரசரே! பம்பாய் ஜெயின் இனத்தைச் சேர்ந்த நாங்கள், சமீபத்தில் உங்களுக்குக் கிடைத்த மிக உயர்ந்த பட்டத்திற்காக வாழ்த்துகிறோம். பத்து வருடங்களுக்கு முன் தங்களை இதே ஊரில் வரவேற்கும் பாக்கியம் பெற்றோம். பாலிதானா தர்பாருக்கும் ஜெயின் இனத்திற்குமிடையே பேச்சுவார்த்தை நடத்தத் தாங்கள் உதவியது எங்கள் மக்களிடையே புத்துணர்ச்சியை அளித்தது. அப்போதுதான் தாங்கள் நிர்வாகம் ஏற்றிருந்தீர்கள். பம்பாய் அரசும் ஜெயின் இனத்தவரும் வெகுவாகப் பாராட்டினர். இந்தப் பத்து ஆண்டுகளில் உங்களது திறமை, பயிற்சி, பல்வேறு திறன்களுடன் கூடிய சிறந்த நிர்வாகம்தான் உங்களுக்கு இந்த உயரிய விருதை அளித்துள்ளது. உங்களை ஒத்த அரசர்களில் இந்தப் பட்டத்தை முதலில் பெறுவது தாங்களே. இதை நாங்கள் எங்களுக்குக் கிடைத்த பெருமையாகவே உணர்கிறோம். இந்தப் பத்து ஆண்டுகளில் தங்களது நிர்வாகத்தின் கீழ் பல தொழிற்சாலைகள், பள்ளிகள், மருத்துவமனைகள் நிறுவப்பட்டுள்ளன. இதுபோன்ற தொலைநோக்குப் பார்வையுடன் பல புதிய திட்டங்களை உங்களது மாகாணத்தில் செயல்படுத்த, இன்னும் பல காலம் நீங்கள் ஆட்சி செய்யவேண்டும் என்று விரும்புகிறோம். மீண்டும் ஒருமுறை எங்களது வாழ்த்துகளைத் தெரிவித்துக்கொள்கிறோம். என்றென்றும் உங்களுக்கு உண்மையாக இருப்போம்.’

தொழிற்சாலைகள், பள்ளிகள், மருத்துவமனைகள், சீர்திருத்தங்கள்... அரசர் நவீன யுகத்தின் புதிய விஷயங்களைச் செயல்படுத்தியதன் மூலம் பட்டமும் மரியாதையும் பெறுகிறார். உரை நிறைவுற்ற பின் அரசர் சுருக்கமாக ஏற்புரை ஆற்றினார். சில விருந்தினர்களுடன் ஆங்கிலத்திலும், சில அதிகாரிகளுடன் உள்ளூர் மொழியிலும் பேசினார். அவருக்கு அணிவித்த மாலைகள் வழக்கம்போலப் பகிர்ந்தளிக்கப்பட்டன. விழா நிறைவுற்றது.

42

அன்றைய நள்ளிரவில் இன்னொரு விழா இருந்தது. அதுவொரு ஹிந்துத் திருமண நிச்சய விழா. எப்பொழுதும் கலகலப்பாக இருக்கும் ரம்மியமான பம்பாய் வீதிகளில் வலம் வந்திருக்கிறோம். ஆனால் இப்பொழுது எதுவுமே இல்லை. ஆளரவமற்ற வீதிகளில் நடந்துகொண்டிருந்தோம். காக்கைகள்கூட அமைதியாக இருந்தன. வெறும் தரையில் நூற்றுக்கணக்கான மக்கள் உறங்கிக்கொண்டிருந்தனர். தலையோடு கால் போர்த்திக்கொண்டு, இறந்துவிட்டதைப் போலவே இருந்தனர். அப்போது பம்பாயில் பிளேக் இல்லை. இப்போது அது நகரத்தை அச்சுறுத்துகிறது.

வெறிச்சோடிய கடைகள், ஊரைவிட்டு ஓடிய பாதிக்கும் மேற்பட்ட மக்கள், எஞ்சியவர்கள் அவதிப்பட்டுக்கொண்டு பகலிலும் இரவிலும் நகரம் ஒரே மாதிரி தோற்றமளிக்கிறது. மக்கள் எல்லா இடங்களிலும் படுத்திருந்ததால், வெளிச்சமற்ற குறுகிய சந்துகளில் கவனமாகவே சென்றோம். அவ்வப்போது குதிரைகளின் கால்களைத் தாண்டி எலிக்குட்டம் ஒன்று ஓடும். இவையே தற்போது பம்பாயில் வீட்டுக்கு வீடு பிளேக்கைப் பரப்பம் எலிகளின் முன்னோர்கள். வெறும் கொட்டகையில்தான் கடைகள். பொருட்களெல்லாம் அகற்றப்பட்டுவிட்டன. முன்புறத்தில் சிறிய விளக்கொளியில் குடும்பங்கள் படுத்துக்கொண்டிருந்தன. ஒரு வழியாக வெளிச்சத்தைக் கண்டோம். இந்த நிகழ்வுக்காகவே ஒளியூட்டப்பட்டு அலங்கரிக்கப்பட்ட மணப்பெண் இல்லம். பகட்டு வண்ணங்கள், ஒளி, அலங்காரம், கண்ணாடிகள் என அது அலாவுதீனின் காட்சியாக இருந்தது.

மணப்பெண் பன்னிரண்டு வயதுச் சிறுமி. ஆண்களைப்போல ஆடம்பர உடையில், விருந்தினர்களுடன் உரையாடிக்கொண்டு பதற்றமின்றி வளைய வந்தாள். நகைகள் எல்லாமே சிறப்பு. அதிலும் வைர அட்டிகையும் அதில் தொங்கிய பச்சைக்கல் பதக்கமும் மிக அழகு. மணமகன் இன்னும் வரவில்லை. அவனது தந்தையார் இல்லத்தில் திருமண நிச்சயதார்த்த நிகழ்ச்சி நடந்துகொண்டிருந்தது. நான் அறிந்தவரையில் மணப்பெண்ணும் மணமகனும் ஒரு வார காலத்திற்காவது ஒவ்வொரு இரவும் சேர்ந்திருக்க வேண்டும். பிறகு மணமுடிக்க வேண்டும் - உயிருடன் இருந்தால்! இந்த மணமக்கள் சிறிது வளர்ந்தவர்கள். பொதுவாக இந்தியாவில் 12 வயதுக்குள்ளாகவே திருமணம் நிகழ்ந்துவிடும். ஆனாலும் புதியவர்களுக்கு 12 வயதுகூட இளைய பருவம்தான்.

நள்ளிரவு தாண்டியதும் பிரபல நடனப் பெண்கள் இருவர் வந்து ஆடிப் பாடினர். அவர்களோடு கூடவந்த ஆண்கள் விதவிதமான வாத்தியங்களை வாசித்தனர். அது இன்னிசையாக இல்லை. மயிர்க்கூச்செறியும் இசையாக இருந்தது. அவற்றுள் ஒரு வாத்தியம் பைப். அந்த மகுடி இசைக்கு நடனப் பெண்கள் பாம்புகள் போல் நடனம் ஆடினர். அது மயங்க வைக்கும் இசையே அல்ல. ஆனாலும் ஒருவர், 'பாம்புகள் இந்த இசைக்கு மயங்கும். புற்றிலிருந்து வெளிவந்து இசையை ரசிக்கும்' என்று கூறினார். இந்த இசை சுமார் அரை டஜன் பாம்புகளை வெளிக்கொண்டு

நடனப் பெண்

நாட்டியமாடும் நடனப் பெண்கள்

வரும். அவை மீண்டும் புற்றுக்குள் செல்ல வேண்டுமாயின் இசையை நிறுத்திவிட வேண்டும். பாம்பு விஷ ஜந்து. எல்லோருக்கும் பயம்தான். ஆனால் யாரும் பாம்புகளைக் கொல்வதில்லை. இந்துத் தர்மப்படி உயிர்களைக் கொல்வது பாவம். விழா அதிகாலை இரண்டு மணிக்கு நிறைவுற்றது.

இன்னொரு நிகழ்ச்சி. அந்த நிகழ்ச்சி என் மனத்தில் ஒரு நாடகக் காட்சிபோல் பதிந்துவிட்டது. அதுவொரு தாழ்வாரம். படிகளில் கூட்டம் கூட்டமாகக் கரிய

உருவங்கள் வெள்ளையுடை அணிந்து வெளிச்சத்தில் அமர்ந்திருந்தன. அந்தக் கூட்டத்திற்கு இடையே ஒரு தனித்துவமான உருவம். தலைப்பாகை அணிந்த உயரமான உருவம். அவர் ராவ் பகதூர் பாஸ்கர் ராவ் பலின்கஞ்சே பிட்டால். பரோடா அரசர் கெய்க்வாரின் வக்கீல். அவரது பெயர் சாதாரணமாக ஸ்மித் என்று இருந்திருந்தால்கூட அவர் திரும்பிப் பார்த்திருக்க மாட்டார். அவர் இல்லாமல் அந்தக் காட்சி பூரணத்துவம் அடைந்திருக்காது. அந்தக் குறுகிய சந்தின் இருபுறமும் உள்ள வீடுகளின் தட்டிகளுக்குப் பின்புறம் கண்ணாடிக் குடுவைக்குள் வைக்கப்பட்டிருந்த விளக்குகள் ஒளிவீசி இருட்டை விரட்டிக்கொண்டிருந்தன. எல்லா வெளிச்சமும் ஒன்றுசேர்ந்து சூரிய ஒளி போலவே தோன்றியது.

மீண்டும் ஆழ்ந்த அமைதி, இங்குமங்கும் ஓடும் எலிகள், சடலங்கள் போலவே கிடக்கும் உருவங்கள், இடுகாடு போலவே காட்சியளிக்கும் சாவடிகள். ஒரு வருடம் கழித்து இப்பொழுது வந்த கேபிள் செய்தியைப் படித்துக் கொண்டிருக்கும்போது, இவையெல்லாம் நடப்பதற்கு முன்பே தீர்க்க தரிசனம்போல், கனவுபோல் நான் ஏற்கெனவே இவற்றையெல்லாம் பார்த்துவிட்டதாக எனக்குத் தோன்றுகிறது.

‘நூற்றுக்கணக்கில் அந்திமக் கிரியைகள் மற்றும் அழுகையைத் தவிர நகரத்தில் எந்தவிதமான வேலைகளும் நடைபெறவில்லை. ஜன நடமாட்டமே இல்லை. திறந்திருக்கும் கடைகளைவிட மூடியிருக்கும் கடைகளே அதிகம்’ என்று ஒரு செய்தி தெரிவிக்கிறது. இன்னொரு செய்தி, ‘பிளேக்கை மற்ற ஊர்களிலும் பரப்பும் வகையில், பிளேக் காரணமாக 3,25,000 மக்கள் ஊரை விட்டுச் சென்றுவிட்டனர்’ என்று கூறுகிறது. ‘ஜனத்தொகை பாதியாகக் குறைந்துவிட்டது’ என்று மூன்று நாட்கள் கழித்துவந்த தகவல் சொல்கிறது. அகதிகள் கராச்சி வரைக்கும் நோயைக் கொண்டு சென்றுவிட்டார்கள் - ‘220 நோயாளிகள், 214 மரணங்கள்’. ‘52 புதிய நோயாளிகள், எல்லாருமே ஆபத்தான கட்டத்தில்’ என இரண்டு நாட்கள் கழித்து வந்த செய்தி தெரிவிக்கிறது.

எல்லா நோய்களையும்விட பிளேக் அதிபயங்கரமானது. ‘52 புதிய நோயாளிகள், எல்லாருமே ஆபத்தான கட்டத்தில்’. இதுதான் பிளாக் டெத். பிளேக்கால் பாதிக்கப்பட்ட நகரம் எப்படி இருக்கும் என்று நம்மால் யூகிக்க முடியும். ஜன நடமாட்டம் இல்லாத வீதிகள், மரண ஓலம், மயான அமைதி,

அடிக்கடி சென்றுகொண்டிருக்கும் இறுதி ஊர்வலங்கள். பெரும் பீதியில் அந்த ஊரில் வாழ்ந்துகொண்டிருக்கும் போக்கிடம் இல்லாத மக்களின் பயத்தை நாம் உணர முடியாது. பயத்தில் பம்பாயை விட்டு காலிசெய்த அரை மில்லியன் மக்களும், தப்பிக்க வழியின்றி ஊரில் தங்கிவிட்ட மீதி மக்களின் மரண பயத்தை அறியமாட்டார்கள். பல வருடங்களுக்கு முன் கெய்ரோவில் 'பிளாக் டெத்' எனும் பெருந்தொற்றுச் சமயத்தில் 'கிங் லேக்' அங்கிருந்தார். இந்தச் சமயத்தில் மனிதனின் மனத்தில் தோன்றும் பயத்தை அவர் விவரிக்கிறார். பலவித எண்ணங்கள், குழப்பமான தோற்றங்கள், பயங்கர உருவங்கள், கெட்ட கனவுகள், சுழலும் பில்லியர்ட்ஸ் மேஜைகள், இறுதியில் ஒன்றுமே இல்லாத மரணம்.

'தனது இறுதிக் கட்டம் நெருங்கியதை அறிந்தவனும், இறைவன் மீதும் தன் மீதும் நம்பிக்கை இல்லாதவனும், எதைப் பற்றியும் கவலைப்படாதவனுமான பெருந்தொற்று உடையவனுக்கே இந்த ஓர் அதிபயங்கரக் காலகட்டத்திலும் பேரமைதி கிட்டும். மரணத்தை எதிர்கொண்டு வலியையும் அதீதக் குளிரையும் பொறுத்துக்கொண்டு நிற்பான். எல்லோரும் விரும்பக்கூடிய சிலவற்றை, உதாரணமாகப் பெண்களின் ஆடைகள் படுவதை அவன் வெறுப்பான். தாயோ தாரமோ மரணத்தறுவாயில் இருப்பவனிடமிருந்து அவசரமாக விலகிச் செல்வர்.

எவ்வளவு கவனமாக இருந்தாலும் நோய்த் தொற்றைச் சில காலம்தான் தடுக்க முடியும். லெவன்டைனும் முயன்றான். ஆனால் வந்தே தீர்ந்தது. லினென் மூட்டையாகக் கண்ணீர் ததும்பும் விழிகளுடன் க்ரிஸி தன் ஆடை நுனியால் தொட, அந்த நொடியிலிருந்து நிம்மதி தொலைந்தது. பிளேக் நோயின் அறிகுறி தெரிகிறதா என்று கவனித்தான். எப்படியும் வரத்தான் போகிறது. வாய் உலர்தல், மூளையில் விண் விண்ணென வலி, நாடித்துடிப்பு அதிகரிப்பு என எல்லா அறிகுறிகளும் அவனுக்கும் இருந்தன. தனது மணிக்கட்டைத் தானே அழுத்திப் பார்த்ததில் (வேறு யாரையும் அழைக்கப் பயம்) இதயத்திலிருந்து ரத்தம் படுவேகமாய் வெளியேறியதைப் போல் உணர்ந்தான். இறுதியாக உடல் வீங்கப்போகிறது. அக்குளில் ஏதோ உறுத்தல். ஆனால் வலியில்லை. 'வீக்கம்

மட்டும் வேண்டாம், மீதி எல்லா அறிகுறிகளையும் பொறுத்துக்கொள்ளலாம்' என எண்ணினான். தொட்டுப் பார்த்தான், குண்டு போன்ற ஏதோவொன்று உருள்கிறது. அடுத்த கையைச் சோதிக்கிறான். சுரப்பி வீங்கியிருந்தது. எல்லோருக்கும் இருக்குமோ?

மரணத் தேவதை தன் நெருப்புக் கரத்தால் இவன் மூளையைத் தொடுகிறாள். சிறு வயதில் விளையாடிய தோட்டம், அம்மா, தங்கையைப் பார்க்கிறான். அது ஞாயிறு காலை. ஏனெனில் தேவாலய மணியோசை கேட்கிறது. உலகமே பஞ்சுப் பொதியால் நிரம்பியுள்ளது. பில்லியர்ட்ஸ் மேஜை சுழலவில்லையென்றால்? சுழல்கிறது. கையை அசைக்க முடியவில்லை. அடுத்த நாள் இரவு கல்லறையிலிருந்து உடலை வெளியே இழுத்துவிடும் நாய்க்கோ நரிக்கோ இரையாவான் லெவன்டைன்.'

43

பம்பாயில் நாங்கள் தங்கியிருந்த நேரம் ஒரு குற்ற விசாரணை. அரேபியன் நைட்ஸில் நடந்தது போலவே ஓர் அத்தியாயம். அதே எளிமை, அதே நடைமுறை. இச்சம்பவம் மறந்துபோன கொலை கொள்ளையர் காலத்தைக் கண் முன்னே கொண்டு வந்தது.

நகைக்காக ஒரு சிறு பெண் கொலை. நகையின் மதிப்பு அமெரிக்காவில் தொழிலாளி சம்பாதிக்கும் தினக் கூலியளவில்கூட இல்லை. மற்ற நாடுகளில் இதேபோல் நடந்திருக்கலாம். ஆனால் இவ்வளவு துணிச்சலாக, குற்ற உணர்வின்றி, வருத்தமோ பதற்றமோ இன்றி நடக்காது. பிற நாடுகளில் இருட்டில் ரகசியமாய் யாரும் பார்க்காதபோது நடந்திருக்கும். சடலத்தினருகில் இருந்துகொண்டு நிம்மதியின்றித் தவித்திருப்பான். அதை மறைக்கும்வரை பதற்றமாகவே இருந்திருப்பான். ஆனால் இந்த இந்தியக் கொலைகாரன் பட்டப்பகலில், ஊரே பார்த்துக்கொண்டிருக்க, சடலத்துடன் இருப்பதில் எந்தப் பயமுமின்றி, நிதானமாக அதை அப்புறப்படுத்திய விதம், எதுவுமே நடக்காதது போன்ற அலட்சியம் ஆச்சரியப்படுத்தியது. அந்த நிகழ்வை ஐவர் குழு கையாண்டது. அதன் அறிக்கையெல்லாம் அரை நூற்றாண்டுக்கு முன் வந்த 'மெடோஸ் டெய்லரின் தக் டேல்' (Meadows Taylor - Thug tale) போலிருந்தது. அந்தக் கொலை விசாரணையின் அதிகாரபூர்வ அறிக்கை:

> *'நேற்று, மேஸேகான் போலிஸ் கோர்ட்டில் பிரிவு 302 மற்றும் 109ன் கீழ் துக்காராம் ஸந்து ஸாவத், பாயா என்றதொரு பெண்மணி, அவள் மகள் க்ரிஷ்ணி, கோபால் விது பனாய்கர் ஆகியோர் மீது, பிரோஸ் ஹோஷங் தஸ்தூர் முன்னிலையில்*

சூப்பிரண்டடன்ட் நோலன் குற்றம்சாட்டினார். டிசம்பர் 30ம் தேதி இரவு, செவ்ரி ரோட்டிலுள்ள ஐகாரியா பண்டரிலுள்ள தொழிலாளர் குடியிருப்பில் இந்த நால்வரும் ஒருவருக்கொருவர் துணையுடன் கேசி என்ற 12 வயது ஹிந்துச் சிறுமியைக் கொன்றதாகக் குற்றம்சாட்டப்பட்டனர்.

எஃப்.ஏ.லிட்டில் அரசுத் தரப்பில் வழக்கை நடத்தினார். குற்றவாளிகள் தரப்பில் யாருமில்லை. 'க்ரிஷ்ணி வயது 22. குற்றத்தை ஒப்புக்கொண்டு, நடந்ததைப் பகிரங்கமாகக் கூற விரும்புவதால் அவரை மன்னிக்கலாம்' என்றார் லிட்டில். க்ரிஷ்ணி சாட்சிக் கூண்டில் நின்று கூறியவை:

'நான் ஜூப்ளி மில்லில் பணிபுரிகிறேன். கேசியின் உடல் கண்டுபிடிக்கப்பட்ட தினம் நினைவில் உள்ளது. அன்று பகல் மட்டும் மில்லில் வேலை செய்துவிட்டு மதியம் மூன்று மணிக்கே வீடு திரும்பிவிட்டேன். இந்த ஐவரையும் வீட்டில் கண்டேன். என் காதலன் துக்காராம், என் தாய் பாயா, கோபால், மேலும் இருவர் - ராம்ஜி தாஜி, அன்னாஜி கங்காராம்.

துக்காராம் அந்த அறையை கிரிதர்லால் ராதாகிருஷ்ணனிடமிருந்து வாடகைக்கு எடுத்திருந்தான். அங்கு நான், எனது ஆசை நாயகன் துக்காராம், அவனது மைத்துனன் மஹது ஆகியோர் வாழ்ந்து வந்தோம். மஹது பம்பாய் வந்ததிலிருந்து இங்கேதான் தங்கியிருந்தான். நான் மில்லிலிருந்து வந்தபோது வாயிற்கூடத்தில் கட்டிலில் இரு விருந்தினர்களையும் கண்டேன். சிறிது நேரம் கழித்து கோபால் வந்தான், வந்து கட்டிலில் அமர்ந்தான். நானும் அம்மாவும் அறைக்குள் சென்றோம்.

துக்காராம் வெற்றிலை பாக்கு வாங்கிவரும் வழியில் விருந்தினர்களைக் கூட்டி வந்திருந்தான். அவர்கள் வெற்றிலையை மென்றுகொண்டிருந்தனர். ராம்ஜியைப் பார்த்து, 'காலில் என்னவாயிற்று?' என என் அம்மா கேட்டார். 'எவ்வளவோ வைத்தியம் செய்தும் குணமாகவில்லை' என்றார் அவர். என் அம்மா சிறிது அரிசியைக் கையிலெடுத்து ஆருடம் கூறினார். 'உன் ஊருக்குத் திரும்பிப் போனால்தான் இந்தக் காயம் குணமாகும்' என்று கூறினார்.

அப்போது வெளியிலிருந்து சிறுமி கேசி கையில் லோட்டாவுடன் கதவருகில் வந்தாள். துக்காராம் விருந்தினரை வெளியே அனுப்ப, அவர்கள் குவாரியை (quarry) நோக்கிச் சென்றனர். பிறகு துக்காராம் கேசியை பெல்ட்டால் இறுக்கி ஒரு தூணில் கட்டிவைத்தான். பின், தொண்டையில் துணியை அடைத்தான். தலைச்சுட்டியையும் தங்க புட்லீயையும் (puttee) உருவினான். லோட்டாவைக் கைப்பற்றினான். இதைத் தவிர கம்மல், மூக்குத்தி, அட்டிகை, மெட்டி, வெள்ளிக் கொலுசு, வளையல் எல்லாம் அணிந்திருந்தாள். ஆனால் அவற்றைத் துக்காராமால் கழட்ட முடியவில்லை. அவனருகில் நான், என் அம்மா மற்றும் கோபால் இருந்தோம். இரண்டு நகையை உருவி கோபாலிடம் தந்தான். இந்தக் கொலையை வெளியே சொன்னால் என்னையும் கொன்றுவிடுவதாக மிரட்டினான். கேசி முதலில் சப்தமிட்டாள். என் அம்மா அவள் கால்களைப் பிடித்துக்கொண்டாள். தூணில் கட்டும்போது, என்னையும் கோபாலையும் துக்காராம் மிரட்டினான். சடலத்தை ஒரு மெத்தையில் சுருட்டிக் கதவருகே ஒரு பரண்மேல் வைத்தான். கேசியின் கழுத்தை நெரிக்கும்போது துக்காராம் அறைக்கதவை வேகமாக உள்புறமாகத் தாழிட்டுக் கொண்டான்.

நான் மில்லிலிருந்து திரும்பிய சில நிமிடங்களிலேயே இது நடந்துவிட்டது. சடலத்தை மெத்தையில் சுருட்டிப் பரண்மேல் வைத்தபின் ‘சம்பூ ரகு’ என்ற முடி திருத்துபவரிடம் சென்று துக்காராம் முடியை மழித்துக்கொண்டான். நானும் என் அம்மாவும் அறையிலேயே இருந்தோம். என் காதலன் என்னை அடித்தான், மிரட்டினான். அதனால்தான் அப்பொழுது நான் இதை வெளியில் யாரிடமும் கூறவில்லை. ‘வெளியில் கூறிவிடுவேன்’ என்று சொன்னதும் என்னை அறைந்தான். துக்காராம் கோபாலை அவனது அறைக்குச் செல்லுமாறு கூறினான். கோபால் போகும்போது அந்த இரண்டு நகைகளையும் லோட்டாவையும் எடுத்துச் சென்றுவிட்டான். அறைக்குத் திரும்பிய மஹூது, ‘எதற்கு அறையைக் கழுவிவிடுகிறாய்?’ என்று துக்காராமை வினவினான். அதற்குத் தனது வேட்டியைத் துவைப்பதாக துக்காராம் பதில் கூறினான்.

மாலை ஆறு மணி. என் அம்மா என்னிடம் மூன்று பைசா கொடுத்து, ஒரு தேங்காய் வாங்கிவரும்படி கூறினாள். நான் மஹதுவிடம் பணத்தைக் கொடுக்க, அவன் தேங்காயும் சிறிது வெற்றிலையும் வாங்கி வந்தான். நான் குளித்துவிட்டு வந்தேன். என் தாய் மஹதுவிடமிருந்து தேங்காயையும் வெற்றிலையையும் பெற்றுக்கொண்டாள். பின்னர் அனைவரும் கடலை நோக்கிச் சென்றோம். நான், என் அம்மா, துக்காராம், அவனது இளைய சகோதரன், மஹது ஆகிய ஐவரும் கடற்கரையில் எங்களை மன்னித்துவிடும்படி வேண்டிக்கொண்டோம். என் அம்மா தேங்காயைக் கடலுக்கு அர்ப்பணித்தாள். கடற்கரைக்குச் செல்லும் முன்பே யாரோ ஒருவர் கேசியைத் தேடிக்கொண்டு வந்தார். போலிஸும் மற்றவர்களும் நாங்கள் கடற்கரைக்குச் செல்லும் முன்னும் பின்னும் விசாரணை நடத்தினர். போலிஸார் என் அம்மாவிடம் கேசி பற்றி விசாரித்தார். கேசி எங்கள் வீட்டிற்கு வந்ததாகவும் உடனே திரும்பிவிட்டதாகவும் என் அம்மா கூறினார். அடுத்ததாக போலிஸார் துக்காராமிடமும் விசாரித்தனர். அவனும் அதே பதிலைச் சொன்னான். கடற்கரையில் சடங்குகளை முடித்துவிட்டுத் தேங்காயை உடைத்துவிட்டு வீடு திரும்பினோம். என் அம்மா எனக்கு உணவு தந்தாள். துக்காராம் உணவு எதுவும் சாப்பிடவில்லை.

இரவு உணவுக்குப்பின் நானும் என் அம்மாவும் அறையிலேயே படுத்துக்கொண்டோம். துக்காராம் மைத்துனன் மஹதுவோடு கதவிற்கருகில் படுத்துக்கொண்டான். வழக்கமாக அவன் அறையின் உள்ளேதான் படுத்துக்கொள்வான். நான் படுக்கச் செல்லும்போது சடலம் பரண் மேலேயே இருந்தது. நாங்கள் அறைக்குள் சென்றதும் வெளியிலிருந்து பூட்டப்பட்டது. வெளியில் துக்காராம் பதற்றமாக இருந்தது தெரிந்தது. அதிகாலை மூன்று மணிக்கு துக்காராம் அறைக் கதவைத் தட்டினான். நானும் அம்மாவும் திறந்தோம். என்னைக் கீழே குவாரிக்குச் செல்லும் வழியில் யாராவது தென்படுகிறார்களா எனப் பார்க்கச் சொன்னான். அது குதிரை லாயத்துக்குப் போகும் வழி. அந்த வழியாகத்தான் குவாரிக்குச் செல்வோம். படியிறங்கிப் பார்த்தேன். யாருமில்லையென துக்காராமிடம் சொன்னேன்.

அவன் உடனே பரணிலிருந்த உடலை இறக்கிச் சேலையில் சுற்றி குவாரிக்குக் கொண்டு சென்றான். நானும் உடனிருந்தேன்.

இங்குக் காட்டப்பட்ட புடவைதான் அது. சடலத்தின் மேல் புடவையைத் தவிர ரவிக்கையும் இருந்தது. துக்காராம் சடலத்தைத் தனது கைகளில் ஏந்திக்கொண்டு குதிரை லாயத்தின் வழியாக நடந்து, வலப்புறம் திரும்பி ஒரு சாஹிபின் பங்களா அருகிலுள்ள சுவரில் சாய்த்து வைத்தான். நானும் என் அம்மாவும் கூடவே இருந்தோம். சடலத்தை இறக்கும்போது மஹது கட்டிலில் படுத்திருந்தான். சடலத்தை வைத்துவிட்டு நாங்கள் மூவரும் ஐந்து மணிக்குத் திரும்பினோம். மீண்டும் போலிஸ் வந்து துக்காராமைக் கூட்டிச் சென்றனர். சுமார் ஒரு மணி நேரம் கழித்துத் திரும்பி வந்து என்னையும் என் அம்மாவையும் கூட்டிச் சென்றனர். எங்களையும் விசாரித்தனர். நான் வாக்குமூலம் அளித்தேன். இரண்டு மணி நேரம் கழித்து என்னை அந்த அறைக்கு அழைத்துச் சென்றனர். பெல்ட், வேட்டி, மெத்தை, மரத்தூண் எல்லாவற்றையும் சூப்பிரண்டன்ட் நோலனுக்கும் இன்ஸ்பெக்டர் ராபர்ட்ஸ், ருஷாநலி அவர்களுக்கும் என் அம்மா மற்றும் துக்காராம் முன்னிலையில் அடையாளம் காண்பித்தேன். துக்காராம் நகைக்காக அந்தப் பெண் கேசியைக் கொன்றான். அந்த நகையெல்லாம் அவன் திருமணம் செய்யப்போகும் பெண்ணுக்குத் தேவைப்பட்டது. துக்காராம் எங்கு வைத்தானோ அதே இடத்தில் சடலம் காணப்பட்டது.’

கிரிமினல்களின் வர்ணனை எப்பொழுதுமே சுவாரஸ்யமாகவும் படிக்கக்கூடியதாகவும் காட்சிபூர்வமாகவும் இருக்கும். சில விவரங்கள் மறைக்கப்பட்டிருந்தாலும் இதுவரை கிடைத்தவை சுவையூட்டுபவையாகவே உள்ளன. தக்கி (Thuggee) உள்ளிட்ட சில மூர்க்கத்தனமான கும்பல்களை ஆங்கிலேயர்கள் கட்டுக்குள் கொண்டுவந்துள்ளனர். எனினும், அவை போன்ற குழுக்கள் போதுமான அளவு இன்னும் எஞ்சியுள்ளன என்பதே உண்மையாகும். பத்திரிகைச் செய்திகளில் அதற்கான சாட்சிகளைக் காணலாம். வாரன் ஹேஸ்டிங்ஸைப் பற்றிய வரலாற்றுக் குறிப்பில் மெக்காலே,

ஹேஸ்டிங்ஸின் சக்திவாய்ந்த ஆட்சியை சர் பிலிப் பிரான்சிஸ் தற்காலிகமாக முடக்கி வைத்ததால் இத்தகைய விளைவுகள் ஏற்பட்டதைப் பற்றி விவரித்திருப்பார்:

> ‘மக்கள் ஹேஸ்டிங்ஸை தோல்வி அடைந்தவராகக் கருதினர். இங்கு இந்தியாவில் நோயுற்ற கழுகைக் காகங்கள் எப்படிக் கொத்திக் குதறும் என்பதை நமது வாசகர்கள் படித்திருக்கலாம். சக்திவாய்ந்த மனிதரின் வீழ்ச்சியைப் போலப் பரிதாபமானது வேறொன்றும் இல்லை. இதுவரை அவரை முகஸ்துதி செய்து திரிந்த கூட்டம், இப்போது அவரது எதிரியுடன் சேர்ந்துகொண்டு அவரைக் குறைகூறுகிறது. இந்திய அரசாங்கம் ஒருவர் பெயருக்குக் களங்கம் உண்டாக்க நினைத்துவிட்டால் போதும், 24 மணி நேரத்திற்குள் அவர் மீது தீவிரக் குற்றச்சாட்டுகள் வைத்து அதற்கான சந்தர்ப்பச் சாட்சியங்களெல்லாம் தயாராகிவிடும். இந்தப் பழிவாங்கும் போக்கு புரியாதவர்கள், இதை இறுதியானதாகவே நினைப்பர். ஆனால் சட்டவிரோதமான பேப்பர்களில் இவர் கையெழுத்து போலியாக இடப்படாமலோ, இவர் வீட்டிலிருந்து தேசத்துரோகக் குறிப்புகள் கிடைக்காமலிருந்தாலோ இவர் பிழைத்தார்.’

ஒன்றேகால் நூற்றாண்டுகளுக்கு முன்பு, இந்தியாவில் வெளிவந்த பிரபலப் பத்திரிகையான ‘த பயனியர்’-யில் (The Pioneer) வந்த செய்தி. இக்கால மக்கள் ஒருசில விஷயங்களில் தங்கள் முன்னோர்களைப் போலவே அயோக்கிய வாழ்க்கையைக்கூட நாசூக்காக வாழுமளவு உயர்ந்துள்ளார்கள்.

> ‘இந்திய நீதிமன்றங்களிலுள்ள வழக்குகளைப் பார்த்தால் கீழை நாட்டுக் கொள்ளையர்களும் ஓரளவு ஐரோப்பா, அமெரிக்காவைச் சார்ந்த கொள்ளையர்களைப் போன்றே தங்கள் தொழிலில் கைதேர்ந்தவர்கள்தாம். இந்தியாவும் போலிகளின் தாயகம்தான். சில மாவட்டங்கள், நுணுக்கமான போலி வேலைகளுக்குப் பெயர்போனவை. அடுக்கடுக்காக ஸ்டாம்ப் பேப்பர்கள் நமது அவசரத் தேவைக்கேற்பக் கிடைக்கும். புதிய பேப்பர்களையே உண்மையான நாற்பது வருடப் பழைய ஆவணம் போலவே உருவாக்குமிடங்கள். இந்தக் கலையைப் பிற மாவட்டங்களும் கற்றுத் தேர்ந்துள்ளனர்.

பொய் வழக்குகளில் வெற்றிபெற விரும்பி இந்த வல்லுநர்களின் துணையை நாடுவர். பெரிய தொகையளித்துச் சாட்சிகளாக வரவழைப்பார்கள்.'

இந்தக் கொள்ளையர்கள் மேற்கொள்ளும் வழிமுறைகள் பற்றி நிறைய உதாரணங்கள் உள்ளன. இவர்கள் மிகத் தந்திரமாகக் கையாண்டு மொத்தத்தையும் நாசமாக்கிவிடும் கொள்ளைக் கூட்டம். பாதிக்கப்பட்டவனோ மூளை மழுங்கிய முட்டாள். 'தனது அடுத்த வீட்டுக்காரனைத்தான் முதலில் சந்தேகப்பட வேண்டும்' என்ற அரிச்சுவடிகூட அறியாதவன். இந்தக் கூட்டத்தின் இலக்கே, நிறையச் சொத்து இருந்தும் அதை உபயோகப்படுத்தத் தெரியாத ஓர் இளைஞன்தான். உதாரணத்திற்கு ஒன்று சொல்கிறேன்:

'சில சமயம் துணிந்து ஒரு தந்திரத்தை மேற்கொள்வார்கள். இது ஓரளவுக்கு வெற்றியைத் தந்தது. தங்களுக்குத் தோதான ஆளைக் கண்டதும் அவனுடன் பரிச்சயம் ஏற்படுத்திக்கொண்டு அவனை எல்லாவிதத் தீயப் பழக்கங்களுக்கும் தூண்டுவது. நட்பு உறுதியானதும் அந்த மோசடிப் பேர்வழி தனக்கு ஒரு தம்பி இருப்பதாகவும் அவனுக்குப் பத்தாயிரம் ரூபாய் கடன் தேவைப்படுவதாகவும் இந்த இளைஞனிடம் கூறுவான். தன்னிடம் பத்தாயிரம் ரூபாய் இருப்பதாகவும் தானே கொடுக்கலாம் என்றாலும் தன் சகோதரனிடம் வட்டி வசூலிக்க முடியாது என்பதால், தான் இளைஞனிடம் அப்பணத்தைக் கொடுப்பதாகவும், இளைஞன் அதை அவனுடைய பணம் எனச் சொல்லி மொசடிப் பேர்வழியின் சகோதரனிடம் தரும்படியும் ஏற்பாடு செய்யப்படுகிறது. முன்கூட்டியே வட்டி வசூலிக்கப்படும் என்றும், வட்டியை இருவரும் பங்கு பிரித்துக்கொள்ளலாம் என்றும் பேசப்படுகிறது. அவனும் ஒத்துக்கொள்வான். குறிப்பிட்ட தினத்தன்று ரூபாய் *7,000* பெறுவான். பத்தாயிரம் ரூபாய் திருப்பித் தருவதாக ஒத்துக்கொண்டு அந்தச் சகோதரனும் அதற்கு ஈடாக ப்ரோமிசரி நோட்டில் கையெழுத்திடுவான். சில நாட்கள் அமைதியாகவே கழியும். பிறகு ஒருநாள் மோசடிப் பேர்வழி தன் சகோதரன் பணத்தைத் திருப்பித் தரவில்லை என்று கூறுவான். இருந்தாலும் சகோதரனை நீதிமன்றத்திற்கு இழுப்பது சங்கடமாக இருக்கும் என்பதால் அந்த

ப்ராமிசிரி நோட்டை விற்றுவிடலாம் என்பான். இளைஞன் பணம் வழங்கியவன் என்கிற ரீதியில் எந்தக் கேள்வியும் இன்றி நோட்டின் பின்பக்கம் கையெழுத்தும் போட்டுக்கொடுத்து விடுவான். பிறகு அந்த நோட்டைத் தனது சகாக்களிடம் மோசடிப் பேர்வழி காண்பிப்பான். வழக்குரைஞர் நிறுவனம் ஒன்று அந்தக் கையெழுத்து உண்மையானதா என்று சரிபார்க்கும். இளைஞன் தனது கையெழுத்துதான் என்று ஒத்துக்கொண்டவுடன் அவன் மீது வழக்கு தொடரப்படும். சாட்சிக் கையெழுத்திற்கு இரண்டு பேர். இளைஞனிடம் இருந்து தானே நோட்டை வாங்கியதாக வாங்கியவன் கூறுவான். அந்த இளைஞனிடம் சொல்ல எதுவும் இருக்காது. அவன் சொல்லும் ஆதாரமற்ற இந்த வாதத்தை கோர்ட்டு எப்படியும் ஏற்றுக்கொள்ளாது.'

ஒரேவொரு இந்தியாதான். இந்தியா மட்டும்தான் பலவிதங்களில் தனித்துவம் வாய்ந்த தேசம். பலப்பல நாடுகளில் விசேஷத் தன்மைகள் இருந்தாலும், வேறொரு தேசத்தில் அதேபோன்ற போலிகள் இருக்கும். ஆனால் இந்தியாவின் சிறப்புகளே தனி. அதன் தனித்தன்மைக்கு எவரும் சொந்தம் கொண்டாட முடியாது, போலித்தனம் வாய்ப்பில்லை. அதன் பிரம்மாண்டத்தை, கம்பீரத்தை, வித்தியாசமான குணாதிசயங்களை யோசித்துப் பார்த்தால் பிரமிப்புத்தான். பிளேக் இருக்கிறது, பிளாக் டெத் இருக்கிறது, இந்தியாதான் அதற்குப் பிறப்பிடம்.

ஜெகன்னாத ரதம் இந்தியாவின் கண்டுபிடிப்பு. அதுபோலவே 'சதி'. கணவன் இறந்தவுடன் சுமார் 800 விதவைகள் ஒரே வருடத்தில் எவ்விதத் தயக்கமுமின்றி உற்சாகமாக உடன்கட்டை ஏறினர். பிரிட்டிஷ் அரசாங்கம் தலையிட்டிருக்காவிடில் இந்த வருடமும் இன்னொரு 800 பேர் உடன்கட்டை ஏறியிருப்பர். பஞ்சம் இந்தியாவின் சிறப்பம்சம். பிற இடங்களில் பஞ்சம் பெரும் விளைவுகள் இல்லாத நிகழ்வுகள். இந்தியாவில் பஞ்சம் என்பது பேரழிவு. நூற்றுக்கணக்கில் ஏன் லட்சக்கணக்கில்கூட மக்களை அழிக்கும். இந்தியாவில் சுமார் இருபது லட்சம் கடவுள்கள் உண்டு. மக்கள் எல்லோரையும் வணங்குவதுண்டு. மதத்தைப் பொறுத்தவரை மீதி தேசங்கள் ஏழைகளே, இந்தியா மட்டுமே பணக்கார நாடு.

இந்தியாவில் எல்லாமே பிரம்மாண்டம்தான், ஏழ்மைகூட. வேறொரு நாட்டை இதனுடன் ஒப்பிடவே முடியாது. இந்தியா மிகச் செல்வச் செழிப்புடன் இருந்த தேசம் என்பதால், எவ்வளவு பெரிய தொகையாக இருந்தாலும் ஒரே வார்த்தையில் அடக்கிவிடுவர். நூறாயிரம் என்பதை லட்சம் என்றும், பத்து மில்லியன் என்பதை ஒரே வார்த்தையில் கோடி என்றும் குறிப்பிடுவர். அற்புதமான சிலை வடிவங்களுடன், தூண்களில் அழகழகான சித்திரங்களுடன், கிரானைட் மலைகளைக் குடைந்து பெரிய பெரிய ஆலயங்களை எழுப்பியுள்ளனர். இந்தியாவிலுள்ள கோட்டைகளின் பிரம்மாண்டத்தைப் பார்த்தால் பிற தேசங்களில் உள்ளவை மிகச் சிறியவை என்று தோன்றும். அரண்மனைகள் அற்புதமான கட்டடங்கள். நுணுக்கமான சிற்பக்கலையும் அழகும் சேர்ந்த கட்டடங்கள். மேலும் ஒரு சமாதியை உலகின் அத்தனை மூலையிலிருந்தும் வந்து மக்கள் விரும்பிப் பார்க்கின்றனர். இந்தியாவின் 300 மில்லியன் மக்களைக் குடியேற்ற எண்பது மொழிகள் பேசும் 80 தேசங்கள் தேவை.

இவை எல்லாவற்றையும்விட இன்னொரு சிறப்பம்சம், அதிசயத்திலும் அதிசயம், இந்தியா கண்டுபிடித்தது. அதுதான் ஜாதி. மர்மத்திலும் மர்மமானது, மிகக் கொடுமையானது. இந்தியாதான் செயல்களின் தொடக்கமாக இருந்தது. நாகரிகத்தின் தொடக்கம், செல்வக் குவிப்பின் தொடக்கம், அறிஞர்களின் தத்துவ ஞானிகளின் பிறப்பிடம், சுரங்கங்கள், காடுகள், வளங்கள் எல்லாம் உண்டு. சரியான முறையில் முன்னேறியிருந்தால் இன்று உலக தேசங்களை வழிநடத்தும் குருவாக இருந்திருக்கலாம். இப்படி மாற்றானிடம் அடிமைப்பட்டிருக்கத் தேவையில்லை. ஆனால் அத்தகைய உயர்ந்த நிலையை இந்தியா அடைய ஒரே தேசம் ஒரே மொழியாக இருந்திருக்க வேண்டும். இங்கு எண்பதல்லவா இருக்கிறது. எண்பது தேசங்களும் பலநூறு அரசாங்கங்களும் ஒருவருக்கொருவர் மோதிக்கொள்வதும் சண்டையிட்டுக் கொள்வதும் இங்கு சகஜம். இங்கு ஒற்றுமை, கொள்கைக்கெல்லாம் வாய்ப்பில்லை. இந்தச் சூழ்நிலையில் அந்த நிலையை அடைவது எப்படி. ஜாதிப் பிரிவினைகூட இந்தியாவின் தோல்விக்கு ஒரு காரணம். அது மக்களைப் பற்பல அடுக்குகளாகப் பிரிக்கிறது. எல்லோரும் ஓரினம்தான் என்ற உணர்வு இல்லை. இந்த நிலையில் தேசப்பற்று வளரமுடியாது.

தேசத்தைப் பல மாகாணங்களாகவும் குறுநிலங்களாகவும் பிரித்ததுதான் திருடர்களை வளமையாக வைத்தது. இதை உணர்வது மிகக் கடினம். ஒன்றியமாக்கப்பட்ட பல தேசங்கள், பல மொழி பேசும் மக்கள், பாதுகாப்பு எல்லைகள், பற்பல யாத்திரிகர்கள், வணிகர்கள், எல்லா மொழியிலும் மொழிபெயர்ப்பாளர்கள், எப்பொழுதும் ஏதோவொரு பகுதியில் சண்டை, அதன் மூலம் வாணிபமும் சுற்றுலாவும் குறையும் அபாயம் எனக் கற்பனை செய்துபாருங்கள்.

ஒருவருக்கொருவர் உரையாடிக்கொள்வதே சாதாரண விஷயமில்லை. இந்தியாவில் 80 மொழிகள். பூனைகளைவிட அதிகமாகச் சுங்க அலுவலகங்கள் உண்டு. வழிப்பறிக் கொள்ளையன் போன்ற சாமர்த்தியமுடைய எந்தப் புத்திசாலியும் இங்குத் தனக்கு ஒரு வாய்ப்பு இருப்பதை அறிவான். இந்தியாவில் புத்திசாலிகளுக்குப் பஞ்சமில்லை. அதனால் இயற்கையாகவே அராஜகமும் தலைதூக்கியது. எவ்வளவு காலமாக, எவ்வளவு நூற்றாண்டுகளாக என்பது தெரியாது. தன்னைப் பற்றிய ரகசியங்களைக் காப்பாற்றி வந்ததே இந்தியாவின் வெற்றி. ஆங்கிலேய வணிகர்கள் சுமார் இருநூறு ஆண்டுகளாகத்தான் இந்தியாவில் வாணிபம் செய்து வருகின்றனர். ஆனால் அதற்கு முன்பே இந்தியா, ஆயிரக்கணக்கில் தன் மக்களைக் கொன்று குவித்திருந்தது.

44

டைரிக் குறிப்பிலிருந்து

ஜனவரி 28. 'அதிகாரபூர்வமான கொள்ளையர்கள் புத்தகம்' பற்றி அறிந்தேன். அப்படியொன்று இருந்தது பற்றி எனக்குத் தெரியாது. அதைத் தற்காலிகமாக உபயோகிப்பதற்கு எனக்கு அனுமதி இருந்தது. நாங்கள் பிரயாணத்திற்கான ஏற்பாடுகளைச் செய்துகொண்டிருந்தோம். முக்கியமாகப் படுக்கைகள். ரயில் பயணங்களிலும் விடுதிகளிலும் சில சமயம் ஹோட்டல் அறைகளிலும் இவற்றை உபயோகப்படுத்த வேண்டியிருக்கும். மாட்டு வண்டியிலோ அல்லது குதிரையில் அமர்ந்தோ வெள்ளைக்காரப் பிரயாணி வரும்போது, இரவுப் பொழுதை அரசு பங்களாக்களில் கழிக்க நேரிடும்போது, அறை மட்டுமே இருக்கும். வேறு எதுவும் இருக்காது. எனவே படுக்கையைச் சுமந்துகொண்டே செல்லவேண்டி இருந்தது. ஆங்கிலேயர்களின் இருப்பிடங்கள் விசாலமாக, எல்லா வசதிகளும் நிறைந்திருந்தன. அப்படிப்பட்ட இடத்தில் அரை டஜன் விருந்தினர்கள் போர்வையையும் தலையணையையும் எல்லா இடத்திலும் இறைத்துப் போடுவதெல்லாம் நிச்சயமாக ஒரு விசித்திரமான காட்சியாக இருக்கும். ஆனால் பழக்கம் பொருத்தமற்ற செயல்களைப் பொருத்தமாக்கி விடுகிறது. படுக்கையையும் அதை வைத்துக்கொள்ள நீர் புகாப் பையையும் எல்லாக் கடைகளிலும் வாங்கலாம், சிரமமில்லை.

ஜனவரி 30. ரயில் வரும் நேரத்தில் ரயில்வே ஸ்டேஷனைக் காண்பதே ஓர் அற்புதமான காட்சி. இது மிகப் பெரிய ஸ்டேஷன். இருந்தாலும் நாங்கள்

வந்தபோது ஒட்டுமொத்த உலகமும் அங்கேயே திரண்டு இருந்ததுபோல் தோன்றியது. பாதிப் பேர் உள்ளே பாதிப் பேர் வெளியே, தலை நிறையச் சாமான்களுடன், படுக்கையுடன், ஒருவரை ஒருவர் தள்ளிக்கொண்டு, எதிர்த் திசையிலிருந்த குறுகிய கதவு வழியாகச் சென்றுகொண்டும் வந்துகொண்டும் இருந்தனர். உள்ளூர் மக்கள் பொறுமையாகவும் நிதானமாகவும் இருந்தனர். ஆங்காங்கே வெள்ளையர்களும் கூட்டத்தில் தெரிந்தனர். ஆங்கிலேயரின் பணியாட்கள், வழக்கமான பணிவுடன் இல்லாமல் கூட்டத்தில் தனக்கும் தனது எஜமானனுக்கும் வழி ஏற்படுத்திக் கொள்வதிலேயே மும்முரமாக இருந்தனர். சாத்தானும் அதிகாரம் செய்துகொண்டிருந்தான். போன பிறவியில் கொள்ளைக்காரனாக இருந்திருக்கலாம்.

ரயில் நிலையத்திற்குள் அலை அலையாய் மக்கள் வானவில்போல வண்ண வண்ண உடையணிந்து இங்கும் அங்கும் சென்றுகொண்டிருந்தனர். கவலை, குழப்பம், தாமதம், ஆர்வம் எல்லாம் கலந்த சூழ்நிலை. ரயில் வந்து நின்றவுடன் மூட்டை முடிச்சுகளுடன் வண்டியில் ஏறி அமர்ந்த பின் கூட்டம் மறைந்தது. அடுத்த ரயில், அடுத்த அலையாய் மக்கள். இத்தனை கூச்சலிலும் ஒரு சிலர் எந்த விதத்திலும் பாதிக்கப்படாமல் கல் தரையில் அமர்ந்திருந்தனர். மாநிறமான அழகான குமரிகள், வயதாகிச் சுருக்கம் விழுந்த பெண்கள், மென்மையான மாநிறமுடைய கைக்குழந்தைகள், வயதான ஆண்கள், இளைஞர்கள், சிறுவர்கள் என எல்லாரும் ஏழைகள். ஆனால் அந்தக் குழுவில் இருந்த வயது முதிர்ந்த பெண்கள்

முதல் இளவயது பெண்கள் வரை எல்லாரும் மிகச் சுமாரான தரமுடைய கம்மல், மூக்குத்தி, மெட்டி, கொலுசு, வளையல் எல்லாம் அணிந்திருந்தனர். இவ்வளவுதான் அவர்களின் செல்வச்செழிப்பு. இவர்கள் தங்களது மூட்டை முடிச்சுகளுடன் பொறுமையாகக் காத்திருந்தனர். எதற்காக? காலையோ மாலையோ அல்லது இரவோ கிளம்பப்போகும் ரயிலுக்காக. அவர்கள் முன்கூட்டியே திட்டமிடவில்லை ஆனாலும் பிரச்சினை இல்லை. இப்படித்தான் நடக்கவேண்டும் என்று மேலிருந்து உத்தரவு வரும்போது எதற்குக் கவலை. நேரம் நிறையவே இருந்தது. மணிக்கணக்கில் இருந்தது. எது நடக்க வேண்டுமோ அது நடக்கும். அவசரம் தேவையில்லை.

குறைந்த கட்டணமான மூன்றாம் வகுப்பிலேயே உள்ளூர்க்காரரர்கள் பயணம் செய்தார்கள். ஒவ்வொரு பெட்டியிலும் சுமார் ஐம்பது பேராவது நசுங்கிக்கொண்டு பிரயாணம் செய்தனர். உயர்ந்த ஜாதியாகக் கருதப்படும் பிராமணரும் கீழ் ஜாதியினரும் உரசிக்கொண்டே பயணம் செல்வர். இதை அந்த உடல்கள் உணர நேர்ந்தால் மிகுந்த சந்தோஷமடையும். ஆம்! ஒரு ரூபாய்கூட இல்லாத, யாரிடமும் கேட்கவும் முடியாத பிராமணன், கீழ் ஜாதி பணக்காரனுடன் ஒன்றாக உரசிக்கொண்டே செல்ல வேண்டும். பொறுத்துக்கொண்டே ஆகவேண்டும். இவ்வாறு கூட்டம் கூட்டமாக மூன்றாம் வகுப்புப் பெட்டிகளில் மக்கள் ஏறினர். நிச்சயமாகவே அவர்களுக்கு அந்த இரவு கடினமாகத்தான் இருக்கும்.

நாங்கள் எங்கள் பெட்டிக்கு வந்தோம். சாத்தானும் பார்னேயும் ஏற்கெனவே எங்களது சாமான்கள், படுக்கைகள், சிகரெட் பெட்டி சகிதமாக வந்து சேர்ந்திருந்தனர். வசதிக்காக அவனை பார்னே என்று கூப்பிட்டோம். நிஜப் பெயரைக் கூப்பிட முடியவில்லை. இருப்பதிலேயே சௌகரியமாகவும் வசதியாகவும் இருந்தது எங்களது பெட்டி. பணத்திற்கேற்ற தரம். இத்தாலி, பிரான்ஸாக இருந்தாலும் இப்படித்தான். சுமாரான மரப் பலகைகளாலான இருக்கைகள். வழுவழுப்பு குறைவு. பளிச்சென்ற வண்ணங்கள் இல்லை. எவ்வித அலங்காரமும் இல்லை. தரை விரிப்புகளும் இல்லை. மேலும், தூசி பறக்க ஆரம்பித்தால் வெறும் தரையாகவே தோன்றாது. கம்பார்ட்மெண்ட்டின் ஒரு மூலையில் கைப்பைகளை வைக்க வலைகள் இருந்தன. மற்றொரு மூலையில் உள்ள கதவு அறைந்து சாத்தினால் மட்டுமே

மூடும். எப்போதும் மூடியபடியே இருக்காது, சில சமயம் திறந்துகொள்ளும். அங்குக் கழிப்பறையும் குழாயும் ஓர் ஓரத்தில் தெரியும். அங்கு டவல் மாட்ட ஓர் இடம்கூட உண்டு. நிச்சயமாக நம்மிடம் டவல் இருக்கும். படுக்கைகள் வாங்கும்போதே, ரயில்வேயில் தருவதில்லை என்பதால் துண்டையும் சேர்த்து வாங்குவோம்.

ரயில் பெட்டியில் பகலில் அமர்ந்துகொள்ளவும் இரவில் படுத்துக்கொள்ளவும் வசதியாக, இருபுறமும் அகலமான லெதர் சோபாக்கள் இருந்தன. பகலில் அந்த சோபாவை மடக்கிவிட்டால் விசாலமான இடம் கிடைக்கும். உலகில் எந்த ரயில் பெட்டியிலும் இப்படியொரு வசதி, தனிமை கிடைக்காது. இரண்டே பேர்தான், சில சமயம் நால்வர் அமர்வது உண்டு. நமது சொந்த வண்டிகள் ரயில்வே வண்டியைவிடப் பலவிதத்திலும் மேம்பட்டிருந்தாலும் இந்தச் சுகம் கிடைக்காது. அதில் ஒரே இடத்தில் நிறையப் பேர் நெருக்கிக்கொண்டிருக்க வேண்டும்.

ஒவ்வொரு சோபாவின் பக்கவாட்டிலும் நுழைவதற்கும் வெளியேறுவதற்கும் ஒரு கதவு இருந்தது. நீளமான ஜன்னல்கள், சூரிய ஒளி தாக்காமல் இருக்க நீல நிறத்தில் இருந்தன. காற்று தேவைப்படும்போது இவற்றைத் திறந்து கொள்ளலாம். மேலே இரண்டு எண்ணெய் விளக்குகள் படிக்கக் கூடிய அளவுக்குப் போதுமான வெளிச்சம் தந்தன. வெளிச்சம் தேவைப்படாதபோது விளக்குக்கருகில் இருந்த பச்சைத் துணியால் மூடிக்கொள்ளலாம்.

நாங்கள் பெட்டிக்கு வெளியே நண்பர்களுடன் பேசிக்கொண்டிருந்த நேரத்தில் பார்னேயும் சாத்தானும் எங்களது கைப்பைகள், புத்தகங்கள், பழங்கள், சோடா பாட்டில்கள் எல்லாவற்றையும் அடுக்கி வைத்தனர். பெரிய பெரிய பைகளை மேலே அடுக்கி கோட்டுகளையும், தொப்பி துண்டுகளையும் கம்பியில் மாட்டிப் படுக்கைகளை ஒதுக்கி வைத்துவிட்டு, தங்களது படுக்கையுடன் மூன்றாம் வகுப்புக்குச் சென்றனர். இப்பொழுது பார்த்தால் அழகான விசாலமான காற்றோட்டமான வெளிச்சமான வீடு போலவே இருந்தது. இங்கும் அங்கும் நடக்க, உட்கார்ந்து படிக்க எழுத, காலை நீட்டிக்கொள்ள, புகைப்பிடிக்க எல்லா விதத்திலும் வசதியாக இருந்தது. நடுவில் ஒரு கதவு. திறந்தால் இதேபோன்ற அடுத்த பெட்டி. அதில் என் மனைவியும் மகளும் இருந்தனர். சுமார் ஒன்பது மணிக்கு சாத்தானும் பார்னேயும் வந்து எங்களது பெரிய பையைப்

பிரித்து இரண்டு பெட்டிகளிலும் படுக்கையை விரித்துத் தந்தனர். இந்தியாவில் சேடிப்பெண்கள் என்று தனியாக யாரும் கிடையாது. அப்படியொரு வேலையே கிடையாது. இவ்விருவரும் எங்கள் இடத்தைச் சுத்தப்படுத்தி இரவு உடையைப் படுக்கை அருகில் வைத்து, காலணிகளைக் கீழே அடுக்கி வைத்துவிட்டு, தங்களது இருக்கைக்குச் சென்றனர்.

ஜனவரி *31.* புதுமையாகவும் சுகமாகவும் இருந்தது. நெடுநேரம் விழித்துக் கொண்டிருந்தேன். அந்த விந்தை மனிதர்களையும் கொள்ளையர்களையும் பற்றிப் படித்து ரசித்துக் கொண்டிருந்தேன். உறக்கத்திலும் அவர்கள் என்னுடனே இருந்து என் கழுத்தை நெரிக்க முயன்றார்கள். அந்தக் கூட்டத்தின் தலைவன் ஒரு ஹிந்து. நாங்கள் திருமண நிச்சய விழாவில் கலந்துகொண்டபோது அதிகாலை இரண்டு மணிக்குப் பார்த்தோமே, ராவ்பகதூர் பாஸ்கர் ராவ்; பலின்கஞ்சி பிட்டால் என்ற பரோடா மன்னரின் வக்கீல் அவரேதான். அவர்தான் ராஜாவின் சார்பில் என்னை அழைத்தார். பரோடா சென்று ராஜாவிடம் பேச அழைத்தார். ஆனால் இப்போது எனது கனவில் தகாத முறையில் நடந்துகொள்கிறார். கனவில் என்ன வேண்டுமானாலும் நடக்கும். மிச்சிகனின் ஓர் இனிமையான பாடகர் கூறுவதுபோல, பொருத்தமற்றவை. ஆம், பொருத்தமில்லாத் தன்மைதான் இவரது பாடல்களை ஷேக்ஸ்பியர் கவிதைகளைவிட சிறப்பானதாக்குகிறது.

‘என் இதயம் மகிழ்ச்சியடைந்தது
　　மனத்தில் எப்போதும் இதே நினைவு
நல்ல காலம் பிறக்குமென
　　எனக்கும் நம்பிக்கை இருக்கிறது
ஒருநாள் நானும் பாட்டெழுதுவேன்
　　சரியான நேரத்தில் சரியான எண்ணம் மனத்தில் தோன்றினால்
உணர்ச்சி பொங்க எழுதவேண்டும்
　　இது என் இதயத்தின் மகிழ்ச்சி.’

பரோடாவுக்குக் காலை *7:00* மணிக்கு வந்து சேர்ந்தோம். அப்போதுதான் விடியத் தொடங்கியது. புதிய இடத்தில் விடிந்தும் விடியாத பொழுதில், விளக்குகள் சரியாக இல்லாத இடத்தில் நிற்பது சங்கடமே. ஆனால் எங்களை அழைத்துச் செல்ல வந்திருந்தவர்களும் அவர்களது பணியாளர்களும் சுறுசுறுப்பாக வேலை செய்ததால் நேரம் வீணாகவில்லை. உடனடியாக வெளியேறினோம். அளவுக்கு

அதிகமாகவே பணியாட்கள் இருந்தனர். அவர்களை வேலை வாங்க முக்கியமான அதிகாரிகளும் இருந்தது சங்கடமாக இருந்தாலும், அதுதான் முறை. அவர்கள் பல்லாராட் (Ballarat) ஆங்கிலம் பேசினர். அவர்களது நடவடிக்கை மரியாதையாகவும் இனிமையாகவும் இருந்தது.

காலை உணவு திருப்திகரமாக இருந்தது. புல்வெளியிலிருந்து பார்த்தால் தூரத்தில் கிணறு தெரிந்தது. அதன் மேலுள்ள சாய்வுப் பலகையில் இரண்டு காளை மாடுகள் மாறி மாறி நிதானமாக மிதித்துத் தண்ணீர் இறைத்துக் கொண்டிருந்தன. நடுவில் மெஷினின் கிரீச் சத்தம். இன்னிசையாக இல்லாவிட்டாலும் மனத்திற்கிதமான சோகத்துடன் தாலாட்டுவதுபோல் இருந்தது. இறந்துபோன ஆன்மாக்களின் அழுகைச் சத்தமாகக் கற்பனை செய்யலாம். கொள்ளையர்கள் தங்கள் வேலை முடிந்ததும் மக்களைக் கொன்று இந்தக் கிணற்றில்தான் வீசுவார்கள் என்று நினைத்துப் பார்த்தேன்.

காலை உணவிற்குப் பிறகு பொழுது படுவேகமாக நகர்ந்தது. பெரிய பெரிய பூங்காக்கள், தோட்டங்கள், காடுகள், உயர்ந்த மலைகளைச் சுற்றிவரும் பாதைகள் வழியாக நாங்கள் அழைத்துச் செல்லப்பட்டோம். வழியில் மூன்று பெரிய வானரங்கள் ரோட்டின் குறுக்கே பாய்ந்தன. கூண்டுக்குள் இருக்க வேண்டிய மிருகங்கள் காட்டில் அலைந்தது இயற்கைக்கு மாறாகவும் ஆச்சரியமாகவும் இருந்தது. இந்தக் காட்டுப்பாதை வழியாகவே நகரத்தை வந்தடைந்தோம். முழுக்க இந்தியத் தன்மையுடைய இடம். மிகப் பழமை வாய்ந்த, சிறிது சிறிதாகச் சிதிலமடைந்து வரும் நகரமாகக் காட்சியளித்தது. வீடுகள் வர்ணிக்க இயலாததாக விசித்திரமாக இருந்தன.

முகப்பில் கண்கவர் வண்ணங்களில் நுணுக்கமாகச் செதுக்கப்பட்ட மர வேலைப்பாடுகள் - பெரிய பெரிய யானைகள், அரசர்கள், கடவுள்கள். கீழ்த் தளத்தில் குறுகலான சந்துகளில் கடைகள் இருந்தன. மிக மிகச் சிறிய கடைகளில் அடைசலாகப் பல்வேறு சாமான்கள். முக்கால் நிர்வாணமாக மக்கள் அரட்டையடித்துக் கொண்டே வேலை செய்கிறார்கள். இடிப்பது, பொடிப்பது, தைப்பது, தீட்டுவது, சமைப்பது, அரைப்பது, பொம்மைகளை ரிப்பேர் செய்வது என எல்லா வேலைகளும் நடந்தன. மக்களின் குழப்பமான குரல்களும், குதிரையின் குளம்பொலியும், புகையும், வாசனையும் எல்லாமே அதிசயமாக மகிழ்ச்சியாக

இருந்தன. யோசித்துப் பாருங்கள், ஒரு யானைக் கூட்டம் இந்தக் குறுகிய சந்து வழியாக வந்தால் இருபுறமும் கதவுகளில் இருந்து பெயிண்டை உரசிக்கொண்டே வரும். அவ்வளவு பெரிய யானைகளின் முன் இந்த வீடுகள் மிகச் சிறியதாகத் தோன்றும். பட்டத்து யானையின் தோற்றமும் அதற்கு நேரெதிரான சாதாரணச் சூழலும் வித்தியாசமாக இருக்கும். ஒருவேளை ஏதாவது யானைக்கு மதம் பிடித்தால் இந்த மக்கள் எல்லாம் எங்கே ஓடுவார்கள்? சில காலங்களில் இந்த மாதிரி நடப்பதுண்டு.

இந்த நகரம் எவ்வளவு பழமையானதாக இருக்கும் எனத் தெரியவில்லை. உயரமான கட்டடங்கள், பிரம்மாண்டமான நினைவுச் சின்னங்கள் எல்லாம் சிதிலமடைந்து வயதானதால் சக்தி இழந்ததுபோல் ஒளியின்றிக் காணப்பட்டன. வரலாற்றுக்கு முந்தைய காலத்தை நினைவுகூரும் வகையில் இருந்தன. ஆதியில் படைப்பின்போதே இவையும் தோன்றியிருக்குமோ! படாடோபத்தையும் செல்வச் செழிப்பையும் பறைசாற்றும் இந்தியாவின் மிகப் பழமையான ராஜ்யங்களில் இதுவும் ஒன்று.

45

நகரத்திலிருந்து புறப்பட்டுக் கிராமப்புறத்தின் வளைந்து நெளிந்த சாலைகளில் நெடும் பயணம். வழியெங்கும் நிழல் தரும் மரங்களுடன் சிற்றூர்கள் அமைதியாகத் தனிமையாக இருந்தன. காலணிகள் அணியாத மக்கள் சத்தமின்றி நடந்து கொண்டிருந்தனர். கனவில் வரும் உருவங்கள் போல் சிலர் நகர்ந்தனர். எப்போதாவது கடக்கும் ஒட்டகங்கள். இயற்கையின் இந்தச் சொர்க்கத்தில் அனாவசியச் சத்தங்கள் இல்லை. ஒரே ஒருமுறை சில குற்றவாளிகளுடன் ஓர் அதிகாரி கடந்து சென்றார். அப்பொழுது கை விலங்குகளிலிருந்து வந்த சத்தம் கேட்டோம். ஒரு மரத்தடியில் உடலெங்கும் சாம்பல் பூசிய கரிய நிறமும் மெலிந்த உருவமும் கொண்ட சாது அமர்ந்திருந்தார்.

யானைக் கூட்டத்தைப் பார்வையிட்டேன். எனக்கு விருப்பமில்லாவிட்டாலும் வேண்டுகோளுக்கிணங்கிச் சென்று வந்தேன். போகவில்லையென்றால் எனக்குப் பயம் என்று எண்ணிவிடுவார்களோ, பயம்தான். கட்டளைக்குக் கீழ்ப்படிந்து யானைகள் முழங்காலிடும்போது ஏறி அம்பாரியின் மேல் உட்கார வேண்டும். பின் அந்த யானை எழும்போது

மெதுவாக அசைவது, கப்பல் அசைவது போலவே இருக்கும். யானைப்பாகன் கையிலுள்ள அங்குசத்தால் தலையின் பின் பகுதியில் குத்துவான். அவனது நிதானத்தையும் யானையின் பொறுமையையும் காண ஆச்சரியமாக இருக்கும். யானை பொறுமையிழந்தால் என்ன நடக்கும் என்று நாம் நினைப்போம், ஒன்றும் நடக்காது. பாகன் யானையுடன் மெதுவான குரலில் பேசுவான், யானையும் புரிந்துகொண்டாற்போல் மகிழும். பாகனின் கட்டளையைப் பணிவாக ஏற்று நடக்கும். இந்தக் கூடத்திலுள்ள 25 யானைகளில் இரண்டு யானைகள் இதுவரை நான் பார்த்திராத அளவு பெரிய உருவம் கொண்டவை. எனக்கு மட்டும் பயம் இல்லாதிருந்தால் போலிஸுக்குத் தெரியாமல் ஒரு யானையைக் கூட்டிச் சென்று இருப்பேன்.

அம்பாரி அறையில் பலவகை அம்பாரிகள் இருந்தன. உறுத்தாத மெத்தென்ற இருக்கைகளுடன் வெள்ளி, தங்கம் மற்றும் தந்தத்தால் ஆனவை. யானைகளின் அலங்காரப் பொருட்களும் இருந்தன. தங்க வேலைப்பாட்டுடன் கூடிய வெல்வெட் துணிகள், தங்கம் வெள்ளியிலான மணிகள், அதைக் கட்டச் சங்கிலிகள், ஊர்வலம் வரும்போது கட்டிக்கொள்ள காலுக்குச் சதங்கைகள் எல்லாம் இருந்தன. ஆனால் நாங்கள் ராஜாங்க நகைகள் இருந்த

பொக்கிஷ அறையைப் பார்க்கவில்லை என்பது ஏமாற்றமே. இந்தியாவின் இரண்டாவது பெரிய செல்வச் செழிப்பு மிக்க ராஜ்யம். தவறுதலாகப் புதிய அரண்மனைக்கு அழைத்துச் செல்லப்பட்டோம். எங்களுக்கு நேரமும் குறைவு. வருத்தம் என்னவென்றால் புதிய அரண்மனை அமெரிக்க - ஐரோப்பியப் பாணியில் கட்டப்பட்டுள்ளது. விலை உயர்ந்தது என்பதைத் தாண்டி வேறு எந்தத் தகுதியும் இல்லை. அந்த அரண்மனை இந்தியக் கலாசாரத்திற்கு முழுக்க முழுக்க அந்நியமாகவே தெரிந்தது. பழைய அரண்மனை இந்தியக் கலாசாரத்தை அனுசரித்து அழகாகவும் ரசனையாகவும் கட்டப்பட்டது. வேறு எதுவுமே இல்லாவிட்டாலும் பழைய அரண்மனையின் தர்பார் நடக்கும் விசாலமான உயர்ந்த கூடங்களே கம்பீரம்தான். அந்த இடத்தில் சத்தம் அதிகம் எதிரொலிப்பதால் சொற்பொழிவாற்ற முடியாது. ஆனால் தர்பார் நடத்தவும் நிர்வாக விஷயமாக ஆலோசனைக் கூட்டங்கள் நடத்தவும் மிகச் சிறந்த இடம் அதுவே. என்னிடம் அந்த அரண்மனை இருந்தால் இப்படி ஆண்டுக்கு ஒன்றோ இரண்டோ நடத்தாமல் தினமும் ஒரு தர்பார் நடத்துவேன்.

இவர் படித்த இளவரசர். ஐரோப்பியக் கலாசாரத்தைப் பின்பற்றுபவர். ஐரோப்பாவிற்கு ஐந்து முறை வந்திருக்கிறார். அவரது செலவுமிக்க பொழுதுபோக்கே அதுதான் என்று மக்கள் கூறுவர். கடல் தாண்டும்போது குடிநீர் தேவைக்கு அவர் பொதுப் பாத்திரத்தில் இருந்துதான் குடிக்க முடியும். அது அவரது குலத்திற்கு இழுக்கு என்பதால் அதற்குப் பிராயச்சித்தமாக இந்து ஆலயங்களுக்குச் சென்று பெரிய அளவில் காணிக்கை செலுத்த வேண்டும். அவரது குடும்பமே மற்ற ஹிந்துக்கள் போலவே தீவிர மதப்பற்று உடையவர்கள். தங்களது எஜமானர் அசுத்தமானவராக இருப்பதை அவர்களால் ஏற்றுக்கொள்ள முடியாது.

நகைகளைப் பார்க்க முடியவில்லை. தங்கம் மற்றும் வெள்ளியிலான பீரங்கியைக் கண்டோம். இரண்டுமே ஆறு சுற்றுகள் சுடக்கூடியவை. போருக்குப் பயன்படாது. அரசாங்க ரீதியில், சிறப்பு நிகழ்ச்சிகளில் மரியாதை செலுத்துவதற்கு மட்டும் பயன்படும். தற்போதைய கெய்குவாரின் முன்னோர்களில் ஒருவர் வெள்ளிப் பீரங்கி வைத்திருந்தார். அடுத்து வந்தவர் அதைவிட உயர்ந்ததாகத் தங்க பீரங்கி செய்துகொண்டார். இது போன்றவற்றைச் சேகரித்து வைப்பது பரோடா அரசின் பழக்கம்.

விருந்தினர்களாக வரும் வைஸ்ராய்கள், ராஜாக்களை மகிழ்விக்க, புலிச் சண்டை, யானைச் சண்டை, ஒளிவிளக்கு அலங்காரம், பிரம்மாண்டமான யானை ஊர்வலம் எல்லாம் நடக்கும். இதெல்லாம் பார்க்கச் சுமாராகவே இருக்கும்.

பரோடாவிலிருந்து திரும்பி வரும்போது ரயிலில் எங்களுடன் பயணித்தவர் ஓர் அழகான நாய் வைத்திருந்தார். இதுவரை நான் அதுபோல ஒரு நாயைக் கண்டதில்லை அல்லது பார்த்திருந்தும் கவனிக்கவில்லை. எனக்குப் பூனைகளிடம்தான் பரிச்சயம், நாயிடம் அல்ல. தோல் வழுவழுப்பாகப் பளபளப்பாகக் கறுப்பாக இருந்தது. நீளமான உடல், குட்டையான உருவம். வித்தியாசமாக மாறிப்போனாற்போல் வளைந்த கால்கள். அதன் உடல்வாகுக்கு ஏற்றாற்போல்தான் கால்கள் இருந்தன. நாய்க்கு எந்தப் பிரச்சினையும் இல்லை. ஆனால் எனக்கு மட்டும் அது சரியாகப் படவில்லை, வலுவிழந்த கால்களைப்போல் தோன்றின. வயது ஆக ஆக நாயின் பின் பகுதி தொய்ந்து போய்விடும். அந்த நிலையில், இன்னும் சில கால்கள் இருந்தால் நாய் பலமாக இருக்குமோ என்று தோன்றும். கால்களின் வடிவமே அது அதிகப்படியான கனத்தைத் தாங்குவதாகக் கூறியது. இப்பொழுது இல்லாவிட்டாலும் ஒருநாள் தொய்வடையும். நீளமான மூக்கும், துவண்ட காதுகளும், தோற்றத்தில் அமைதியாகவும் இருந்தது. இது எந்த வகை நாய் என்றோ, கால்கள் ஏன் இப்படி ஊனமானதென்றோ நான் கேட்கவில்லை. அந்த மனிதர் இந்த நாய் மேல் மிகவும் பாசமாக இருந்தார். கேட்டால் வருத்தப்படுவாரோ என்பதால் அதைக் கவனிப்பதைத் தவிர்த்தேன். நாய் வைத்திருப்போர் எல்லாருமே அதைக் குழந்தையைப் போலவே சீராட்டுவர். அதிலும் இந்த மனிதருக்கு நாய் மேல் பாசம் மட்டுமில்லை, பெருமையும் இருந்தது.

தன் குழந்தை எவ்வளவு முட்டாளாக இருந்தாலும் அம்மாவுக்குப் பெருமைதானே, அதுபோல. அவரது பெருமை நன்றாகவே தெரிந்தது. இவ்வளவு நீளமான நாய், அமைதியானதும்கூட. அது அவருடனேயே உலகம் முழுதும் ஆண்டுக் கணக்கில் யாத்திரை செய்து வருகிறது. 50,000 மைல் கடலிலும் ரயிலிலும் பயணித்துள்ளது. 8,000 மைல் குதிரைச் சவாரி. உலகம் சுற்றும் நாய்க்கு கிரேட் பிரிட்டனின் புவியியல் கழகம் வெள்ளிப் பதக்கம் பரிசளித்திருந்தனர், அதைப் பார்த்தேன். இந்தியா,

இங்கிலாந்து நாய்க் கண்காட்சியில் பரிசுகள் வென்றதையும் பார்த்தேன். இது உயர்ந்த ஜாதி என்றார். கென்னல் கிளப்பில் பதியப்பட்டுள்ளது என்றார். லண்டனில் பல பேர் இதைப் பார்த்த உடனேயே கண்டுபிடித்து விடுவார்களாம். நான் ஒன்றும் கூறவில்லை. நான் நாய்களை அதிகம் கவனிப்பதில்லை. இனிக் கூர்ந்து கவனிக்க வேண்டும். லண்டனில் நாயுடன் நடந்து செல்லும்போது எல்லாரும் நின்று பார்ப்பார்களாம். இப்படியொரு வித்தியாசமான தோற்றமுடைய நாயைத் தெருவில் அழைத்துச்சென்று இலவசமாக வேடிக்கை காட்டினால், எந்த ஊரிலும் நின்று வேடிக்கை பார்ப்பார்கள். ஆனால் நான் ஒன்றும் கூறவில்லை. இது பரிசு வாங்கியது அவருக்குத் திருப்தி. இதில் ஒன்றும் விசேஷமில்லை. என் உருவம் இது போன்றிருந்தால் எனக்கும் பரிசு கிடைத்திருக்கும். அது என்ன வகை நாய் என்று அறிந்துகொள்ள விரும்பினாலும், கேட்க முடியவில்லை. கேட்டால் எனக்குத் தெரியவில்லை என்பது அவருக்குத் தெரிந்துவிடும். எனக்கு அதுபோன்ற நாய் வேண்டும் என்ற எண்ணமல்ல, அதன் பிறப்பின் ரகசியம் அறிந்துகொள்ள வேண்டும், அவ்வளவுதான்.

அந்த மனிதர் யானை வேட்டைக்குச் செல்கிறார் என்று சில குறிப்புகள் மூலம் உணர்ந்தேன். இந்தியாவிலும் ஆப்பிரிக்காவிலும் பெரிய வேட்டையாடியிருப்பதாகவும், அது தனக்கு மிகவும் விருப்பம் என்றும் கூறினார். இந்த நாயுடன் வேட்டைக்குச் சென்றால் ஏமாற்றமே மிஞ்சும். யானை வேட்டைக்கு இது பொருத்தமல்ல. இதற்குச் சக்தியே இல்லை, உக்கிரமும் பகையுணர்வும் இல்லை. நடவடிக்கையிலேயே இதெல்லாம் தெரிகிறது. நிச்சயமாக

இது யானையைத் தாக்காது. எதிரில் யானை வந்தால் பயந்து ஓடாது. ஆனால் உட்கார்ந்து தியானம் செய்யுமென்று தோன்றியது.

நாய்கள் மீதான எனது ஆர்வத்திற்கு ஒரு காரணம் உண்டு. ஒருமுறை சங்கடமான ஒரு சூழ்நிலையில் நாய் ஒன்று என்னைக் காப்பாற்றியது. அதிலிருந்து எனக்கு நாய்கள் மீது ஓர் அபிமானம். அதைப் பற்றித் தெரிந்துகொள்ளவும் அறிந்துகொள்ளவும் ஆர்வம். என்னைக் காப்பாற்றிய அந்த நாயின் வகை மட்டுமே எனக்குத் தெரியும். எங்காவது எப்பொழுதாவது அதுபோன்ற நாயைச் சந்திக்க நேர்ந்தால் அது பசியாக இருந்தாலும் தொலைந்து போயிருந்தாலும் நான் கவனித்துக் கொள்வேன்.

பல வருடங்களுக்கு முன், பிஃப்த் அவின்யூ தியேட்டரின் அகஸ்டின் டாலியிடமிருந்து ஒரு கடிதம் வந்தது. அடுத்த முறை நியூயார்க் வந்தால் சந்திக்கும்படி கூறியிருந்தார். அப்போது நான் நாடகங்கள் எழுதி வந்தேன். அவர் என் நாடகங்களை மிகவும் பாராட்டினார். என்னுடைய நாடகங்களுக்கு சைபீரியாவில் ஏற்பாடு செய்ய முயன்றார். ஹார்ட் போர்டில் 8.29க்குக் கிளம்பும் முதல் ரயிலைப் பிடித்தேன். நியூ ஹேவனில் ஒரு பத்திரிகை வாங்கினேன். அதில் தலைப்புச் செய்தியாகப் பெரிய எழுத்துகளில் 'பெஞ்ச் ஷோ' (bench-show) என்று இருந்தது. பெஞ்ச் ஷோ கேள்விப்பட்டிருக்கிறேன். ஆனால் ஆர்வம் இல்லை. சொற்பொழிவாக இருக்கும், பெரிய அளவில் மக்கள் வரமாட்டார்கள் என்று எண்ணினேன். இப்போதுதான் புரிகிறது, அது சொற்பொழிவல்ல நாய்க் கண்காட்சி. முக்கியச் செய்தியாக செயின்ட் பர்னாட் என்ற நாயைப் பற்றிக் குறிப்பிடப்பட்டிருந்தது. மிக உயர்ந்த மிகப் பெரிய ஜாதி நாயாம். மதிப்பு $10,000!

ஆர்வமாகப் படித்தேன். பள்ளிக் காலத்தில் படித்தது ஓரளவு நினைவிருந்தது. செயின்ட் பர்னார்டில் யாத்திரிகர்களும் பாதிரிகளும் புயலில் நடந்து பனிச்சரிவில் சிக்கிக்கொண்ட நாய்களை வெளியேற்றி, பிராந்தி கொடுத்துப் பிழைக்க வைத்து மடாலயத்திற்கு இழுத்து வந்து, கஞ்சி கொடுத்துக் காப்பாற்றுவர். பரிசு வாங்கிய அந்த நாயின் படம்கூட பத்திரிகையில் இருந்தது. அமைதியான முகத்துடன் ஒரு மேஜைக்கருகில் நின்றிருந்தது. அசாதாரண உருவம். அதைப் பற்றிய விவரங்களும் இருந்தன. 150 1/2 பவுண்ட் கனம், நாலடி இரண்டங்குல நீளம், மூன்றடி ஓர் அங்குல உயரம்.

படங்கள் என்னை மிகவும் ஈர்த்தன. கண் முன்னே அந்த அழகான பிரம்மாண்டத்தை ரசித்தேன். அடுத்த இரண்டு மணிநேரம் அதைப் பற்றியே சிந்தித்துக்கொண்டு இருந்தேன். நியூயார்க் வந்து இறங்கியதும் மறந்துவிட்டேன்.

ஹோட்டல் லாபியில் மிஸ்டர் டாலி குழுவின் நகைச்சுவை நடிகர் மறைந்த ஜேம்ஸ் லூயிஸை தற்செயலாகச் சந்தித்தேன். அவரிடம் மிஸ்டர் டாலியை மாலை எட்டு மணிக்குச் சந்திக்க இருப்பதாகச் சொன்னதும் ஆச்சரியப்பட்டார். நான் கடிதத்தைக் காட்டினேன். அதில் 'தியேட்டர் அருகில் இருக்கும் எனது தனி அறைக்கு வரவும்' என்று இருந்தது. 'முன் வாசல் வழியாக வராமல் பின் வழியாக வருக. No.642 ஆறாவது அவென்யூ ஒரு சிகரெட் கடை. அதைத் தாண்டி வரும்போது சுற்றிலும் உயரமான கட்டடங்கள் தென்படும். இடப்புறம் உள்ள இரண்டாவது கதவின் வழியாக மாடிக்கு வரவும்.'

"இவ்வளவுதானா?"

"ஆம்" என்றேன்.

"உங்களால் போக முடியாது."

"ஏன்?"

"ஏனென்றால்... நிச்சயமாக முடியாது. நூறு டாலர் பந்தயம். நான் சொல்வதை நம்பலாம். அப்படி முடிந்துவிட்டால் 25 வருடங்களில் நீங்கள்தான் முதல் மனிதராக இருப்பீர். மிஸ்டர் டாலி எந்தச் சிந்தனையில் மூழ்கியிருப்பார் என்று தெரியவில்லை. ஆனால் நீங்கள் அவரைச் சந்திக்க முயன்று முடியாமல் போனதை நினைத்து அவமானப்படுவார் என்பதை மறந்துவிட்டார்."

"ஏன்? என்ன பிரச்சினை?"

"சொல்கிறேன், என்னவென்றால்..."

அதற்குள் கூட்டத்தில் பிரிந்து சென்றோம். வேறு யாரோ

என்னுடன் பேச வந்தார். பிறகு நாங்கள் சந்திக்கவில்லை. நான் அதைப் பொருட்படுத்தவும் இல்லை. அவர் வேடிக்கை செய்கிறார் என்றே எண்ணினேன். மாலை எட்டு மணிக்குக் கடிதத்தில் குறிப்பிட்டிருந்த கடை வழியாகச் சென்று இரண்டாவது கதவைத் தட்டினேன்.

“வரலாம்.”

உள்ளே நுழைந்தேன். தூசி படிந்திருந்த மிகச் சிறிய அறை. தரை விரிப்பு இல்லாமல் மேஜை விரிப்பும் இல்லாமல் இரண்டே இரண்டு சுமாரான மர நாற்காலிகள் மட்டுமே இருந்தன. உயரமான ஐரிஷ்காரரர் ஒருவர் சட்டைப் பொத்தான் அணியாமல் ஓவர் கோட் இல்லாமல் நின்றுகொண்டிருந்தார். நான் மேஜையில் என் தொப்பியைக் கழற்றி வைத்தேன். நான் ஏதோ கூற முயன்றபோது அந்த ஐரிஷ்காரரர் இடைமறித்துச் சிறிதும் பணிவில்லாத குரலில், “என்ன சாப்பிடுகிறீர்கள்?” என்று கேட்டார்.

எனக்குக் குழப்பமாக இருந்தது. எனது தன்னம்பிக்கையும் குறைந்தது. அந்த மனிதர் ஜிப்ரால்டர்போல அசைவற்று நின்று உற்றுநோக்கிக் கொண்டிருந்தார். கொஞ்சம் சங்கடமாகவும் அவமானமாகவும் இருந்தது. சிறிது தடுமாறினேன்.

“அதாவது... நான்...”

“மன்னிக்கவும், இங்கு புகைபிடிக்கக் கூடாது, புரிந்ததா?”

சிகரெட் பெட்டியைத் தூரமாக வைத்துவிட்டுத் தன்மையான குரலில், “நான் திரு டாலியைச் சந்திக்க வந்துள்ளேன்.”

“அப்படியா!”

“ஆம்.”

“அவரைப் பார்க்க முடியாது.”

“ஆனால், அவர்தான் என்னை வரச் சொன்னார்.”

“ஓ! அவரா வரச் சொன்னார்?”

“ஆம், இந்தக் கடிதம் அனுப்பினார்.”

“எங்கே பார்ப்போம்.”

அந்த உயர்ந்த மனிதர் விளக்கு வெளிச்சத்தில் கடிதத்தைப் பரிசோதித்தார். இப்போது சூழ்நிலையே மாறிவிடும்

என்று எண்ணினேன். ஆனால் அது தவறு. அவரால் அதைப் படிக்க முடியாது. ஏனென்றால் அவர் கடிதத்தைத் தலைகீழாகப் பிடித்திருந்தார்.

"அவரது கையெழுத்தா..."

"ஆம், அவர்தான் எழுதினார்."

"அவரா எழுதினார்?"

"ஆம்."

"ஏன் அப்படி எழுதினார்?"

"நீங்கள் சொல்வது புரியவில்லை."

"அதாவது அவர் தன்னுடைய பெயரை இதில் ஏன் போடவில்லை?"

"அவர் பெயர் இருக்கிறது. அதுவல்ல... நீங்கள் என் பெயரைப் பார்த்துக் கொண்டிருக்கிறீர்கள்." சரியான பதிலடி கொடுத்ததாக நினைத்தேன். அவரும் ஒத்துக்கொண்டார்.

"இந்தப் பெயர் சுலபமாக இல்லையே, எப்படி உச்சரிப்பது?"

"மார்க் ட்வைன்."

"ம்ம்ம்... மைக் ட்ரெயின். ஹ்ம்..."

"எதற்காக அவரைப் பார்க்க வேண்டும்?"

"எனக்கு அவரைப் பார்க்க வேண்டியதில்லை. அவர்தான் என்னைப் பார்க்க வேண்டும் என்றார்."

“ஓ! அப்படியா.”

“ஆம்.”

“எதற்காக அவர் உங்களைப் பார்க்க வேண்டும்?”

“தெரியாது.”

“உங்களுக்குத் தெரியாதென உண்மையைச் சொன்னீர். ஒரு விஷயம் சொல்லட்டுமா... நீங்கள் அவரைப் பார்க்க முடியாது. நீங்கள் அந்த பிஸினஸில் இருக்கிறீர்களா?”

“எந்த பிஸினஸில்?”

“ஷோ (show) பிஸினஸில்.”

அபாயகரமான கேள்வி. நான் தோற்றுவிட்டதை உணர்ந்தேன். இல்லை என்று பதில் கூறியிருந்தால் அத்துடன் பேச்சை நிறுத்திவிட்டு என்னை வெளியே அனுப்பி இருப்பார். அவர் கண்களில் அந்தக் கடுமையைப் பார்த்தேன். நான் சொற்பொழிவாளர் என்று கூறியிருந்தாலும், என்னை வெறுத்து முரட்டுத்தனமான வார்த்தைகளால் என்னை விரட்டியிருப்பார். நாடகக்காரன் என்று சொன்னாலோ ஜன்னலிலிருந்து வெளியே வீசியிருப்பார். எல்லா விதத்திலும் என் கதை முடிந்துவிட்டதாகத் தோன்றியது. அதனால் உள்ளதுக்குள்ளே குறைந்தபட்ச அவமானம் பேசாமல் இருப்பதுதான். பேசாமல் வெளியேறுவதுதான். எனது மௌனம் நீண்டது.

“மறுபடியும் கேட்கிறேன், ஷோ (show) பிஸினஸில் உள்ளீர்களா?”

“ஆம்.” மிகுந்த தன்னம்பிக்கையோடு கூறினேன். அந்த நொடியில் நியூ ஹேவன் நாய் போலவே ஒன்று உள்ளே நுழைந்தது. ஐரிஸ்காரரின் கண்கள் பெருமையிலும் பாசத்திலும் ஜொலித்தன.

“ஓஹோ, இது என்ன?”

“நியூ ஹேவனில் நாய்க் கண்காட்சிக்கு (bench-show) போகவேண்டும்.”

நிலைமை சீரடைந்தது.

“அது உங்களது ஷோவா (bench-show) சார்? ஓ! அது மிகப் பிரம்மாண்டமான ஷோ (bench-show) சார், அருமையான ஷோ (bench-show) சார். உங்களைச் சந்தித்ததை எனது

கௌரவமாகக் கருதுகிறேன். நீங்கள் பெரிய திறமைசாலி சார். உங்களுக்கு நாய்களைப் பற்றி எல்லாமே தெரிந்திருக்கும். நாய்களுக்கே தங்களைப் பற்றித் தெரியாததெல்லாம்கூட. உறுதியாகக் கூறுகிறேன்."

நானும் பணிவாகவே, "ஓரளவுக்கு எனக்குப் புகழுண்டு. தொழில் சார்ந்த ஞானம் அது."

"ஓரளவுக்கா ஐயா! உங்களை நம்புகிறேன். உலகிலேயே உங்கள் அளவுக்கு நாய்கள் பற்றிய தெளிவு வேறு யாருக்கும் கிடையாது. நாய்களின் நீள அகலம் பற்றி நாய்க்கே தெரியாது. ஆனால் உங்களுக்குத் தெரியுமே. உங்கள் அறிவுக் கண்ணால் இந்த நாயை உற்றுநோக்கிக் கணிக்க முடியுமா?"

நான் கூறப்போகும் பதிலில்தான் என் விதி ஊசலாடியது என்று தெரியும். பரிசு வாங்கிய நாயைவிட இதை உயர்வாகச் சொன்னால் ஏற்றுக்கொள்ளும் விதத்தில் இருக்காது. சந்தேகப்படும்படியும் இருக்கும். பரிசு வாங்கிய நாயைவிட மிகவும் குறைவாகச் சொன்னால் அதுவும் சங்கடத்தில் முடியும். மேஜைக்கருகில் நாய் நின்று கொண்டிருந்தது. பத்திரிகையில் பார்த்த நாய்க்கும் அதற்கும் வித்தியாசம் தெரிந்தது. உடனடியாகக் கூறினேன். "இந்த மிருகத்தின் அளவுகளைக் கணிப்பதொன்றும் கஷ்டமல்ல. உயரம் *3* அடி, நீளம் *4 3/4* அடி, எடை *148 1/4*."

அவ்வளவுதான்! தொப்பியை எடுத்து அணிந்துகொண்டு ஆடவே ஆரம்பித்துவிட்டார். உற்சாகமாக "உங்கள் கணிப்பில் எள்ளளவும் தவறில்லை ஐயா! நாய்களைப் பற்றித் தீர்மானிப்பதில் அபூர்வமான கண்கள் உங்களுக்கு" என்று என்னைப் பற்றிப் புகழ்ந்துகொண்டே தனது மேலாடையால் மர நாற்காலியைத் துடைத்தார்.

"அமருங்கள் ஐயா. இத்தனை நேரம் உங்களை நிற்க வைத்ததற்கு வருந்துகிறேன். தொப்பியை அணிந்துகொள்ளுங்கள், குளிருகிறது. இதோ உங்கள் சிகார்... பற்றவையுங்கள். இந்த இடமே உங்களுடையதுதான். மேஜை மீது காலை வைத்துக் கொள்ளுங்கள். நான் ஒரு மெழுகுவத்தியைத் தேடிக்கொண்டு வருகிறேன். படியேறும்போது உங்களுக்குச் சிரமமாக இருக்கக் கூடாது. இந்தத் தடவை மிஸ்டர் டாலி உங்களைச் சந்திக்க ஆர்வமாக இருப்பார்."

படிகளில் என்னைக் கவனமாக அழைத்துச் சென்றார். பின்கதவைத் திறந்துவிட்டு எனக்கு வணக்கம் தெரிவித்துவிட்டுப் போகும்போது நாயைப் பற்றி நான் குறிப்பிட்டவற்றைச் சிலாகித்துக்கொண்டு சென்றார்.

மிஸ்டர் டாலி எழுதிக்கொண்டிருந்தார். அவர் முதுகைத்தான் பார்த்தேன். அவர் என்னைக் கவனித்துவிட்டு, "தகவல் சொல்ல மறந்தேவிட்டேன், உங்களுக்குத்தான் மன்னிப்புக் கடிதம் எழுதிக்கொண்டிருந்தேன். ஆமாம், எப்படி வர

முடிந்தது? ஐரிஷ்காரரை எப்படிச் சமாளித்தீர்கள்? இந்த 25 வருடங்களில் வெற்றியடைந்தது நீங்கள்தான். நிச்சயமாக அவருக்கு லஞ்சம் எதுவும் தரவில்லை. ஏனெனில் நியூயார்க்கில் போதுமான அளவு பணம் இல்லை. அவரை வற்புறுத்தவும் இல்லை. அவர் பாறை போன்றவர், இரும்பு போன்றவர், மென்மையே கிடையாது அவரிடம். என்ன அந்த ரகசியம். இதோ பாருங்கள், தற்செயலாக ஓர் அதிசயத்தை நிகழ்த்தியதற்காக நீங்கள் எனக்கு நூறு டாலர் தரவேண்டும்..."

"ஜிம்மி லூயிஸிடம் பெற்றுக்கொள்ளுங்கள்."

அந்த நாய், அதுதான் சரியான சமயத்தில் எனக்கு உதவியது. எல்லா மேடைக் கலைஞர்களிடமும் எனக்குப் பொறாமை கலந்த புகழையும் பெற்றுத் தந்தது. அட்லாண்டிக் முதல் பசிபிக் வரை, வரலாற்றில் ஒரே ஒருவர் அகஸ்டின் டாலியின் பின்கட்டு வழியாகச் சென்று அவரைச் சந்தித்தது, நான் மட்டுமே.

46

ஐம்பது ஆண்டுகளுக்கு முன், தொலைதூரத்தில் அதிக மக்கள் இல்லாத மிசிசிபி பள்ளத்தாக்கில் நான் சிறுவனாக இருந்தபோது பல மர்மக் கதைகள் உலவின. வெகு தூரத்தில், ஏறத்தாழ வான மண்டலத்திற்கு அருகில் இந்தியா என்னும் தேசத்தில் கொலைகாரர்களும் கூலிப்படையினரும் உலவுவதாகச் செய்திகள். கொள்ளையர்கள் என்னும் தனி இனமே உண்டு என்றுகூட புரளி இருந்தது. பிரயாணிகளைத் தனி இடத்திற்குக் கொண்டுசென்று அவர்களைக் கடவுளுக்குப் பலியிட்டு விடுவார்களாம். நம்ப முடியாவிட்டாலும் இந்தக் கதைகளை எல்லாரும் விரும்பினோம். அவர்களது பிரயாணம் குறித்து நிறையக் கதைகள் இருந்தன. போகப் போக இந்தக் கதைகள் மறைந்து அமைதி ஏற்பட்டது. பிறகு யோகன் ஸ்யூவின் 'வாண்டரிங் ஜியூ' (Eugene Sue's 'Wandering Jew') வந்தது. அது சில காலம் பரபரப்பாகப் பேசப்பட்டது. அதில் ஒரு கதாபாத்திரம், கொள்ளையர்களின் தலைவன். பெயர் ஃபெரிங்கா (Feringhea). மர்ம மனிதன், பயங்கரமான இந்தியன். பாம்பைப்போல் பயங்கரமானவன், பாம்பைப்போல் நழுவிச் செல்லக்கூடியவன். அவன் கதை மறுபடியும் கொள்ளையர்கள் மீது ஆர்வத்தைத் தூண்டியது. அதுவும் சில காலமே. பின்னர் ஒரேயடியாக மறைந்துவிட்டது.

முதல் பார்வையில் இப்படி நடந்திருக்குமா என்று விநோதமாகத் தோன்றும். ஆனால் அதில் விநோதம் ஒன்றுமில்லை. மாறாக, இயற்கையாகவே அது அப்படித்தான் இருந்தது. முதன்முதலில் இந்தக்

கொள்ளையர்கள் கதை அரசு அறிக்கையாகவே எங்களுக்கு வந்தது. அது அமெரிக்காவில் நிச்சயமாக மறு பிரசுரம் செய்யப்படவில்லை. இத்தகவலை அமெரிக்காவில் எங்குமே காண முடியவில்லை. பொதுவாக அரசு அறிக்கைகள் பொதுவெளியில் பகிரப்படாது. ஒரு சிலருக்கு மட்டுமே விநியோகிக்கப்படும். அந்தச் சிலரும் அதைப் படிக்கமாட்டார்கள். இரு நாட்களுக்கு முன்புதான் எனக்கு இந்த அறிக்கையைப் பற்றித் தெரிந்தது. படித்துப் பார்த்தேன். கவர்ச்சிகரமாக இருந்தது. சிறுவனாக நான் படித்த விறுவிறுப்பான விசித்திரக் கதைகள் தற்போது நிஜத்தில்.

அந்த அறிக்கை 1839ல் இந்திய ஆட்சிப் பணியிலிருந்த மேஜர் ஸ்லிமேனால் (Major Sleeman) தயாரிக்கப்பட்டு 1840ல் கல்கத்தாவில் அச்சடிக்கப்பட்டது. சுமாரான அச்சுக்கலைக்கு ஒரு சான்று. ஆனால் தொலைதூரத்தில் இருந்த ஒரு சிற்றூரில் அரசாங்க அச்சு அலுவலகம் இந்த அளவு செயல்பட்டதே சிறப்பான விஷயம்தான். மேஜர் ஸ்லிமேனுக்குக் கொடுக்கப்பட்ட மிகப் பெரிய பொறுப்பு, இந்தியாவிலிருந்த கொள்ளையர்களை ஒழிப்பதுதான். அவரும் அவரது பதினேழு உதவியாளர்களும் அதை வெற்றிகரமாகச் செய்து முடித்தனர். மெட்ராஸ் ஜர்னல் ஒன்றில் கேப்டன் வாலன்ஸி (Captain Vallancey) இவ்வாறு எழுதுகிறார்:

> ‘பயங்கரமாகப் பரவியிருக்கும் இந்தத் தீமை முற்றிலுமாக இந்தியாவிலிருந்து என்று ஒழிக்கப்பட்டு, பெயரால் மட்டுமே அறியப்படுகிறதோ, அன்றுமுதல் கீழைத் தேசத்தில் பிரிட்டிஷ் அரசு நிரந்தரமாக்கப்பட்டுவிடும்.’

இந்தப் பணியின் கடுமையையும் கடினத்தையும் அவர் உணராமலில்லை. ஒருவேளை சாதித்துவிட்டால் பிரிட்டிஷ் ஆட்சிக்குக் கிடைக்கப்போகும் பெரும் புகழையும் மறுப்பதற்கில்லை.

1810ல்தான் இந்தியாவிலிருந்த பிரிட்டிஷ் அதிகாரிகளுக்கு ‘தக்கி’ (Thuggee) பற்றித் தெரியவந்தது. ஆனால் அது எவ்வளவு தூரம் பரவியிருந்தது என்று உணரவில்லை. அதை முக்கியமான விஷயமாகவே கருதவில்லை. அதைக் கட்டுப்படுத்த எந்தவித நடவடிக்கையும் 1830 வரை எடுக்கப்படவில்லை. அந்தச் சமயத்தில்தான் மேஜர் ஸ்லிமேன் யோகன் ஸ்யூவின் கொள்ளையர்

தலைவன் ஃபெரிங்காவைக் கைதுசெய்து அரசுத் தரப்புச் சாட்சியாக்கினார். அவனது வாக்குமூலங்களைக் கேட்டு ஸ்லிமேனுக்கு மயக்கமே வந்துவிட்டது. நம்பவே முடியவில்லை. தனது அதிகார வரம்பிற்குட்பட்ட எல்லாக் குற்றவாளிகளையும் தனக்குத் தெரியும் என்று நினைத்துக் கொண்டிருந்தார் ஸ்லிமேன். அவருக்குத் தெரிந்து திருடன்தான் மிக மோசமான குற்றவாளியே. ஃபெரிங்கா கூறிய பிறகுதான், கைதேர்ந்த கொலைகாரர் கூட்டத்திற்கு நடுவில் தாம் வாழ்ந்து கொண்டிருந்ததை அவர் அறிந்தார்.

இறந்தவர்களை அருகிலேயே புதைத்திருந்தனர் என்பதெல்லாம் கட்டுக்கதைகளாகத் தோன்றியது. 'வந்து பாருங்கள்' என்று ஃபெரிங்கா கூறி, கல்லறையைத் தோண்டி நூற்றுக்கணக்கான உடல்களை எடுத்து, எந்தச் சூழ்நிலையில், யார் கொன்றது என்ற விவரங்களையும் தெரிவித்தான். இது சிறிது தடுமாற வைக்கும் வேலைதான். ஸ்லிமேன் ஒருசில கொள்ளையர்களைப் பிடித்து, சதிசெய்ய முடியாதவாறு முன் ஜாக்கிரதையாக, தனித்தனியாக விசாரணை செய்தார். இந்தியனின் ஆதாரமில்லாத எந்தக் கூற்றையும் அவர் நம்பத் தயாராக இல்லை. ஆதாரங்கள் எல்லாம் ஃபெரிங்கா கூறிய உண்மைகளை நிரூபித்தன. இந்தக் கொள்ளையர்களின் தொழில் இந்தியா முழுவதும் பரவியிருந்ததும் வெளிவந்தது. அதிர்ச்சியடைந்த அரசாங்கம் கொள்ளையர்களுக்கு எதிரான போரைத் திட்டமிட்டு, ஓய்வின்றிப் பத்தாண்டுகள் தொடர்ந்து போராடி அவர்களை ஒழித்துக் கட்டியது. கொள்ளையர்கள் கூட்டம் கூட்டமாகப் பிடிபட்டனர், விசாரணை நடத்தித் தண்டிக்கப்பட்டனர். இந்தியாவின் ஒரு மூலையிலிருந்து மற்றொரு மூலைவரை விரட்டி வேட்டையாடப்பட்டனர். எல்லா ரகசியத்தையும் அரசாங்கம் அவர்களிடமிருந்து தெரிந்துகொண்டது. கூட்டத்திலிருப்பவர் பெயர்களையெல்லாம் குறித்துக்கொண்டனர். பிறந்த ஊர், முகவரி எல்லாம் குறித்துக்கொள்ளப்பட்டது.

இந்த thugs பவானியின் பக்தர்கள். தெய்வத்திற்குக் காணிக்கையாக, யார் வந்தாலும் பலிகொடுத்து விடுவர். இறந்தவரின் பொருட்களைத் தாங்களே வைத்துக்கொள்வர். அந்தக் கடவுளும் சடலத்தைத் தவிர வேறு எதையும் பொருட்படுத்தாது. இந்தப் பிரிவைச் சேர்ந்த ஆண்கள் தீவிரமான சடங்குகளில் ஈடுபட்டனர். பின்னர், புனிதத் துணியால் எப்படி ஒருவரின் கழுத்தை

நெரிக்கவேண்டும் என்பது கற்றுத் தரப்பட்டது. நெடுநாள் பயிற்சிக்குப் பிறகு அந்தச் சடங்கை நடைமுறைப்படுத்த அனுமதிக்கப்பட்டனர். அரைகுறைப் பயிற்சி உள்ளவனால், ஒரு மனிதனைச் சத்தம் வராமல், மூச்சுத் திணறலில்லாமல் முனகலில்லாமல் கழுத்தை நெறித்துக் கொல்லமுடியாது. ஆனால் கைதேர்ந்தவன் ஒரு நொடியில் இதை முடித்து விடுவான். துணியை ஆளின் கழுத்தில் சுற்றி ஒரே முறுக்கு, தலை தொங்கிவிடும். விழிகள் பிதுங்கி நொடியில் எல்லாம் முடிந்துவிடும். திமிற முடியாதபடி தக் (thug) உஷாராக இருப்பான். பலிகடா உட்கார்ந்திருக்கும்போது இதைச் செய்வது சுலபம். அவன் தொழிலுக்கு இந்தியாவைப் போன்றதொரு சிறந்த இடம் இருக்க முடியாது.

பொதுப் போக்குவரத்து வாகனங்கள் இல்லை. வாடகை வண்டிகளும் கிடையாது. பிரயாணி கால்நடையாகவோ மாட்டுவண்டியிலோ குதிரையிலோதான் சென்று வந்தான். தனது சிற்றூரைத் தாண்டியதுமே அவன் வேற்று மனிதனாகி விடுவான். யாருக்கும் அவனைத் தெரியாது. யாரும் அவனைக் கவனிக்கவும் மாட்டார்கள். அவன் நடமாட்டமும் கவனிக்கப்படாது. நகரங்களிலோ கிராமங்களிலோ நிறுத்தாமல் ஊருக்கு வெளியில்தான் தங்குவான். வேலையாட்களை விட்டு, சாமான்கள் வாங்கி வரச் செய்வான். ஒரு கிராமத்திற்கும் இன்னொரு கிராமத்திற்குமிடையே குடியிருப்புகள் இல்லை. அந்த மாதிரி இடங்களில்தான் சுலபமாக மாட்டிக்கொள்வான். பகல் நேர வெப்பத்தைத் தவிர்க்க இரவு நேரத்திலே பிரயாணம் செய்வான். அறிமுகமில்லாத மனிதர்கள் ஒருவருக்கொருவர் துணையாக வருவதுண்டு. பெரும்பாலும் இந்தப் புதியவர்கள் கொள்ளையர்கள்தான்.

பண்ணையார்கள், உள்ளூர் போலிஸ், சிற்றரசர்கள், கிராம அதிகாரிகள், சுங்க அதிகாரிகள் போன்றவர்கள் பல நேரம் கொள்ளையர்களுடன் சேர்ந்து பிரயாணிகளை ஏமாற்றி, துரோகம் செய்து கொன்று பொருட்களைப் பங்கிட்டுக் கொள்வதுண்டு. ஆரம்பத்தில் நிலைமை மிக மோசமாக இருந்தது. அரசாங்கத்தால் குற்றவாளிகளைப் பிடிக்கவே முடியவில்லை. நண்பர்களின் உதவியோடு அவர்கள் தப்பித்து வந்தனர். மிகப் பெரிய துணைக் கண்டத்தில் இப்படியொரு பயங்கரச் சூழ்நிலையில்தான் எவ்விதப் பாதுகாப்புமின்றி, எல்லா இன மக்களும் இரவு நேரத்தில் இருவராக மூவராக குழுவாக, சத்தம் இல்லாமல் தங்களது

தேசத்தின் வர்த்தகத்தைச் சுமந்துகொண்டு சென்று வந்தனர். நகைகள், பணம், பொருட்கள், பட்டுத் துணிகள், பொக்கிஷங்கள், மசாலா பொருட்கள் மற்றும் பலவகை சாமான்கள். கொள்ளையர்களுக்கு இதுதான் சொர்க்கம்.

இலையுதிர் காலம் தொடங்கியதும் முன்னேற்பாட்டின்படி கொள்ளையர்கள் ஒன்று கூடினர். பிற மக்களுக்கு மொழிபெயர்ப்பாளர்கள் தேவைப்பட்டனர். ஆனால் கொள்ளையர்களுக்கு அவசியமில்லை. எவ்வளவு தொலைதூர மாகாணத்தில் பிறந்திருந்தாலும் அவர்களுக்கெனப் பிரத்தியேக மொழியும் ரகசியச் சமிக்ஞைகளும் இருந்தன. அதன் மூலமாகப் பிற கொள்ளையர்களை அறிந்துகொண்டனர். எல்லாருமே நண்பர்கள்தான். இந்தத் தொழிலில் மட்டும் ஜாதி வேறுபாடு, மத வேறுபாடு இல்லவே இல்லை. இஸ்லாமியரும் உயர் ஜாதி கீழ் ஜாதி இந்துக்களும் சகோதரத்துவத்துடன் வாழ்ந்தனர். கூட்டம் கூடியவுடன் பிரார்த்தனை நடத்தப்படும். நல்ல சகுனத்திற்காகக் காத்திருப்பார்கள். சில அறிகுறிகள் மூலம் நல்ல சகுனத்தை வரையறுத்தனர். சில மிருகங்களின் சத்தம் நல்ல சகுனம், சில மிருகங்க்ளின் சத்தம் கெட்ட சகுனம். கெட்ட சகுனம் ஏற்பட்டால் மேற்கொண்டு தொழிலுக்குப் போகாமல் அவரவர் வீடுகளுக்குத் திரும்பி விடுவர்.

கழுத்தை நெரிக்கும் துணியும் வாளும் புனிதச் சின்னங்கள். சந்திக்குமிடத்திற்குச் செல்லும் முன் வீட்டில் வாளை வைத்துப் பூஜை செய்வர். துணியைச் சந்திப்புக் கூடத்தில் வைத்துப் பூஜை செய்வர். கொள்ளைக் கூட்டத் தலைவர்கள்தான் பெரும்பாலும் சடங்குகளைச் செய்வது. ஆனால் 'கேத்'கள் (Kaets) இந்தப் பணிக்குத் தொழில்முறை நெரிப்பவர்களை *('ச்சாவுர்'களை)* (Chaurs) நியமிப்பதுண்டு. கேத்களின் சடங்கு மிகப் புனிதமானது. ஆகையால் அந்தப் பாத்திரங்கள், பிற பண்டங்களை ச்சாவுரைத் தவிர வேறு யாரும் தொடக்கூடாது. கொள்ளையர்களின் வழிமுறைகள் விசித்திரமாக ஜாக்கிரதையுணர்வும் அலட்சியமும் கலந்தவை. திட்டமிட்ட செயலுமுண்டு, திடீர் உந்துதலுமுண்டு. ஆனாலும் இரண்டு விஷயம் ஒருபோதும் மாறவே மாறாது. இரையைப் பின்தொடர்வதில் அசாத்தியப் பொறுமை, தக்கத் தருணம் வந்தால் தயவுதாட்சண்யமின்றிச் செயல்படுத்துவது.

எண்ணிக்கையில் அதிக கவனம் செலுத்தினர். பிரயாணிகளின் எண்ணிக்கையைவிட தங்கள் ஆட்கள்

குறைவாக இருந்தால், அவர்களுக்கு நம்பிக்கையும் துணிவும் வராது. இவர்கள் அதிக அளவிலிருந்தால்தான் வளைத்துப் பிடிக்க முடியும். நேரடித் தாக்குதலில் பொதுவாக ஈடுபட மாட்டார்கள். மக்கள் பாதுகாப்பில்லாமல் இருந்தால் மட்டுமே தாக்குவார்கள். பிரயாணிகள் குழுவில் நெருங்கிப் பழகி அவர்களின் நட்பையும் நம்பிக்கையையும் பெறுவர். திருப்தி ஏற்பட்ட பின் உண்மையான தொழில் ஆரம்பம். சில அடியாட்களைத் தனியே அனுப்பி, இருட்டில் கொல்லத் தகுந்த இடத்தைப் பார்வையிட்டுக் குழி தோண்டி வைக்கச் சொல்வதுண்டு. குறிப்பிட்ட இடத்திற்கு மீதமுள்ளவர்கள் வந்து சேர்ந்ததும் சிறிது ஆசுவாசப்படுத்திக் கொள்ளலாம் என்று அழைப்பர். தலைவன் கண்ணசைவில் சில கொள்ளையர் யாத்திரிகர்கள் முன் அமர்வர். பேசிக்கொண்டே பிறரும் அமர்ந்ததும் கழுத்தை நெரிப்பவர்கள் தயார் நிலையில் உத்தரவை எதிர்நோக்கி யாத்திரிகர்களுக்குப் பின்னால் நிற்பர்.

'புகையிலை கொண்டு வா' என்பதுபோல் யதார்த்தமான சமிக்ஞைதான். சில சமயம் சாதகமான சூழல் வரும்வரை கூடுதல் நேரம் காத்திருக்க நேரும். இதற்கிடையில் சகஜமான உரையாடல், சிலர் மெல்லிய வெளிச்சத்தில் நகர்வது போன்றவை நடைபெறும். அமைதியான இடம் மகிழ்ச்சி தருவதால், மரணம் அவர்கள் பின்னால் நிற்பதை அறியாமல் யாத்திரிகர்கள் சுகமாக ஓய்வெடுத்தனர். காலம் கனிந்தது. உத்தரவு வந்தது. 'புகையிலை கொண்டு வா.' விறுவிறுப்பாக அதே நேரம் அமைதியாக நகர்ந்தனர். ஒவ்வொரு யாத்திரிகனின் பின்னாலிருந்து கொள்ளையர்கள் கைகளைக் கட்டினர். முன்னால் நின்றிருந்தவன் யாத்திரிகனின் காலை இறுக்கிப்பிடித்துக் கொள்ள, பின்னாலிருந்தவன் துணியைக் கழுத்தைச் சுற்றி முறுக்க, தலை தொங்கிவிட்டது. கொடூரம் நடந்துவிட்டது. உடல்களிலிருந்து எல்லாவற்றையும் உருவிப் பின் கல்லறையில் புதைத்துவிட்டு, பொருட்களை மூட்டை கட்டினர். பவானிக்குப் பணிவுடன் நன்றி தெரிவித்து அடுத்த புனிதப் பயணத்தைத் தொடர்ந்தனர்.

யாத்திரிகர்கள் சிறு சிறு குழுக்களாக இருவர், மூவர், நால்வர் என்றே பயணித்தனர். 12 பேர் ஒரு குழுவாகப் பயணிப்பது மிக அரிது. கொள்ளையர்கள் மட்டுமே 10, 15, 25, 40, 60, 100, 150, 200, 250 என்ற ரீதியில் கூட்டமாக நகர்ந்தனர். ஒரு குழுவில் 310 பேர்கூட இருந்ததாகத் தெரிகிறது. அவர்களது எண்ணிக்கையைப் பார்க்கும்போது வேட்டை அதிகமல்ல.

அவசரம் காட்டாமல் யாரை வேண்டுமானாலும் ஏழை, பணக்காரர், குழந்தைகளைக்கூட கொன்றிருக்கின்றனர். அவ்வப்போது பெண்களையும் கொன்றனர். ஆனால் அது பாவமாக, துரதிர்ஷ்டமாகக் கருதப்பட்டது. ஆறு அல்லது எட்டு மாதக் காலம். ஒரு கட்டத்தில் அரை டஜன் பண்டல்கண்ட் குவாலியர் குழு, 712 பேரை மதிப்பிட்டு 210 பேரைக் கொன்றனர். ஒரு சீசனில் மல்வா மற்றும் கந்தேஷ் கும்பல் 702 பேரில் 232 பேரைக் கொன்றது. இன்னொரு சீசனில் பேரார் மற்றும் கந்தேஷ் கும்பல் 963 பேரை மதிப்பிட்டு 385 பேரைக் கொன்றது.

கீழ்காணும் தகவல் 60 பேர் கொண்ட கும்பலின் ஒரு முழு சீசனின் மொத்த எண்ணிக்கைத் தரவு. கும்பலின் தலைவர்கள் குவாலியரைச் சேர்ந்த பிரபலமான சோட்டி மற்றும் ஷேக் நங்கோ ஆகியோராவர்.

‘ஜான்சியின் பூராவிலிருந்து கிளம்பினோம். சரோரா வந்தடைந்ததும் ஒரு யாத்திரிகனைக் கொன்றோம். போபாலுக்கருகில் மூன்று பிராமணர்களைச் சந்தித்தோம், அவர்களைக் கொன்றோம். நெர்புடாவைத் தாண்டினோம். ஹட்டியா என்ற கிராமத்தில் ஒரு ஹிந்துவைக் கொன்றோம். அவுரங்காபாத் வழியாக வாளேகாவ் சென்றோம். முடி திருத்தும் இனத்தைச் சேர்ந்த ஹவில்தாரையும் ஐந்து சிப்பாய்களையும் சந்தித்தோம். மாலை ஜோகுருக்கு வந்தோம். மறுநாள் காலை அவர்களைச் சென்ற வருடம் யாத்திரிகர்களைக் கொன்ற இடத்திற்கு அருகில் கொன்றோம்.

ஜோகுருக்கும் தோளியாவிற்கும் இடையே இடையர் குலத்தைச் சேர்ந்த சிப்பாயைச் சந்தித்தோம். அவனைக் காட்டுப்பகுதியில் கொன்றோம். தோளியா வழியாக ஒரு கிராமத்தைச் சென்றடைந்தோம். இரண்டு மைல் தள்ளி இந்தோர் செல்லும் வழியில் ஒரு பைராகியைச் சந்தித்து தபாவில் கொன்றோம். காலை தபாவிற்குப் பின்னால் மூன்று மார்வாரி பயணிகளைக் கொன்றோம். தப்தி நதிக்கருகில் உள்ள கிராமத்தில் நாலு பயணிகளைக் கொன்றோம். சோப்புரா - டோளியாவுக்கிடையில் ஒரு மார்வாடியைக் கொன்றோம். தோரியாவில் மூன்று மார்வாரிகளை இரண்டு மைல் தூரத்திற்குக் கூட்டிச்சென்று கொன்றுவிட்டோம். மேலும் இரண்டு

மைலுக்கப்பால் பொக்கிஷத்தைச் சுமந்துகொண்டு மூவர் வந்தனர். அவர்களை இரு மைல்கள் அழைத்துச் சென்று காட்டில் கொன்றோம். இந்தோரிலுள்ள க்ஹுூர்கோரே படேசாவுக்கு வந்து கொள்ளையைப் பங்கிட்டுக்கொண்டு பிரிந்துபோனோம்.'

சோட்டி தன்னைக் காப்பாற்றிக்கொள்ள, குற்றத்தை ஒப்புக்கொண்டு இந்தத் தகவலைத் தெரிவித்தான். அவன் கூறியவற்றில் பல விஷயங்கள் குறிப்பிடத்தக்கவை.

1. விரைவாக வேலையை முடிப்பது.
2. உணர்ச்சிகளுக்கு இடம் கொடுப்பதில்லை.
3. ஒரு சிறு குழுவை 60 பேர் கொண்டு தாக்குதல்.
4. விதவிதமான ஆட்கள், விதவிதமான ஆட்டம்.
5. இந்துக்கள், இஸ்லாமியர்கள் எனத் தொழிலில் ஒன்றாகவே இருக்கின்றனர் பவானிக்காக.
6. உயர்ந்த ஜாதியான பிராமணர்களை இருவருமே மதிப்பதில்லை.
7. பைராகியையும் மதிப்பதில்லை.

பிச்சைக்காரன் புனிதமானவன். அதனால் ஒரு சில கும்பல்கள் தொழில் எவ்வளவு மந்தமாக இருந்தாலும் அவனைக் கொல்வதில்லை. மற்ற கும்பலோ அவனையும் கொன்று, எலும்பும் தோலுமாக உடல் முழுவதும் சாம்பல் பூசி நீண்ட ஜடாமுடியுடன் திரியும் நிர்வாண பக்கீரையும் கொன்றுவிடுவர். தனது புனிதத் தன்மையால் காப்பாற்றப்பட்டு விடுவோம் என்று நம்பிய பக்கீர்களும் உண்டு. ஃபெரிங்காவின் தகவல்களில் இப்படியொரு கதையும் வருகிறது. 40 குண்டர்களுடன் வந்து 39 ஆண் மற்றும் ஒரு பெண்ணைக் கொன்ற பின், பக்கீர் ஒருவர் எதிர்ப்படுகிறார்.

'டோரேகோவை நெருங்கியபோது மூன்று பண்டிதர்களும் ஒரு பக்கீரும் குதிரை மேல் வந்துகொண்டிருந்தனர். ஈ மொய்க்கும் அளவுக்குச் சர்க்கரையைப் பூசி இருந்தான். அவனை விரட்டிவிட்டு மீதி மூவரையும் கொன்றேன். டோரேகோவிலிருந்து வெளியேறிய பின் அந்த பக்கீர் மீண்டும் இணைந்துகொண்டான். ரவுஜனா சென்றுகொண்டிருந்தான். வழியில் பம்பாயிலிருந்து நாக்பூர் செல்லும் ஆறு குத்ரிசைக் கண்டோம்.

மீண்டும் பக்கீரைக் கல்லால் அடித்து விரட்டிவிட்டு ஆறு பேரையும் கொன்று புதைத்தோம். அடுத்த நாள் பக்கீர் மீண்டும் வந்தான். அவனை மனாவில் விட்டுவிட்டோம். இரண்டு காஹறரையும் ஒரு சிப்பாயையும் பார்த்தோம். கொல்லப்பட வேண்டிய இடத்திற்கருகே வந்தபோது பக்கீர் மீண்டும் எதிர்ப்பட்டான். நாங்கள் பொறுமை இழந்தோம். குழுவில் இருந்த மிதுவிற்கு ஐந்து ரூபாய் கொடுத்து அவனைக் கொல்லச் சொன்னோம். பாவத்தையும் அவனே ஏற்றுக்கொள்வான். நால்வருமே நெரிக்கப்பட்டனர். பக்கீரின் பொருள்கள் - 30 பவுண்டு மதிப்புள்ள பவளம், 350 சிறிய முத்து மாலைகள், 15 பெரிய முத்துமாலைகள், ஒரு தங்க முலாம் பூசிய அட்டிகை.'

சுவாரசியமான சந்தர்ப்பங்களின் மீது காலம் எவ்வித மாற்றத்தையும் ஏற்படுத்தவில்லை. இதோ இந்தக் கதை, மிகப் பழைய மறந்துபோன கதை. இன்றைய பத்திரிகைச் செய்திக்கு ஈடாக அதே சுவாரசியத்தைத் தருகிறது. ஒவ்வொரு முறை பக்கீர் தப்பிக்கும்போதும் நமது உற்சாகம் கூடுகிறது குறைகிறது. கொஞ்சம் நம்பிக்கை கொஞ்சம் ஏமாற்றம். மறுபடியும் நம்பிக்கை. இறுதியில் எல்லாம் சரியாக நடந்ததும் நமக்குள் ஒரு திருப்தி ஏற்படுவதை உணரலாம். மிதுவைத் தட்டிக் கொடுக்கப்போகும் சமயம் எல்லாமே மறைந்திருக்கும். மிதுவும் கூட்டமும் தூசியாகவும் சாம்பலாகவும் மாறியிருக்கும், மறந்துபோயிருக்கும். மிதுவிற்குப் பாவத்தோடு கூட லாபமும் கிடைத்திருக்குமா அல்லது லாபத்தைப் பங்கு போட்டுவிட்டுப் பாவத்தை மட்டும் முழுவதும் ஏற்றுக்கொள்ள நேர்ந்ததா! இதுகுறித்து அரசாங்க அறிக்கை எதுவுமில்லை. சுவாரசியமான கட்டத்தில் கதை நின்றுவிட்டது.

இந்த அறிக்கைகள் எல்லாம் ஒரே மாதிரிதான். 'சிப்பாயைச் சந்தித்தேன், கொன்றேன். ஐந்து பண்டிதர்களைச் சந்தித்தோம், கொன்றோம். நான்கு ராஜபுத்திரர்களையும் ஒரு பெண்ணையும் கொன்றோம்.' இன்னும் பல. சுவையே இல்லாமல் செல்லும் புள்ளிவிவரம்.

ஆனால் ஃபெரிங்காவின் நாற்பது பேர் கொண்ட கொள்ளையர்களிடம் சில சுவையான கதைகள் இருந்தன. இவர்கள் ஒருமுறை மயானத்தில் ஒளிந்துகொண்டிருந்த ஒரு திருடனைக் கண்டனர். பரவுத்தியைச் சேர்ந்த

தன்ராஜ் சேட்டிடம் 1,100 ரூபாய் திருடிவிட்டான். இவர்கள் அவன் கழுத்தை நெரித்து அந்தப் பணத்தை எடுத்துக்கொண்டனர். இவர்களால் திருடர்களிடத்தில் பொறுமையாக நடந்துகொள்ள முடியாது. பொக்கிஷம் சுமந்துகொண்டு வந்த இருவரைக் கொன்று 4,000 ரூபாய் எடுத்துக்கொண்டனர். செப்புக் காசுகள் கொண்ட மூட்டைகளைச் சுமந்து வந்துகொண்டிருந்த காளை மாட்டு வண்டியிலிருந்த நான்கு ஓட்டுநர்களையும் கொன்று பணத்தை எடுத்துக்கொண்டனர். 500 கிலோவாவது இருக்கும். கை நிறையப் பைசா இருந்தால்தான் ஓர் அணாவாகும். 16 அணாக்கள்தான் ஒரு ரூபாய். அப்போது ஒரு ரூபாயின் மதிப்பு அரை டாலர்தான்.

மீண்டும் பரோடா கதைக்கு வருவோம். 'தி லோஹர்ஸ் ஆஃப் உதய்பூர்' பயணிகளைக் கவனமாக இருக்கச் சொன்னது. காலம் பின்னோக்கிச் செல்லச் செல்ல நாம் இன்னும் ஃபெரிங்காவின் சிரிப்பைப் பார்த்துக்கொண்டிருக்கிறோம். பயணிக்கு என்ன நடக்குமென்று நமக்குத் தெரியும். ராஜாக்களைப் பார்த்துகூட ஃபெரிங்காவிற்குப் பயம் இல்லை. உதய்பூர் ராஜாவின் யானைப் பாகனைக் கண்ட உடனே கழுத்தை நெரித்துக் கொன்றுவிட்டான். இந்த நெடும் பயணத்தில் மொத்தம் நூறு ஆண்கள், ஐந்து பெண்கள் கொல்லப்பட்டனர்.

கொல்லப்பட்டதாக அறிக்கையில் கூறப்பட்டுள்ளோரில் பல்வேறு இனத்தையும் அந்தஸ்தையும் சேர்ந்த மக்கள் இருந்தனர். சிப்பாய்கள், பக்கீர்கள், பிச்சைக்காரர்கள், புனித நீர் சுமப்பவர்கள், தச்சர்கள், தையல்காரர், கொல்லர், போலிஸ், சமையல்காரர், மணமகன், மெக்கா யாத்திரிகர், வேலையாட்கள், குழந்தைகள், மாட்டிடையர், தோட்டக்காரர், கடைக்காரர்கள், பல்லக்குத் தூக்கிகள், விவசாயிகள், மாட்டு வண்டி ஓட்டுபவர்கள், ஆண் வேலைக்காரர்கள், பணி தேடும் பெண் வேலைக்காரர்கள், ஆட்டிடையர்கள், வில்லாளி, வெயிட்டர்கள், நெசவாளர்கள், பாதிரியார்கள், வங்கியாளர்கள், ஓடக்காரர்கள், வியாபாரிகள், புல்வெட்டிகள் போன்றோர் தவிர ராஜாவின் சமையல்காரர், அரசருக்கெல்லாம் அரசர் இந்தியாவின் கவர்னர் ஜெனரலுக்கு நீர் சுமப்பவர் எனக் கொல்வதில்தான் இவர்களுக்கு எவ்வளவு பரந்து விரிந்த ரசனை. ஊர் ஊராக நாடகம் நடத்தும் நடிகர்களைக்கூட கொன்றனர். இதுபோன்று இரு நிகழ்வுகள்

பதியப்பட்டுள்ளன. அதில் ஒரு கொள்ளைக் கூட்டத்தின் தலைவன் கிப்ளிங்கின் அழிவற்ற கவிதையின் தலைப்பான 'கங்கா தின்' என்ற பெயரைக் கொண்டவன்.

> 'நாலு சிப்பாய்களைக் கொன்ற பின் இந்தோரை நோக்கிச் செல்லும்போது நாடகக் குழுவைச் சேர்ந்த நாலு பேர் நடந்துசென்றதைக் கண்டோம். அவர்களது நாடகத்தைக் காண ஆர்வமாக இருப்பதாகக் கூறி அவர்களை எங்களுடன் வரவழைத்து போபாலுக்கருகில் ஒரு கோவிலில் வைத்துக் கொன்றோம்.'

இரண்டாம் நிகழ்வு, தியோகத்தியில் நகைச்சுவை நடிகர்கள் குழுவுடன் இணைந்து, பின்னர் அவர்களை ஊரின் கிழக்குப்புறமாகக் கொன்றுபோட்டனர். இந்தக் கும்பல்தான் மிகவும் மோசமான குழு. அந்தப் பயணத்தில் பக்கீரையும் பன்னிரண்டு பிச்சைக்காரர்களையும் கொன்றுள்ளனர். இருந்தும் பவானி அவர்களைக் காத்தாள். ஒருமுறை ஒரு காட்டுப் பகுதியில் ஒருவனது கழுத்தை இறுக்கிக் கொண்டிருந்தபோது அருகில் கூட்டமாகப் பயணிகள் சென்றுகொண்டிருந்தனர். அதைக் கண்டதும் அந்த மனிதன் சத்தம்போட ஆரம்பித்துவிட்டான். ஆனால் அதே சமயம் பவானி உடனே ஓர் ஒட்டகத்தை அலறவைத்து, மனிதனின் குரல் கேட்காத வண்ணம் செய்துவிட்டாள். அவன் மறுபடியும் கத்த முயற்சிக்கும் முன்னே கொல்லப்பட்டான்.

பசுமாடு இந்தியாவில் புனிதமாகக் கருதப்பட்டது. பசு வளர்ப்பவனைக் கொல்வது மகா பாவம். கொள்ளையர்களுக்கும் இது தெரியும். ஆனால் ரத்தவெறி தலைக்கேறும்போது பசு வளர்ப்பவர்களையும் கொன்றனர். இச்செயலில் ஈடுபட்டிருந்த ஒருவன் கூறியது, 'தக்குகளிடம் இச்செயல் தடை செய்யப்பட்டுள்ளது. இப்படிச் செய்வதால் தீமை வந்துசேரும். நான் இதைச் செய்தபின் பத்து நாட்களுக்கு ஜுரத்தால் உடல்நலமில்லாமல் இருந்தேன். பசுவுடன் இருப்பவனைக் கொன்றால் தீமை வரும் என்று நான் நம்புகிறேன். பசு இல்லாமலிருந்தால் பரவாயில்லை.'

இன்னொருவன் கூறியது, இவன்தான் இடையனின் காலைப் பற்றிக் கொண்டிருந்தானாம். ஆனால் அவனுக்குப் பிரச்சினை இல்லையாம். 'கழுத்தை நெரிப்பவனுக்குத்தான் கெட்டது நடக்கும். 100 பேர் உதவி செய்திருந்தாலும் உதவி செய்பவனுக்கு எந்தக் கெட்டதும் நடக்காது.'

தலைமுறை தலைமுறையாய் இதுபோன்ற கொள்ளையர்கள் ஆயிரக்கணக்கில் இந்தியாவில் செயல்பட்டுக் கொண்டிருந்தனர். கொலை கொள்ளையை அவர்கள் பரம்பரைத் தொழிலாக மகன்களுக்கும் அவர்களது வாரிசுகளுக்கும் கற்றுத் தந்தனர். இத்தொழிலில் 16 வயதுச் சிறுவர்களும் இருப்பார்கள், 70 வயது கொண்ட முதியவரும் இருப்பார்.

இவர்களுக்கு இந்தத் தொழிலில் ஏன் இத்தனை கவர்ச்சி? என்ன உந்துதல்? கொஞ்சம் பக்தி, அதிக லாபம், இதிலிருக்கும் சவால்கள் போன்றவையெல்லாம் இதை மிக முக்கியமான தொழிலாக மாற்றியது. நாவலாசிரியர் மேடோஸ் டைலர் புத்தகத்தில் ஒரு தக் கூறுகிறான், ‘வெள்ளையர்களுக்கு மிருக வேட்டையாடுவது உற்சாகமளிப்பதுபோல், மனிதர்களைக் கொல்வதும் சற்றே பெரிய உற்சாகமூட்டும் விளையாட்டுதான்.’

47

ஒரு தக் கூறுகிறான்:

> ‘ஆங்கிலேயர் எத்தனை பேர் விளையாட்டில் ஆர்வமாக இருக்கிறீர்கள். நாட்கணக்கில் மாதக்கணக்கில் உற்சாகமாக வேட்டையாடுகிறீர்கள். புலி, சிறுத்தை, எருமை, பன்றி எல்லாம் உங்கள் உற்சாகத்தைத் தூண்டி வேட்டையாட வைக்கின்றன. உங்கள் உயிரையே பணயம் வைத்து வேட்டையாடச் செல்கிறீர்கள். எண்ணிப்பாருங்கள், தக்குகளின் ஆட்டம் அதைவிட எவ்வளவு உயர்வானது.’

இதுதானோ அவர்கள் வளர்ச்சியின் ரகசியம். கொலைசெய்வதில் மகிழ்ச்சி. கொல்லப்படுவ்தைக் காண்பதில் மகிழ்ச்சி. நெடுங்காலமாக மனித இனத்தின் குணாதிசயங்கள் இவை. வெள்ளையர்கள் ஓரளவு மாற்றியமைக்கப்பட்ட நாகரிகமென்ற பெயரில் அடங்கியிருக்கும் தக்குகள். ஒரு காலத்தில் ரோமானியர்களைக் கொன்று குவித்து ரசித்தவர்கள். பிறகு பொதுச் சதுக்கத்தில் சந்தேகமுடைய கிறிஸ்தவர்களை, உண்மையான கிறிஸ்தவர்கள் கொன்று குவித்தனர். தற்சமயம் ஸ்பெயினிலும் நைம்ஸிலும் மாடுபிடி சண்டையின் கொடூரத்தையும் ரத்தவெறியோடு ரசித்துக் கொண்டிருக்கிறார்கள். இரு பாலினத்தவரும் எல்லா மதத்தவரும் வாய்ப்பு கிடைத்தால் மாடு பிடி சண்டையை ரசிப்பவர்கள்தான்.

இன்று நாங்கள் மென்மையானவர்களாக முயல் வேட்டையாடுவதுண்டு. சிறிது மேன்மையாகியிருக்கிறோம், ஓரளவு

முன்னேறியிருக்கிறோம். அதுவும் கடுகளவுதான். குறிப்பிடும்படியாகவோ பெருமைப்படவோ ஏதுமில்லை. ஆனாலும் முன்னேற்றம்தான். ஆதரவற்ற மனிதர்களைக் கொல்வதிலும் எரிப்பதிலும் நாங்கள் இன்பம் காண்பதில்லை.

இந்தக் கொள்ளையர்களைப் பார்க்கும்போது நாங்கள் ஓரளவு உயர்ந்திருக்கிறோம். அந்த உயரத்திலிருந்து அவர்களை அலட்சியமாகப் பார்க்கிறோம். பல நூற்றாண்டுகளுக்குப் பின் எங்கள் சந்ததிகள் எங்களை இப்படித்தான் பார்ப்பார்கள். தக்குகள் மனிதர்களை வேட்டையாடியது மகிழ்ச்சிக்காக மட்டுமே என்று புலப்படுகிறது. முயலின் வேதனை எங்களைப் பாதிக்காதது போலவே, கொல்லப்பட்டவர்களின் வலியும் வேதனையும் எந்த அளவும் அவனைப் பாதிக்கவில்லை. நம்பிக்கைத் துரோகம், ஏமாற்றுவது இதற்கெல்லாம் அவர்கள் கூச்சப்படவே இல்லை. நாங்களும் காட்டு மிருகங்கள் போலச் சத்தமெழுப்பி அது நம்பிக்கையுடன் எங்களுக்கு என்னவேண்டும் என்று அறிய நெருங்கி வரும்போது சுட்டுக் கொன்றிருக்கிறோம்.

> ‘நிஹாலின் மகன் மதாரா, நான், ராம்ஜாம் மூவரும் குளிர்காலப் பயணம் கிளம்பினோம். கோட்டீயிலிருந்து இருபது நாட்கள் நெடுஞ்சாலையில் பயணிகளைத் தேடினோம். செலெம்பூரில் ஒரு கிழவரைப் பார்த்தோம். கிழக்கு நோக்கிச் செல்பவர். அவரது நம்பிக்கையைப் பெற்றோம். அவர் வலிமைக்கு மீறிய பெரிய சுமையைத் தூக்கிக்கொண்டு சென்றார். அவரிடம் நான் ‘நீங்கள் முதியவர், எங்கள் ஊரைச் சேர்ந்தவர். உங்கள் சுமையை நான் சுமக்கிறேன்’ என்றேன். அவர் ‘மகிழ்ச்சி, என்னையும் உங்களுடன் கூட்டிச் செல்லுங்கள்’ என்றார். சேலம்பூருக்கு அழைத்து வந்தோம். இரவு அங்கேயே தங்கினோம். அதிகாலை மூன்று மணிக்கு அவரை எழுப்பிப் பயணத்தைத் தொடர்ந்தோம். மூன்று மைல் தூரம் சென்றதும் அவரை ஓய்வெடுக்கச் சொன்னோம். இருளாகவே இருந்தது. மதாரா ஏற்கெனவே தயார்நிலையில் அவர் பின்னாலிருந்து நெரித்துவிட்டான். ஒரு வார்த்தைகூட அவர் பேசவில்லை. அவருக்கு 60 அல்லது 70 வயது இருக்கும்.’

இன்னொரு கும்பல், முடி திருத்துபவர்கள் இருவரை, தங்கள் குழுவிலுள்ள 30 பேருக்கும் சவரம் செய்ய வேண்டியிருப்பதாகக் கூறி அழைத்துவந்தனர். 15 பேர் சவரம் செய்துகொண்டு கூலியையும் கொடுத்துவிட்டு, பிறகு அவர்களைக் கொன்று பணத்தைத் திருப்பி எடுத்துக்கொண்டனர். அடுத்து 42 கொள்ளையர்கள் இரு பிராமணர்களையும் ஒரு கடைக்காரரையும் வீதியில் சந்தித்து அவர்களை மகிழ்விக்க இசை நிகழ்ச்சி ஏற்பாடு செய்தனர். அந்தப் பரிதாப ஜீவன்கள் இசையை ரசித்துக் கொண்டிருந்தபோது அவர்களுக்குப் பின்னால் தயாராக நின்றிருந்தவர்கள் தக்க சமயத்தில் சற்றும் எதிர்பாராதவிதமாக அவர்கள் கழுத்தில் துணியை இறுக்கிக் கொன்றுவிட்டனர்.

சிரத்தையான மீனவனுக்கு வாரத்துக்கு ஒருமுறையாவது மீன்பிடித்தாக வேண்டும். அதுதான் அவனுக்கு உற்சாகம் தரும். புலி வேட்டைக்குச் செல்பவன் 15 நாட்களுக்கு ஒருமுறையாவது ஒரு புலியைச் சுடவேண்டும். இல்லையென்றால் சோர்வடைந்து விடுவான். யானை வேட்டையும் அப்படியே. மாதக்கணக்கில் யானை தென்படாவிட்டால் உற்சாகம் குன்றி அழிந்தேவிடும். வேட்டைக்காரனின் மனத்தில் இருக்கும் இச்சையும் ஆர்வமும் உயர்ந்ததென்றால், இது முற்றிலும் வேறு. இவர்களைப் பார்க்கும்போது வேட்டைக்காரர்களின் பொறுமையும் உற்சாகமும் சிறுபிள்ளைத்தனமானதாகத் தெரிகிறது. பசி, தாகம், களைப்பு, ஏமாற்றம், நம்பிக்கையின்மை, நேர விரயம் எதுவுமே இந்த வேட்டைக்காரர்களின் உற்சாகத்தைக் குறைக்க முடியாது. இவர்களைப் பொறுத்தவரை எல்லாவற்றையும்விட மிகச் சிறந்த உன்னதமான விளையாட்டு, மனித வேட்டைதான். அதனுடன் ஒப்பிட்டால் புலிவேட்டையெல்லாம் பெருமைப்பட்டுக் கொள்ளுமளவுக்கு ஒன்றுமே இல்லை.

எவ்வளவு பொறுமையாக நாட்கணக்கில் இந்தியாவின் வெப்பத்தைத் தாங்கிக்கொண்டு, நாளொன்றுக்கு ஒன்பது அல்லது பத்து மைல் தூரம் நடந்தே சென்று நம்பிக்கையுடன் காத்திருந்து, ரத்த வெறியைத் தீர்த்துக்கொள்கிறார்கள்.

> ‘நானும் ஹைதரும் பயணிகளைக் கொல்லும் நோக்கத்துடன் குடாபூரிலிருந்து புறப்பட்டு ஜாலாலாபாத் கோட்டை வழியாக நியூல்கஞ்ஜ், பங்கர்மோவ் கங்கை நதிக்கரையை அடைந்தோம்.

(100 மைல் தூரம்). திரும்பும்போது வேறு பாதை. ஒரு பயணியையும் காணோம். பவானிகஞ்ஜ் வந்தபோது ஒரு பயணி சிக்கினான். அவன் ஓடக்காரன். இரண்டு மைல் தூரம் கிழக்குத் திசையில் கூட்டிச் சென்றதும் ஹைதர்தான் கழுத்தை நெரித்தான். அந்த ஓடக்காரன் உட்காரவே பயந்ததால் நின்றிருந்தபோது பின்னாலிருந்து கழுத்தை நெரித்துவிட்டான். பிறகு ஒரு நெடும்பயணம். சுமார் 130 மைல் தூரத்தில் ஹசன்பூரில் ஒரு பயணியைச் சந்தித்தோம். அவன் இரவு அங்கேயே கழித்தான். மறுநாள் காலை நாங்கள் அவனைப் பின்தொடர்ந்து அவனது நம்பிக்கையைப் பெற முயன்றோம். இரண்டு மைல் தூரத்தில் அவனை உட்கார வைக்க முயன்றோம். ஆனால் உட்கார மறுத்தான். நாங்கள் யாரென்று தெரிந்துகொண்டான். நடக்கும்போதே கொல்ல முயன்றேன். அதுவும் முடியவில்லை. இருவரும் அவன் மீது பாய்ந்தோம். அவன், 'என்னைக் கொல்லப் போகிறார்கள்' என்று பெருங்குரலெடுத்துக் கத்தினான். ஒரு வழியாக அவனைக் கொன்று கிணற்றில் வீசிவிட்டு வீடு திரும்பினோம். சுமார் ஒருமாத கால 260 மைல் பிரயாணத்தில் இரண்டு பேர் மட்டுமே பலி.'

மற்றொரு உதாரணம். இதுபோன்று பல பயங்கரமான செயல்களைச் செய்த பத்திகான் கூறுவது:

'நானும் வேறு மூவரும் 45 நாட்கள் பயணம் மேற்கொண்டோம். இருநூறு மைல் தொலைவு. பண்டுவா நெடுஞ்சாலையில் பலியாடுகளைத் தேடிப் போனோம். தாவாத்பூர் வழியாகத் திரும்பி வந்தோம். (அதுவும் 200 மைல்.) இந்தப் பிரயாணத்தில் ஒரேயொரு கொலை மட்டுமே செய்ய முடிந்தது. நௌபஸ்ட்கட்டுக்குக் கிழக்கில் ஒரு வயதான பிரயாணி வந்தார். நான், கோஷல் மற்றும் ஹைதர் ஆகியோர் அவர் கூடவே சென்றோம். ராம்பூருக்கு மூன்று மைல் தொலைவில் இருட்டில் தனியான ஓர் இடத்தில் அவரை உட்காரவைத்தோம். நான் அவர் முன் அமர்ந்து பேசிக்கொண்டிருந்தேன். ஹைதர் பின்னாலிருந்து கழுத்தை நெரித்தான். முதியவர் எந்த எதிர்ப்பும் காட்டவில்லை. கோஷல் அவர் தொண்டையிலும் கைகளுக்குக் கீழும் வெட்டினான். உடலை ஒரு நீரோடையில் வீசிவிட்டோம்.

எங்களுக்குத் தலா நாலு அல்லது ஐந்து ரூபாய் கிடைத்தது. வீடு திரும்பினோம். இந்தப் பிரயாணத்தில் ஒரேயொரு கொலைதான்.'

மூன்றுமாத காலம் 400 மைல் பிரயாணம் செய்ததற்குப் பலன், வெறும் இரண்டு டாலர். ஆனால் வேட்டையாடிய சந்தோஷம் மட்டுமே அவர்களுக்குத் திருப்தியானதாக இருந்தது. அவர்கள் புலம்பவேயில்லை.

இந்தப் பெரிய புத்தகத்தில் ஒவ்வொரு இடத்திலும் நாம் காண்பது கீழ்வரும் குறிப்பைத்தான். 'நாங்கள் அவனை உட்காரச் சொன்னோம், அவன் மறுத்துவிட்டான்'. இதுவே முழுக் கதையையும் கூறிவிடும். பிரயாணிக்கு இவர்கள் மேல், 'தனக்குப் பாதுகாப்பாகத் தன் தனிமைப் பயணத்தில் உடன் வருபவர்கள் உண்மையில் பயங்கரக் கொள்ளையர்கள்' என்று தற்செயலாக ஒரு சந்தேகம் ஏற்பட்டிருக்கும். தன்னை உட்கார வற்புறுத்தியதில் சந்தேகம் உறுதியாகியிருக்கும். அவனைக் காப்பாற்றுவார் யாருமில்லை என்று தெரியும். இறுதி முயற்சியாக உட்காருவதை மட்டும் தவிர்த்தான். ஆனால் அது மேலும் படுமோசமான யோசனையாகத்தான் இருந்தது.

மனித வேட்டையின் பெருமையை ருசி கண்டுவிட்டால் அதன் பிறகு ஒருவனால் குற்றமற்ற வாழ்வு வாழ முடியாது என்று பலமுறை நிரூபிக்கப்பட்டுள்ளது. மேலும் ஓர் உதாரணம்.

'கர்நூலைத் தாண்டிச் சென்றோம். அங்கு ஜெனுவா என்ற எங்களது பழைய கூட்டாளியைச் சந்திக்க நேர்ந்தது. அவன் திருந்தி ஆன்மிகவாதியாகி விட்டான். எங்களைச் சந்தித்ததில் பேரானந்தம் கொண்டு பழைய தொழிலுக்குத் திரும்பினான்.'

பணமோ புகழோ பதவியோ ஒரு தக்கை (thug) திருப்திப்படுத்தவே முடியாது. ஒருநாள் எல்லாவற்றையும் உதறிவிட்டு மனித வேட்டையாடப் போய்விடுவான். அவனையே ஒருநாள் பிரிட்டிஷார் வேட்டையாடுவர்.

ராம்ஜாம் உள்ளூர்க் கனவானின் ஏவலுக்கு அழைத்துச் செல்லப்பட்டான். ஐந்து சிற்றூர்களை மேற்பார்வையிடும் அதிகாரம் அவனுக்குத் தரப்பட்டது.

'அந்த மக்களை என் முன்னால் வரவழைத்து நிற்க வைக்கவோ உட்கார வைக்கவோ எனக்கு

அதிகாரம் இருந்தது. நன்றாக உடுத்தினேன். குதிரைச் சவாரி செய்தேன். இரண்டு சிப்பாய்கள் உடனிருந்தனர். ஓர் எழுத்தரும் ஒரு காவலரும் என் கூடவே இருந்தனர். அந்த மூன்று வருடங்களில் ஒவ்வொரு கிராமத்திற்கும் மாதம் ஒருமுறை விஜயம் செய்வேன். யாருமே என்னைக் கொள்ளைக்காரன் என்று சந்தேகிக்கவில்லை. முதலாளி என்னுடன் வியாபாரப் பரிவர்த்தனைக்குக் காத்திருப்பார். நான் நடந்துபோனால் பெரியவர் சிறியவர் அனைவரும் வணக்கம் செய்வர்.'

இந்த மூன்று வருடத்தில் ஒருமுறை ஒரு திருமணத்திற்காக என்று சொல்லி விடுமுறையில் சென்றான். ஆனால் சென்றதோ இன்னும் ஆறு கூட்டாளிகளுடன் சேர்ந்து நெடுஞ்சாலையில் 15 நாட்கள் வேட்டையாட. அவனுக்கு அது திருப்திகரமாகவே முடிந்தது. பிறகு ஒரு ராஜாவின் கீழ் வேலை பார்த்தான். அங்குப் பத்து மைல் தூரம் இவனது கண்காணிப்பில் இருந்தது. 15 மிலிட்டரி ஆட்கள், தேவைப்பட்டால் 2000 பேரைக்கூட அழைக்கும் அதிகாரம் இருந்தது. பிரிட்டிஷார் எப்படியோ இவனைச் சுற்றி வளைத்துப் பிடித்தனர். இவன் சரணடைந்தான்.

'வாள், கேடயம், பலவகைத் துப்பாக்கிகள் என ஆயுதங்கள் ஏந்தித்தான் இருந்தேன். அப்படி இருப்பதையே விரம்பினேன். ஆயுதத்துடன் இருக்கும்போது 40 பேர் எதிரில் நின்றாலும் பயப்படத் தேவையில்லை.'

சரணடைந்தபோதுகூட தன்னை தக் என்றே பிரகடனப்படுத்திக் கொண்டான். பிறகு அதிகாரிகளின் வேண்டுகோளுக்கு இணங்கி, தனது கூட்டாளியான பொஹ்ராமைக் காட்டிக் கொடுக்கச் சம்மதித்தான். பொஹ்ராமின் சாதனைகள் இந்திய அளவில் பிரசித்தம்.

'பொஹ்ராம் தூங்கிக்கொண்டிருந்த இடத்திற்குச் சென்றேன். (பெரும்பாலும் அவன்தான் எங்கள் கூட்டத்தை வழிநடத்துவான்.) அவனை எழுப்பினேன். என்னை நன்றாக அறிந்ததால் என்னுடன் வெளியே வந்தான். நல்ல குளிரான இரவு நேரம். காவலர்களுக்கு இவன் இருப்பிடத்தை வெளிச்சம் போட்டுக் காட்ட, சூடேற்றிக்கொள்ளும் சாக்கில் சில வைக்கோல்களைப் பற்ற வைத்தேன். இருவரும் குளிர் காய்ந்தோம். காவலர்கள் சுற்றி வளைத்தனர்.

'இது பொஹ்ராம்' என்றேன். பூனை சுண்டெலியைப் பிடிப்பதுபோலப் பிடிபட்டான். 'நான், என் தந்தை, பாட்டன் எல்லாருமே கொள்ளையர்கள்தான். நான் பல பேருடன் தொழில் செய்திருக்கிறேன்' என்றான், சிறிதளவுகூட வருத்தமின்றி.'

பலமுறை இந்த அரசாங்க அறிக்கை ஆர்வத்தைத் தூண்டிக்கொண்டே இருந்தது. உதாரணமாக 193 பேர் கொண்ட குழுவின் விவரங்களிலிருந்து ஒரு சிறிய பத்தி.

'லால் சிங் சுபேதார் குடும்பத்துடன் சந்திப்பு நிகழ்ந்தது. ஒன்பது பேர் அடங்கிய குடும்பம். இரு தினங்கள் அவர்களுடனே பிரயாணம் செய்தோம். மூன்றாவது நாள், ஒன்றரை வயதான இரண்டு ஆண் குழந்தைகளைத் தவிர, மற்ற எல்லாரையும் கொன்றோம்.'

அந்தக் குழந்தைகளை என்ன செய்தனர்? பிறகு என்ன நடந்தது? அந்தக் குழந்தைகளையும் கொள்ளையர்களாக மாற்றத் திட்டமா? மாதக்கணக்கில் பிரயாணம் செய்யும்போது, சிறு குழந்தைகளை அவர்களால் எப்படிப் பார்த்துக்கொள்ள முடியும்? குழந்தைகளைப் பற்றி இந்தக் கேள்விகளை யாரும் அக்கறையாகக் கேட்டதாகத் தெரியவில்லை. எனக்குத் தெரிந்துகொள்ள ஆர்வமாக இருந்தது. அக்கறை இல்லாதவர்கள், மனித உணர்ச்சியே இல்லாதவர்கள்.

தங்கள் குடும்பத்திலும் சரி, வெளியிடத்திலும் சரி இதயமே இல்லாமல் நடந்துகொள்வர் என்று அவர்களை நாம் கற்பனை செய்கிறோம். அவர்களுக்கும் தன் சுற்றத்தின் மேல் அன்பும் பாசமும் இருந்தது. இந்த அடிப்படையை வைத்துத்தான் ஒரு பிரிட்டிஷ் அதிகாரி ஃபெரிங்காவைப் பிடிக்கத் திட்டம் போட்டார். அவன் மறைவிடத்தைக் கண்டுபிடித்து, அவனைப் பிடிக்க ஒரு காவலரை அனுப்பினார். ஆனால் அவன் தப்பிவிட்டான். இருப்பினும் குடும்பத்தினரைப் பிடித்து வந்தனர். அம்மா, மனைவி, குழந்தை, சகோதரன் என அனைவரையும் ஜபல்பூருக்கு அதிகாரியிடம் அழைத்து வந்தனர்.

அதிகாரி பதறவில்லை. 'உறவினர்கள் யாவரும் என் பிடியில் இருக்கும்போது, அவன் நெடுந்தூரம் போகமாட்டான்' என்று அதிகாரி உறுதியாகச் சொன்னார். உண்மைதான். சுற்றுப்புறத்தில் பதுங்கியிருந்தானே தவிர நெடுந்தூரம் போகத் துணியவில்லை. ஜபல்பூர் சிறையிலிருந்த

குடும்பத்தாரிடமிருந்து தகவல் சொல்ல உறவினர்களும் நண்பர்களும் இருந்தனர். அதற்காகவே சுற்றுப்புறக் கிராமங்களில் திரிந்துகொண்டிருந்தான் என்பதை அதிகாரி கண்டுபிடித்தார். அவனது இருப்பிடங்களான ஐந்து கிராமங்களிலும் தேடி அவனைப் பிடித்துவிட்டனர்.

குடும்பப் பாசத்திற்கு மற்றுமோர் உதாரணம். ஃபெரிங்கா குடும்பத்தைக் கைது செய்வதற்குச் சில நாட்கள் முன்புதான் ஃபெரிங்காவின் வளர்ப்புச் சகோதரனைக் கைது செய்தனர். 10 பேர் கொண்ட குழுவின் தலைவன் அவன். குற்ற விசாரணை நடத்தியதில் 11 பேருக்கும் தூக்குத் தண்டனை உறுதியானது. தண்டனை நிறைவேறுவதற்கு ஒருநாள் முன்புதான் ஃபெரிங்காவின் குடும்பத்தைச் சிறையில் அடைத்தனர். வளர்ப்புச் சகோதரன் ஜோர்ஹோா தனது வயதான தாயையும் மற்ற குடும்பத்தினரையும் கடைசி முறையாகப் பார்க்கவேண்டும் என்று வேண்டினான். அவனது கோரிக்கை ஏற்கப்பட்டது. மேற்கொண்டு என்ன நடந்தது என்று பிரிட்டிஷ் அதிகாரி கூறுகிறார்.

> ‘காலை, தூக்குமேடைக்குப் போகும் முன் அந்தச் சந்திப்பு நிகழ்ந்தது. அவன் தன் தாயின் பாதங்களில் விழுந்தான். தன்னைப் பாலூட்டி வளர்த்த அன்னைக்குச் செய்யவேண்டிய எந்தக் கடமையையும் செய்யாமல் இறக்கப் போவதற்கு மன்னிப்புக் கோரினான். அன்னை அவன் தலை மீது கை வைத்தாள். அவன் மண்டியிட்டான். அவள் அவனை மன்னித்ததாகவும் தைரியமான ஆண் மகனாக இறக்கும்படியும் கேட்டுக்கொண்டாள்.’

இந்தக் காட்சியை ஓர் ஓவியர் படமாகத் தீட்டியிருந்தால், சோகம் ததும்பும் மனத்தைத் தொடும் உன்னதமான படமாக இருந்திருக்கும். அங்கு மரியாதை இருந்தது. மென்மை, பாசம், விரக்தி, தைரியம், தன்மானம், நன்றியுணர்ச்சி எல்லாம் இருந்தன. எந்தவிதத்திலும் மரியாதைக் குறைவாக இல்லை. அழகான இயல்பான மரியாதையான பிரிவு நிகழ்ச்சி அது. ஒருவன் கொள்ளையன், மற்றொருவர் அவனது தாய். விசித்திரமான மனித எண்ணங்களின் உச்சகட்டம் இது.

இங்கு நான் இன்னொரு விசித்திரத்தைக் குறிப்பிட்டாக வேண்டும். எல்லாக் கொள்ளையர்களின் வாக்குமூலத்திலும் காணும் ஒரே வார்த்தை, ‘கழுத்தை நெரித்துக் கிணற்றில் வீசிவிட்டோம்.’ ஒருமுறை 16 பேரை அப்படி

வீசியிருக்கிறார்கள். அதே கிணற்றில் அதற்கு முன்பும் பலரை வீசியிருக்கிறார்கள். படிக்கவே பயங்கரமாக இருக்கிறது. இன்னொரு ஆச்சரியம், கொள்ளையர்களுக்குத் தனியாகக் கல்லறைகள் உண்டு. யாரையும் கொன்று இங்கும் அங்கும் வீசிவிட விரும்பியதில்லை. பொறுமையாகக் காத்திருந்து காரியம் முடிந்ததும் வழக்கமான கல்லறைப் பகுதிக்கு எடுத்துச் செல்வர். அவர்களது சிறிய ராஜாங்கத்தில் (அயர்லாந்தில் பாதியளவு உள்ள இடம்) 274 கல்லறைத் தோட்டங்கள் இருந்தன. இவை சராசரியாக ஐந்து மைலுக்கு ஒன்று என்ற விகிதத்தில் 1,400 மைல் அளவில் பரவியிருந்தன. பிரிட்டிஷ் அரசாங்கம் ஒவ்வொன்றின் வழியையும் கண்டுபிடித்துக் குறித்துக்கொண்டனர்.

இந்தக் கூட்டம் தங்கள் தேசத்தை விட்டு அதிகம் வெளியில் சென்றதில்லை. எல்லைக்குள்ளேயே வளமாகத் தொழில் செய்தனர். வெளியிலிருந்தும் உதவிக்கு வந்ததுண்டு. வெற்றிகரமான தொழில் வல்லுநர்கள் சிலர் இருந்தனர். நான்கில் ஒருவர் ஏறத்தாழ 300 கொலைகள் செய்திருப்பார். மற்றொருவர் 400. நம்முடைய நண்பர் ராம்ஜாம் 604. அவன்தான் திருமண நிகழ்ச்சிக்குப் போவதாகச் சொல்லிக் கொள்ளையடிக்கச் சென்று, தனது கூட்டாளி பொஹ்ராமை பிரிட்டிஷிடம் காட்டிக் கொடுத்தது.

மிகப் பெரிய பட்டியல் பட்டிகான் மற்றும் பொஹ்ராமுடையதுதான். பட்டிகானின் சாதனை ராம்ஜாமைவிட குறைவுதான். ஆனால் சேவைக் காலத்தில் அவனது சராசரி அதிகமாக இருந்ததால் அவனை முதலிடத்தில் வைத்தனர். இருபது வருடங்களில் 504 கொலைகள். அவன் இளைஞனாக இருந்தபோதே பிரிட்டிஷ் அந்தத் தொழிலை ஒழித்துவிட்டது. பொஹ்ராமின் பட்டியலில் 931 கொலைகள். ஆனால் 40 வருடங்கள். மாதத்திற்கு ஒன்று விகிதம். பட்டிகான் சராசரியாக மாதத்திற்கு இரண்டு. 20 ஆண்டுகள் உபயோகமான வாழ்க்கை.

இதுவரை பாதிக்கப்பட்டவர்களின் பட்டியல் மூலமாக நாம் யூகிப்பது, ‘யாராக இருந்தாலும் தகுந்த பாதுகாப்பில்லாமல் இந்தியச் சாலைகளில் உயிருடன் செல்ல முடியாது’. தக்குகள் அந்தஸ்து, மதம், வயது, இனம் எதையுமே பொருட்படுத்துவதில்லை. பாதுகாப்பின்றி வரும் யாராக இருந்தாலும் கொன்றார்கள். இது முழுவதும் உண்மை. ஆனால் அவர்களது ஒப்புதல் வாக்குமூலங்களில்

ஆங்கிலேயப் பயணி பற்றி ஒரேயொரு இடத்தில் மட்டுமே குறிப்பு உள்ளது. அந்தச் சூழ்நிலை குறித்துக் கூறப்படுவது:

> ‘அவன் பம்பாய்க்குச் சென்றுகொண்டிருந்தான். அவனை நாங்கள் கவனமாகத் தவிர்த்தோம். மறுநாள் காலை இவனது பாதுகாப்பிற்காக வந்த ஏராளமான பயணிகளுடன் பரோடா நோக்கிச் சென்றான்.’

அவன் யார் என்று நமக்குத் தெரியவில்லை. இந்தக் கதையில் திடீரென வந்து மறைந்துவிட்டான். ஆனால் ஆழமாக மனத்தில் பதியக்கூடிய பாத்திரம். இந்த மரணப் பள்ளத்தாக்கில், ஆங்கிலேய அடையாளத்துடன் சலனமின்றித் துணிச்சலாக நடமாடியவன்.

தக்குகள் பற்றிய அதிகாரபூர்வப் புத்தகத்தைப் படித்துப் பார்த்ததில், தக்கி என்பதென்ன, அது எவ்வளவு பயங்கரமானது மற்றும் குரூரமானது என்பவை குறித்து அறிந்தோம். 1830ல்தான் பிரிட்டிஷ் அரசாங்கம் இதையுணர்ந்தது. உள்ளூர் முக்கியஸ்தர்கள், சுங்க அலுவலர்கள், கிராம அதிகாரிகள், உள்ளூர் போலிஸ் போன்றோர் துணையுடன் கொள்ளையர்கள் நாடெங்கும் பரவி, தேசத்தைச் சீரழித்துக்கொண்டிருந்தனர். கொள்ளையர்களைக் காப்பாற்ற அதிகாரிகள் எல்லாரும் பொய் சொல்லத் தயாராக இருந்தனர். மக்கள் பயத்தால் அமைதி காத்தனர். தங்களுக்கு எதுவும் தெரியாது என்று தொடர்ந்து கூறிக்கொண்டிருந்தனர். காலம் காலமாக இந்த நிலைமை நீடித்தது. அசைக்க முடியாத கட்டமைப்பாகவே இது மாறிவிட்டது. வெற்றியடையவே முடியாத ஒரு பணி இருக்குமானால் அது தக்குகளை அழிப்பது மட்டுமே.

ஆனால் இந்தியாவில் எண்ணிக்கையில் குறைந்த ஆங்கிலேய அதிகாரிகள், தங்களது உறுதியான நடவடிக்கையால் இந்தத் தீமையை வேரோடு அழித்தனர். கேப்டன் வாலன்ஸின் வார்த்தைகளை மீண்டும் படிக்கும்போது எவ்வளவு தன்மையாக இருக்கிறது.

> ‘என்று இந்தத் தீமை, பெயரைத் தவிர முற்றிலுமாக இந்தியாவிலிருந்து ஒழிக்கப்படுகிறதோ, அன்று இந்தியாவில் பிரிட்டிஷ் அரசாங்கம் நிரந்தரமாக அமையும்.’

உன்னதமான பணியைச் செய்தவரால், பணிவுடன் வெளிப்படுத்தப்பட்ட வார்த்தைகள்.

48

பம்பாயிலிருந்து அலகாபாத்துக்கு இரவு ரயிலில் பயணித்தோம். பொதுவாகவே பகல் பயணத்தைத் தவிர்ப்பது வழக்கம். ஆனால் ஒரு சிக்கல். இரண்டு கீழ் பெர்த்திற்கு முன்கூட்டியே விண்ணப்பித்து இருந்தாலும், அதை உறுதிசெய்யும் விதமாகப் பயணச்சீட்டோ வேறு ஆதாரங்களோ இருக்காது. ஒதுக்கப்பட்ட இருக்கை என்று ஜன்னலில் குறிப்பிருந்தாலும் யாருக்கு என்ற விவரம் இருக்காது. மற்றவரது பணியாட்கள் வருவதற்கு முன்பாக, நமது சாத்தானும் பார்னேயும் வந்து இரு சோபாக்களிலும் படுக்கையை விரித்துவிட்டு, நாம் வரும்வரை காவலுக்கு நின்றால், எல்லாம் நலம். ஆனால் அவர்களிருவரும் எங்காவது சென்றுவிட்டால், நமது படுக்கைகள் அலமாரியில் திணிக்கப்பட்டு, சோபாவில் வேறொருவரின் படுக்கையை விரித்து, அவருடைய பணியாள் பூதம்போல் காவலிருப்பார்.

படுக்கை வசதிக்குச் சிறப்புக் கட்டணம் ஏதுமில்லை, அதுதான் சிக்கல். பயணச்சீட்டு எடுத்து அதை உபயோகப்படுத்தாவிட்டால் அந்த இடத்தை அடுத்தவர் உபயோகித்துக் கொள்வார். ஆனால் நமக்காக இடம் உறுதிசெய்யப்பட்டு இருந்தால் நாம் பயணம் செய்யும் தினத்தில் வேறு இடம் கிடைக்கும். இதைவிட சிறந்த முறை, நாம் சீட்டை முன்பதிவு செய்வது. கூடுதல் கட்டணமும் அளிக்கும் பட்சத்தில், நான் பிரயாணம் செய்யவில்லையென்றாலும் துறைக்கு நஷ்டம் இல்லை.

தற்போதைய அமைப்பு நல்ல பண்புகளை வளர்க்கிறது, அழிக்கவும் செய்கிறது. சிறு பெண்

ஒருவர் கீழ் பெர்த்தில் இருந்தால், தாமதமாக ஒரு வயதான பெண்மணி வரும்போது தன் இடத்தை வயதானவருக்கு விட்டுத் தருவார். முதியவரும் நன்றியோடு ஏற்றுக்கொள்வார். இது வழக்கமான நிகழ்வு. சில சமயம் மாறி நடப்பதுண்டு. நாங்கள் பம்பாயிலிருந்து கிளம்பும்போது என் மகளின் பள்ளிக்கூடப் பை அவளின் கீழ் பெர்த்தை ஆக்கிரமித்திருந்தது. கடைசி நிமிடத்தில் ஒரு நடுத்தர வயது அமெரிக்கப் பெண்மணி அவரது மூட்டை முடிச்சுகளுடனும் பணியாளர்களுடனும் பெட்டியில் நுழைந்தார். முனகிக்கொண்டும் திட்டிக்கொண்டும் எரிச்சலாகக் காணப்பட்டார். ஒரு வார்த்தை அனுமதிகூட கேட்காமல் என் மகளின் பையைக் கம்பியில் தொங்கவிட்டு விட்டு, அந்த இடத்தில் அமர்ந்துகொண்டார்.

ஒருமுறை நானும் மிஸ்டர் ஸ்மித்தும் ஸ்டேஷனில் இறங்கி நடந்துகொண்டிருந்தோம். திரும்பி வந்ததும்தான் கவனித்தோம், ஸ்மித்தின் படுக்கை அலமாரியில் அடைக்கப்பட்டிருந்தது. ஆங்கிலேயக் காலாட்படை அதிகாரி ஒருவர் படுக்கையை சோபாவில் விரித்து உட்கார்ந்துகொண்டிருந்தார். இதில் மகிழ்ச்சியடைய ஏதுமில்லை. ஆனால், நமக்கு எதுவும் நஷ்டம் இல்லையென்றால், எல்லாருமே பிறரது துன்பத்தை ரசிக்கிறோம். ஸ்மித்தின் வருத்தம் எனக்கு மகிழ்ச்சியைத் தந்தது. உறக்கம்கூட வரவில்லை. நினைத்து நினைத்து மகிழ்ந்தேன். ஸ்மித்தான் இந்த அதிகாரியின் இடத்தை அபகரித்துக்கொண்டார் என்பது எனக்குத் தெரியும். இப்போது ஸ்மித்துக்குத் தெரியாமல் அதிகாரியின் பணியாள் அதே வேலையைச் செய்துவிட்டார். இந்த நிகழ்ச்சியை ஸ்மித் மறக்கவில்லை. வேறு யாரையாவது பழிவாங்கக் காத்திருந்தார்.

கல்கத்தாவில் அவருக்கு அந்தச் சந்தர்ப்பம் வாய்த்தது. ஒருநாள் பயணமாக டார்ஜிலிங் சென்றுகொண்டிருந்தோம். பொது மேற்பார்வையாளர் மிஸ்டர் பார்லே எங்களுக்குச் சிறப்பு ஏற்பாடு செய்திருந்தார். அதனால் ‘நாம் அவசரப்பட்டுப் புறப்படத் தேவையில்லை’ என ஸ்மித் கூறியிருந்தார். எனவே சிறிது காலதாமதமாகவே ரயில் நிலையத்தை அடைந்தோம். இந்திய ரயில் நிலையத்தின் வழக்கமான குழப்பமும் கூச்சலும் இருந்தது. வழக்கத்தைவிட நீளமான ரயில். மக்கள் அதன் கூடவே ஓடிக்கொண்டிருந்தனர். தாமதமாக வந்தவர்கள் அதிகாரிகளை நச்சரித்துக் கொண்டிருந்தனர்.

அவர்களுக்குத் தங்கள் பெட்டி எது என்று தெரியவில்லை. எந்தத் தகவலும் தங்களுக்கு அனுப்பப்படவில்லை என்றனர். பெரும் ஏமாற்றம். எங்களுடன் வந்தவர்கள் பாதிப் பேர் இங்கேயே இருக்கவேண்டியதுதான். இப்பொழுது சாத்தான் ஓடிவந்தான். ஒரு பெட்டியில் ஓர் அலமாரியும் ஒரு சோபாவும் காலியாக இருந்ததாகவும் எங்களது படுக்கைகளை விரித்து, சாமான்களை அடுக்கி வைத்துவிட்டதாகவும் கூறினான். நாங்கள் அந்தப் பெட்டிக்கு ஓடினோம். ரயில் கிளம்பத் தயாராக இருந்தது. கூலிக்காரர்கள் கதவை அறைந்து சாத்திக்கொண்டிருந்தனர். அப்போது, எங்கள் நெருங்கிய நண்பர் ஐஏஎஸ் அதிகாரி தலையை வெளியில் நீட்டிக் கூறினார், "உங்களை எங்கெல்லாமோ தேடிக்கொண்டிருக்கிறேன். இங்கு என்ன செய்கிறீர்கள்? உங்களுக்குத் தெரியாதா..."

நாங்கள் பேசி முடிக்கும் முன் வண்டி கிளம்பிவிட்டது. இப்போது ஸ்மித்தின் வாய்ப்பு வந்தது. அலமாரியில் இருந்த அவரது படுக்கை இடம் மாறி சோபாவுக்கு வந்தது. யாருடையதோ சோபாவிலிருந்த படுக்கை அலமாரிக்குப் போனது. பத்து மணி அளவில் ரயில் எங்கேயோ நின்றது. மிலிட்டரி உடையுடன் ஓர் ஆங்கிலேயர் உள்ளே நுழைந்தார். நாங்கள் இருவரும் உறங்குவதுபோல் நடித்தோம். விளக்கை நிறுத்திவிட்டோம். ஆனால் அந்தப் புதியவரின் ஆச்சரியப் பார்வையைக் கண்டுகொள்ளுமளவு வெளிச்சம் இருந்தது. அங்கே நின்றபடி ஸ்மித்தை உற்று நோக்கினார். சில நொடிகள் கழித்துக் கூறினார், 'அதாவது...'. அவ்வளவுதான்.

அதுவே போதுமானதாக இருந்தது, விஷயம் விளங்கியது. அதன் பொருள், 'இது அநியாயம், இது சாதாரண விஷயமல்ல. இதுபோல நான் ஒருபோதும் அனுபவித்ததில்லை.' தனது பைகள் மேல் அமர்ந்துகொண்டார். சுமார் இருபது நிமிடங்கள் நாங்கள் அவரை கண் இமை வழியாகப் பார்த்துக்கொண்டிருந்தோம். வண்டி குலுங்கியதில் அவரும் இங்கும் அங்கும் ஆடினார். ஒரு ரயில்வே ஸ்டேஷன் வந்தது. 'எப்படியாவது ஒரு கீழ் பெர்த்தைப் பிடிக்கவேண்டும் அல்லது காத்துக்கொண்டிருக்க வேண்டும்' என்று அவர் முனகிக்கொண்டே சென்றார். அவரது பணியாள் அவரது சாமான்களை எடுத்துச் சென்றான்.

மிஸ்டர் ஸ்மித்தின் ஆத்திரம் அடங்கியது, பழிவாங்கிய திருப்தி கிடைத்தது. ஆனால் அவரால் தூங்க முடியவில்லை. என்னாலும் முடியவில்லை. ரயில் பெட்டி மிகப்

பழையதானதால் எல்லாம் தளர்ந்திருந்தது. கழிப்பறைக் கதவு இரவு முழுவதும் அடித்துக்கொண்டே இருந்தது. அதை நிறுத்த நாங்களும் எல்லா வழியையும் முயன்று பார்த்தோம், பலனில்லை. விடிந்ததும் தள்ளாடியபடி எழுந்தோம். வழியில் ஒரு ரயில் நிலையத்தில் காப்பி அருந்தினோம். அருகில் அந்த ஆங்கிலேயர். யாரோ அவரிடம் கூறிக்கொண்டிருந்தார்.

“நீங்கள் வழியில் எங்கும் தங்கவே இல்லையா?”

“இல்லை, கார்டு எனக்கொரு இடத்தைத் தேடித் தந்தார். அது பதிவுசெய்யப்பட்ட இடம்தான், ஆனால் யாரும் வரவில்லை. அதனால் முழுப் பெட்டியும் எனக்கே எனக்கு. ஆஹா, அரண்மனை போல! வாழ்நாளில் இப்படியொரு அதிர்ஷ்டம் எனக்குக் கிடைத்ததில்லை.”

அதுதான் எங்கள் பெட்டி. நாங்களெல்லோரும் ஏறிக்கொண்டோம். அந்த ஆங்கிலேயரை ஒரு நிமிடம் காத்திருக்கச் சொன்னேன். காலாட்படையின் கர்னல் இனிமையானவர். ஸ்மித் அவரது இருக்கையை அபகரித்தது கர்னலுக்குத் தெரியாது. ஸ்மித்துக்கே தெரியாமல் வேலையாள் செய்திருக்கலாமென்று கர்னல் எண்ணினார். எண்ண வைத்தோம்.

பெரிய சிறப்பு ரயில்களைத் தவிர, இந்திய ரயில்கள் அனைத்தும் இந்தியர்களால் மட்டுமே இயக்கப்படுகின்றன. அதேபோல் தபால் தந்தித் துறையும். போலிஸில் கடைநிலை ஊழியர்கள் இந்தியர்களே. எல்லோருமே பழகுவதற்கு இனிமையானவர்கள். ஒருநாள் ஒரு விரைவு வண்டியிலிருந்து இறங்கி, ரயில் நிலையத் திருவிழாவில்

ஜனத்திரள், நீண்ட நடைமேடையில் எல்லாத் திசையிலும் நடந்துகொண்டிருக்கும் இந்தியர்கள், இரைச்சல் என இந்த உற்சாகத்தைப் பார்த்துக்கொண்டிருந்ததில் என்னையே மறந்துவிட்டேன். சுதாரித்துக்கொண்டு திரும்பிப் பார்த்தால் என் ரயில் வேகமாக நகர்ந்துவிட்டது. எங்கள் ஊரில் செய்வதுபோல், 'சரி, அடுத்த ரயிலுக்குக் காத்திருப்போம்' என உட்காரப் போனேன். வேறெதுவும் தோன்றவில்லை. ஆனால் பச்சைக்கொடி வைத்திருந்த இந்திய அதிகாரி ஒருவர், என்னைப் பார்த்துப் பணிவாக, "ஸார், நீங்கள் இந்த வண்டியில் அல்லவா போகவேண்டும்?" என்றார்.

"ஆம்" என்றேன். அவர் கொடியசைத்தார். ரயில் திரும்பி வந்தது. நான் ஏதோ பொது மேற்பார்வையாளர் போல, அவ்வளவு மரியாதையுடன் என்னை ஏற்றிவிட்டார். இந்தியர்கள் பண்பானவர்கள். முகத்திலேயே தெரியும். கெட்ட எண்ணமும் கொடூர மனமும் கொண்ட இந்தியர்களைக் காண்பது அரிது. கிட்டத்தட்ட இல்லவேயில்லை. சில சமயம் 'தக்கிகள் எல்லாம் உண்மையில்லை, கற்பனையோ' என நினைப்பேன். கெட்டவர்கள் உள்ளனர். ஆனால் மிகச் சிலரே. ஒன்று நிச்சயம், அவர்கள்தான் உலகிலேயே புரிந்துகொள்ள இயலாத சுவாரசியமான மனிதர்கள். மிகக் கடினம். அவர்கள் குணம், வரலாறு, மதம், கலாசாரம் எல்லாமே புதிரானவை. முன்னர் இருந்ததை விடவும் இப்போது கூடுதல் குழப்பம்.

ஜாதி, சதி, தக்கி எல்லாம் உண்மையே. அதற்கான காரணங்களை விவரிக்கும்போது நம்மால் ஏற்றுக்கொள்ள முடியாது. இப்படியொரு விசித்திரப் பழக்கம் ஏன் எதற்குத் தோன்றியது என்று நமக்குப் புரியாது. உதாரணமாக, சதி. அது இவ்வாறு விவரிக்கப்படுகிறது. கணவன் இறந்ததும் அவனுடனேயே மனைவி தானும் உடன்கட்டை ஏறுகிறாள். சொர்க்கத்திலும் அவனுடன் இணைந்து மகிழ்ச்சியாக இருப்பாள். குடும்பத்தார் அவளுக்கு ஒரு சிறு நினைவு மண்டபம் அல்லது கோவில் எழுப்பிக் கௌரவிப்பர். அவளது நினைவை எப்போதும் போற்றுவர். ஊருக்குள் அந்தக் குடும்பத்திற்கு நல்ல மரியாதை கிடைக்கும். அந்தப் பெண்ணின் தியாகம் குடும்பத்தாரை, குழந்தைகளை நல்ல முறையில் வாழ வைக்கும். அதுமட்டுமா, இந்த முடிவின் மூலம் அவள் சில பிரச்சினைகளிலிருந்து தப்பித்திருக்கிறாள். அவள் வாழ நினைத்தாலும் சமூகத்தில் மரியாதை இருக்காது, மறுமணம் செய்துகொள்ள முடியாது,

குடும்பத்தார் அவளை வெறுத்து ஒதுக்குவர், நண்பர்கள் இல்லாமல் அனாதையாக நிற்பாள். வாழ்நாள் நரகமாக மாறும்.

இன்னும் விவரங்கள் முடியவில்லை. இப்படியொரு விநோதமான வழக்கம் எங்கிருந்து வந்தது? யாருக்கும் தெரியாது. ஒருவேளை கடவுளின் கட்டளையாக இருக்கலாம். கொடூரமான மரணம் ஏன் தேர்ந்தெடுக்கப்பட்டது, இன்னும் கொஞ்சம் மென்மையான வழி இல்லையா? யாருக்கும் தெரியாது. அதுவும் ஒருவேளை கட்டளையாக இருக்கலாம். உங்களால் இதைப் புரிந்துகொள்ளவே முடியாது. நிச்சயமாக அந்த விதவைப் பெண் சுய விருப்பத்துடன் உடன்கட்டை ஏறினாள் என்பதை ஏற்க முடியாது. சமூகக் கட்டாயத்தை எதிர்க்கத் துணிவின்றி இந்த முடிவைத் தேர்ந்தெடுக்கிறாள். அதையும் உறுதியாகச் சொல்ல முடியாது. வரலாறு வேறு விதமாக இருக்கிறது. மேஜர் ஸ்லிமேன் நெர்புடாவில் அவர் ஆட்சியில் இருந்தபோது நடந்த ஒரு நிகழ்வைத் தனது புத்தகத்தில் குறிப்பிட்டுள்ளார்.

1828 மார்ச் 28 அன்று ஒரு துணிச்சலான முயற்சி எடுத்தார். உச்ச அரசாங்கத்தின் ஆணையின்றித் தன் அதிகாரத்தைப் பயன்படுத்தி, சதி பழக்கத்தைத் தடுக்க முயன்றார். அரசாங்கமே எட்டு மாதங்கள் கழித்து இந்த எண்ணத்தைக் கைவிடுமென்று அவர் அறிந்திருக்கவில்லை. துணிச்சலும் பரிதாப உணர்ச்சியுமே அவரை இதைச் செய்யத் தூண்டியது. தனது மாவட்டத்தில் சதி ஒழிக்கப்படுகிறது என்று பிரகடனப்படுத்தினார். நவம்பர் 24 - செவ்வாய்க்கிழமை உமத்சிங் உபாத்தியா இறந்துவிட்டார். அவர் மாவட்டத்திலேயே மிகவும் மரியாதைக்குரிய மிகப் பெரிய பிராமணக் குடும்பத்தைச் சேர்ந்தவர்.

அவரின் மகன்களும் பேரக்குழந்தைகளும் அவரின் மனைவியை உடன்கட்டை ஏற அனுமதிக்குமாறு ஸ்லிமேனிடம் கோரிக்கை வைத்தனர். யாராவது அந்தச் செயலுக்குத் துணைபோனால் கடுமையாகத் தண்டிக்கப்படுவார்கள் என்று ஸ்லிமேன் எச்சரித்து வீட்டிற்கு போலிஸ் காவலும் போட்டார். அதிகாலையிலிருந்து உபாத்தியாவின் 65 வயது மனைவி நதிக்கரையிலேயே தன் கணவர் உடலுடன் அனுமதிக்காக உட்கார்ந்துகொண்டிருந்தார். அனுமதி கிடைக்கவில்லை. 'நாள் முழுவதும் எதுவும் உண்ணாமல் நதிக்கரையிலேயே

அமர்ந்திருந்தாள்' என்று ஒரே வரியில் அவளை ஸ்லிமேன் வர்ணிக்கிறார்.

மறுநாள் காலை அவரது உடல் ஆயிரக்கணக்கானவர் முன்னிலையில் எட்டுக்கு நான்கு ஆழமான குழியில் எரியூட்டப்பட்டது. அந்த விதவை அப்படியே பாறையில் அமர்ந்திருந்தாள். மகன்களைத் தவிர எல்லாரும் சென்றுவிட்டார்கள். அன்னம் தண்ணீர் இல்லாமல் சுட்டெரிக்கும் சூரியனைப் பொறுத்துக்கொண்டு அப்படியே அமர்ந்திருந்தாள். தோலில் ஒரு போர்வையை மட்டுமே சுற்றியிருந்தாள். அவளை மிகவும் நேசித்த உறவினர்கள் அவளுடனே இருந்தனர். அவளது எண்ணத்தை மாற்றிக்கொள்ளும்படி கெஞ்சினர். அவள் மறுத்துவிட்டாள். பிறகு குடும்பத்தினர் சிலர் பத்து மைல் தொலைவிலிருந்த ஸ்லிமேனின் வீட்டுக்குச் சென்றனர். அவளது முடிவுக்கு அனுமதி தரும்படி கேட்டுக்கொண்டனர். 'எப்படியாவது அந்தப் பெண்ணைக் காப்பாற்ற வேண்டும்' என்று நினைத்தவர் அனுமதி மறுத்துவிட்டார். நாள் முழுவதும் சுடும் வெயிலில் அந்தப் பாறை மேல் உட்கார்ந்துகொண்டு இருந்தாள். இரவெல்லாம் கடும் குளிரிலும் அங்கேயே இருந்தாள். வியாழக்கிழமை அன்று உறவினர்கள் முன்னிலையில் ஒரு சிறு சடங்கு நடந்தது. தலையில் ஒரு சிவப்பு டர்பன் கட்டிக்கொண்டாள். வளையல்களை நொறுக்கிப் போட்டாள். இதைச் செய்ததன் மூலம் சட்டத்தின் கண்களில் அவள் இறந்தவளாகிறாள், தனது ஜாதியிலிருந்து ஒதுக்கி வைக்கப்படுகிறாள். காலை அவள் வாழ நினைத்தாலும் வீட்டிற்குத் திரும்பிச் செல்ல முடியாது. இதுதான் பழைய சம்பிரதாயத்தின் உறுதியான விதிமுறை.

ஸ்லிமேனுக்கு இப்போது பெரும் சிக்கல். அவள் உண்ணாவிரதம் இருந்து இறந்துபோனால் அவள் குடும்பமே பாதிக்கப்படும். மேலும் எரியூட்டிக்கொள்வதைவிட பட்டினி கிடப்பது இன்னும் கொடுமையானது. மாலை அவளைக் காணச் சென்றார். அந்தப் பெண் தலையில் டர்பனுடன் அங்கேயே அமர்ந்திருந்தாள்.

> 'சலனமில்லாமல் என்னுடன் பேசினாள். தன் கணவனின் சாம்பலுடன் தன் சாம்பலைக் கலக்க உறுதியாக இருப்பதாகவும், எனது அனுமதி கிடைக்கும்வரை பொறுமையாகக் காத்திருப்பதாகவும், அதுவரை எதுவும் சாப்பிடாவிட்டாலும் குடிக்காவிட்டாலும் கடவுள் உயிர்ப் பிச்சை

தருவார் என்றும் கூறினாள். 'எனது ஆன்மா என் கணவரின் ஆன்மாவுடன் ஐந்து நாட்களுக்கு முன்பே இணைந்துவிட்டது. அதோ அந்தச் சூரியனுக்கு அருகில் இருக்கிறது. இங்கிருப்பது என் உடல் மட்டுமே. அவரது ஆன்மாவுடன் கலக்கும்வரை இந்தத் துன்பத்தை அனுபவித்துத்தான் தீரவேண்டும். இந்த இளமையின் துன்பத்தை அதிக நாள் நீட்டிக்கமாட்டீர்கள் என்றும் நான் அறிவேன்' என்று சூரியனையும் அமைதியான அந்த நதியையும் பார்த்துக்கொண்டு சொன்னாள்.'

அந்தப் பெண்மணியைக் காப்பாற்றுவது தனது கடமை மற்றும் ஆர்வம் என்றும் ஸ்லிமேன் கூறினார். குடும்பத்தாரைக் கொலைப் பழியிலிருந்து காப்பாற்றியாக வேண்டும் என்றார். அதற்கு அவள், கூறினாள்:

'அந்த மாதிரி பழி அவர்கள் மேல் விழாது. ஏனெனில் அவர்கள் நல்ல குழந்தைகள். என்னை எப்படியாவது வீட்டிற்குக் கூட்டிச்சென்று தங்களுடன் வாழவைக்க வேண்டும் என்றே விரும்பினர். நான் ஒத்துக்கொண்டால் பாசத்தோடும் மரியாதையோடும் கூட்டிச் செல்வர். ஆனால் அவர்களுக்குச் செய்யவேண்டிய கடமை முடிந்துவிட்டது. இனி நீங்கள் அவர்களைப் பார்த்துக்கொள்ளுங்கள். நான் என் கணவருக்குச் சேவை செய்யச் செல்கிறேன். உமேத் சிங் உபாத்தியா சிதையிலிருந்த அவரது சாம்பலுடன் என்னுடையது ஏற்கெனவே மூன்று முறை கலந்துவிட்டது.'

அவர்களிருவரும் இந்தப் பூமியில் பல பிறவிகளில் கணவன் மனைவியாக வாழ்ந்ததாகவே அவள் நம்பினாள். அதனால்தான் இப்படி விசித்திரமாகக் கூறினாள். வளையல்களை உடைத்துச் சிவப்பு டர்பனைக் கட்டிக்கொண்டதன் மூலம் தன்னைச் சடலமாகவே கருதினாள். இல்லையென்றால் தன் கணவன் பெயரை உச்சரித்திருக்க மாட்டாள். அது அவமரியாதை. இத்தனை ஆண்டுகால வாழ்க்கையில் இன்றுதான் முதல்முறையாக அவள் தன் கணவன் பெயரைக் கூறுகிறாள். இந்தியாவில் உயர்ந்தவரோ தாழ்ந்தவரோ எந்தப் பெண்ணும் கணவன் பெயரைக் கூறுவதில்லை.

மேஜர் ஸ்லிமேன் எல்லாவிதத்திலும் முயன்று பார்த்தார். நதிக்கரையில் மூதாதையர்களின் கோவில்களுக்கருகில்

அவளுக்கு ஒரு நல்ல வீடு கட்டித் தருவதாகக் கூறினார். சம்மதித்தால் இலவசமாகவே நிலம் தருவதாக உறுதியளித்தார். மறுத்தால் அவள் இறந்த பின் எந்தக் கட்டடமும் அங்குக் கட்ட முடியாமல் செய்வேன் என்றார். புன்னகையோடு அந்தப் பெண் கூறினார்:

> ‘நாடி அடங்கிவிட்டது, ஆன்மா பிரிந்துவிட்டது. இப்போது எரிவதால் எந்த வேதனையும் இல்லை. நம்ப முடியவில்லையா? நெருப்பை மூட்டுங்கள், இந்தக் கரங்கள் எனக்கு எந்த வலியும் தராமல் எரிவதைப் பாருங்கள்.’

இனியும் அவள் எண்ணத்தை மாற்ற முடியாது என்று ஸ்லிமேன் உணர்ந்தார். குடும்பத்தினர் அனைவரையும் வரவழைத்தார். இந்தக் குடும்பத்தில் இத்துடன் சதியை ஒழிப்பதாக எழுதிக் கையெழுத்திட்டுத் தந்தால், அவள் எரிந்து சாம்பலாவதற்கு அனுமதியளிப்பதாகக் கூறினார். குடும்பத்தினர் ஒத்துக்கொண்டனர். பேப்பரில் எழுதிக் கையெழுத்திட்டனர். சனிக்கிழமை மதியம் அந்தப் பெண்மணிக்குத் தகவல் சொல்லப்பட்டது. அவள் மிகவும் மகிழ்ந்தாள். நீராடி முடித்து மூன்று மணிக்கு எல்லாம் தயாராக இருந்தாள். குழியில் நெருப்பு மூட்டப்பட்டு விட்டது. நான்கு நாட்களாக உணவில்லை, எதுவும் குடிக்கவில்லை. பாறையிலிருந்து இறங்கி நதிக்கரைக்கு வந்தாள். போர்வையைப் புனித நீரில் நனைத்துத் தன்னைச் சுத்தப்படுத்திக் கொண்டாள். மகனும் மருமகனும் கைத்தாங்கலாக அவளைக் குழிக்குக் கூட்டி வந்தனர். 150 அடி தூரம்.

> ‘நான் காவலர்களை நியமித்திருந்தேன். வெளியாட்கள் யாரும் வருவதற்கு அனுமதியில்லை. அமைதியாக மகிழ்ச்சியான முகத்துடன் மேல் நோக்கிப் பார்த்துக் கேட்டாள், ‘ஏன் என்னை ஐந்து நாட்கள் உன்னிடமிருந்து பிரித்து வைத்தனர்?’ காவலர்கள் இருந்த பகுதிக்கு வந்ததும் அவளுடன் வந்தவர்கள் நின்றனர். அவள் அந்தக் குழியைச் சுற்றி வலம் வந்தாள். சிறிது நின்று பிரார்த்தனை செய்துவிட்டு, பூக்களைத் தீயில் வீசினாள். நிதானமாகச் சென்று தீயின் நடுவிலமர்ந்து கோச்சில் அமர்வதுபோல் வசதியாகச் சாய்ந்துகொண்டாள். எவ்வித அலறலோ, வேதனையை வெளிப்படுத்தும் சிறு உணர்வுகளோகூட இல்லாமல் எரிந்தாள்.’

மிக உன்னதமாக அழகாக இருந்தது. மரியாதையையும் கௌரவத்தையும் கட்டாயப்படுத்துகிறது. சுதந்திரமாக வற்புறுத்தலில்லாமல், எத்தனையோ காலத்திற்கு முன் தொடங்கிய ஒரு பழக்கம் இன்றும் தொடர்கிறதென்றால் அந்த அற்புதமான சக்தி, நம்பிக்கை. நம்பிக்கை மட்டுமே எந்தவொரு பழக்கத்தையும் காலம் காலமாகக் கடைப்பிடிக்க வைக்கிறது. ஆனால், முதன்முதலில் விதவைகள் சதியை எப்படி ஏற்றுக்கொண்டார்கள் என்பது நமக்குப் புரியாத புதிர்தான்.

'சதி சமயத்தில் இசைக்கருவிகள் வாசிக்கப்படும்' என்று ஸ்லிமேன் கூறுகிறார். அது உடன்கட்டை ஏறுபவரின் அலறலை மட்டுப்படுத்தவே என்றது ஆங்கிலேயப் பார்வை. ஆனால் வேறு காரணம் இருந்தது. இறக்கும் தறுவாயில் வருங்காலம் குறித்து ஆருடம் கூறுவாராம். சில சமயம் எதிர்மறை நிகழ்வுகளும் கூறப்படுவதால், யாருக்குக் கூறப்படுகிறதோ அவருக்கு வரப்போகும் துரதிர்ஷ்டம் பற்றிய செய்தி காதில் விழாமல் தவிர்க்கவே இன்னிசை முழக்கம் என்கின்றனர்.

49

அதுவொரு நீண்ட பயணம். பம்பாயிலிருந்து கிழக்கே அலகாபாத் நோக்கி இரண்டு இரவுகள் ஒன்றரை பகல்கள். ஆனால் சலிப்பாக இல்லை. சுவாரசியமாகவே இருந்தது. இரவுப் பயணம் மட்டும் கொஞ்சம் வசதியாக இருந்தது. அது அந்த பைஜாமாவினால். அதில் கால்சட்டையும் ஜாக்கெட்டும்கூட இருந்தன. பட்டு, கம்பளி, ஏன் உப்புத்தாள் போலச் சொரசொரப்பான கரகரப்பான துணியால்கூட நெய்திருந்தார்கள்.

யானைக் கால்கள், யானையின் இடுப்புச் சுற்றளவு, பொத்தான்கள் இல்லை, நாடா வைத்து இறுக்கிக் கட்டிக்கொள்ள வேண்டும். மேல் சட்டை காற்றோட்டமாக இருந்தது. இரவு சூடாக இருக்கும்போது பைஜாமாவும் கொதித்தது. குளிர்ந்த இரவில் பைஜாமாவும் குளிர்தான். எப்படி இருக்கக் கூடாதோ அப்படி. நானும் முதலில் அணிந்துகொண்டேன், ஆனால் என்னால் தாங்க முடியவில்லை. காலை உடைக்கும் இரவு உடைக்கும் பெரிய வித்தியாசமே இல்லை. நைட் கவுன் என்ற சுகமான, சுதந்திரமான கட்டுப்பாடு இல்லாத இரவு ஆடையை விட்டுவிட்டு, இறுக்கமான அழுத்திப் பிடிக்கும் காற்றோட்டமில்லாத இரவு உடையை அணிவதை நினைத்தாலே, மூச்சு திணறுகிறது. ஏற்கெனவே இரவு நேரத்தில் சூடான காற்றில் தோல் எரிச்சல் உண்டாகி ஜுரம் வருவது போலிருந்தது. அதிலும் தூங்கும்போது இடையிடையே வந்த கனவுகள் உறக்கத்தைக் கெடுத்தன. பின்னிரவு உறக்கமும் குளிரால் கெட்டது.

போர்த்திக்கொள்வதிலேயே நேரம் சென்றுவிட்டது. அந்த நேரத்தில் போர்வைகளால் எந்தப் பயனும் இல்லை. மேலே மேலே போர்வை போர்த்திக்கொண்டதால், உள்ளே இருந்த குளிர் வெளியேறவேயில்லை. விளைவு, கால்கள் ஐஸ்போல் ஆயின. புதைக்கும்போது இப்படித்தான் இருக்குமென்று தோன்றியது. பிறகுதான் நான் பைஜாமாவை உதறினேன். சுகமாக உணர்ந்தேன்.

இந்தியாவில் காலைப்பொழுது சீக்கிரமாகவே தொடங்கிவிடும். இரண்டு பக்கங்களிலும் சீராகக் காட்சி தரும் புழுதி படிந்த செம்மண் சாலைகள், குறுகிய சந்துகள், இடையிடையே பச்சை பசேலென்ற மரங்கள். இவையே கிராமங்கள். வழிநெடுகிலும் ஒடிசலான பெண்களும் கறுப்பான ஒல்லியான அரை நிர்வாண ஆண்களும் தங்கள் பணிக்குச் செல்வதைக் காணலாம். பெண்கள் தலையில் பித்தளைத் தண்ணீர்க் குடங்களுடனும், ஆண்கள் மண்வெட்டியுடனும் செல்வார்கள். ஆண் சிறு கந்தலாடையை அணிந்திருப்பான். பட்டி போன்றது. அவனது கறுப்பு உருவத்தில் ஒரு வெள்ளைப் பட்டி. புகைக் குழாயின் நடுவில் சுற்றப்பட்டுள்ள ஒரு வெள்ளிப் பட்டை போல அது இருக்கும். சில சமயம் பெரிய வெள்ளைத் தலைப்பாகை கட்டியிருப்பான். மிஸ் கார்டன் கம்மிங் வர்ணித்தது போலவே 'பெரிய தலைப்பாகையும் ஒரு கைக்குட்டையும்' அணிந்திருப்பவன்.

நாள் முழுவதும் இந்தப் புழுதி படிந்த அழுக்குச் சாலைகளையும் மண் குடிசைகளையும் மரங்களையும் மட்டுமே பார்க்க நேரும்போது, 'இந்தியா ஒன்றும் அழகில்லை' என்று தோன்றும். ஆனாலும் ஏதோவொரு மர்மமான கவர்ச்சி இருக்கிறது. நம்மைக் கட்டிப்போடுவது எதுவென்று சொல்ல முடியாவிட்டாலும், அதை உணர முடியும், ஆழ்மனத்திற்கு என்னவென்று தெரியும். அது வரலாறு. எண்ணற்ற மனிதர்கள் இந்தியாவில் மீண்டும் மீண்டும் ஒவ்வொரு நூற்றாண்டிலும் காலம் காலமாக, காரணமே இல்லாமல் மலர்ந்து வாழ்ந்து உதிர்ந்து மறைந்திருக்கிறார்கள். இந்த எண்ணம்தான் இந்தத் தனிமையான மகிழ்ச்சியற்ற தேசத்திற்குச் சக்தியளித்து, இதன் ஆன்மாவிடம் பேச, நட்புகொள்ளத் தூண்டுகிறது.

ஏளனமாக, பண்பற்றதாக இருந்தாலும், போற்றக்கூடிய வரலாறு இல்லாததால், சோகம் இழையோடும் கிரீன்லாண்டின் பனிப் பாறைக்கும், ஆஸ்திரேலியாவின்

பாலைவனத்திற்கும் பேசுபொருள் இல்லை. மனிதனைப் பற்றி, அவனது புகழ், பெருமை, துன்பம் பற்றிக் கூற எதுவுமில்லை. தங்கள் கறையை அழுக்கை அழகாக மறைத்துப் புனிதமாக்க ஒன்றுமில்லை.

இந்தியக் கிராமங்களில் அழகாக ஒன்றுமில்லை. வெறும் மண் குடிசைகள்தான். அலகாபாத் விமானத்திலிருந்து மண் குடிசை தவிர வேறெதையும் கண்டதாக நினைவில்லை. மண் சுவரின் மேல் அழுக்கு நிறத்தில் அடைக்கப்பட்டிருந்த கூரைகள். மழை பெய்ததில் சில குடிசைகளின் கீழ்ப்பகுதிகள் ஆங்காங்கே இடிந்திருந்தன. மழையால் சிதிலமடைந்த ஓர் ஊர் போலவே அது காட்சியளித்தது. கால்நடைகளும் புழுக்களும் வீட்டுக்குள்ளே நிச்சயம் இருக்கவேண்டும். ஒரு மாடு வீட்டுக்குள்ளே இருந்து வெளியே வருவதையும், இன்னொரு மாடு வெளியே இருந்து வீட்டுக்குள்ளே செல்வதையும் நான் பார்த்தேன். நான் பார்த்தபோது கிராமவாசி சொறிந்துகொண்டிருந்தான். கடைசியாக இப்போது நான் சொன்னது அப்போதைய ஒரு குறிப்பாகத்தான் இருக்கவேண்டும் என்றாலும், அதற்கொரு மதிப்பு இருக்கிறது. ஒரு கிராமத்தில் ஒன்றிரண்டு சிதிலமடைந்த கோவில்கள் இருந்தன. அவை வழிபாட்டு விக்கிரகங்கள் கொள்ளுமளவுக்குப் பெரியவை. பூசாரியை நன்கு கவனித்துக்கொள்ளும், வசதியாக வாழவைக்கக்கூடிய சம்பிரதாயம் கோவிலில் இருந்தது.

இஸ்லாமியர்கள் இருந்த பகுதியில் பரிதாபமான நிலையில் அதுவும் ஊருக்கு வெளியே கல்லறைகள் கவனிக்கப்படாமல் இருந்தன. மேஜர் ஸ்லிமேன் தனது புத்தகத்தில் நிறையக் கிராமங்களைப் பற்றிக் கூறியதால் எனக்கு ஆர்வம் ஏற்பட்டது. குறிப்பாக வேலைகளில் உள்ள பிரிவுகளைப் பற்றி அவர் கூறுகிறார். ‘இந்தியாவின் அடையாளமே கிராமங்கள்தான். மொத்த ஜனத்தொகையில் 90% பேர் விவசாயத் தொழில் செய்பவர்கள். பெரும்பாலும் விவசாயிகள்தான் இந்தக் கிராமங்களில் குடியிருப்பவர்கள். இவர்கள்தான் அந்தக் கிராமத்தையே பாதுகாப்பவர்கள். இவர்கள் தவிர, மெக்கானிக்கைப் போல, ஏற்படுத்தப்பட்ட சில கிராம உதவியாளர்களும் அங்கே இருப்பார்கள். பொதுவாக இவர்களுக்குக் கிராமமே பெரும்பாலும் சம்பளம் தரும். இது ஒரு குடும்பத்தில் தந்தையிடம் இருந்து மகனுக்கு என்று வழிவழியாகத் தொடர்ந்து வரும்’ என்று சொல்லும் ஸ்லிமேன் அவர்களைப் பட்டியலிடுகிறார்.

பூசாரி, கொல்லர், தச்சன், கணக்கர், வண்ணான், கூடை முடைபவர், குயவர், முடி திருத்துபவர், சக்கிலியர், நெசவாளர், சாயம் தோய்ப்பவர் மற்றும் பலர். சூனியக்காரர்கள் (மாயமந்திரம் செய்பவர்கள்) பலர் உண்டு. 'சூனியக்காரர்கள் இல்லாத வீட்டில் தன் பெண்ணை மணமுடித்துத் தருவது நல்லதல்ல' என்று எண்ணிய காலமது. ஏனென்றால் வருங்காலத்தில் குழந்தைகளைப் பிற சூனியக்காரிகளிடமிருந்து காப்பாற்ற நம் வீட்டிலும் சூனியக்காரர் ஒருவர் இருக்கவேண்டும் என்பது நம்பிக்கை.

மருத்துவச்சி தொழில் பரம்பரையாகக் கூடை முடைபவரின் குடும்பத்தில்தான். அவளுக்குத் திறமையும் அறிவும் இல்லாவிட்டாலும் அவளுடைய தொழில் அதுதான். கூலி அதிகம் இல்லை, ஆண் குழந்தைக்கு 25 சென்ட்கள். அதில் பாதி பெண் குழந்தைக்கு. பெண் குழந்தை விரும்பத் தகாதது, வளர்ப்பதில் செலவு அதிகம். கொஞ்சம் வளர்ந்து உடை உடுக்கத் தொடங்கியதுமே திருமணம் செய்யாவிட்டால் அவமானம். திருமணம் செய்துவைப்பதற்குப் பெரும் பொருட்செலவு. பெண்ணின் தந்தைதான் திருமண ஏற்பாடு செய்யவேண்டும் என்பது சம்பிரதாயம். பணப் பற்றாக்குறையால் கடன் வாங்கிக் குடும்பம் ஏழ்மை நிலைக்குச் செல்லும். பின்னர் ஏழ்மையிலிருந்து மீளவே முடியாது.

இந்தப் பயத்திலேயே பெண் குழந்தைகளைக் கொல்வது இந்தியாவில் வழக்கமாகிப் போனது. பிரிட்டிஷ் அரசாங்கம் வந்துதான் அந்தப் பழக்கத்தை ஒழித்தது. 'கிராமங்களில் தெருவில் விளையாடிக் கொண்டிருப்பவர்களில் பெண் குழந்தைகளின் குரல் கேட்கப்படுவதே இல்லை' என்ற ஸ்லிமேனின் வார்த்தைகளில் இருந்து பெண் சிசுக்கொலை எந்த அளவு ஊடுருவியிருந்தது என்பது நன்கு தெரிகிறது.

திருமண விழா ஆடம்பரம் முழு வீச்சில் இந்தியாவில் நடப்பதால், அதன் விளைவாகப் பெண் குழந்தைகளைக் கொல்வது வாடிக்கையானது. ஆனால் அரசாங்கம் கண்காணித்து வருவதாலும் கடும் தண்டனை விதிப்பதாலும் இப்பொழுது சற்றே குறைந்துள்ளது.

இந்தியாவின் சில பகுதிகளில் இன்னும் சில தொழில்களும் உண்டு. அதில் ஒன்று ஜோசியம். எப்பொழுது நாற்று நடவேண்டும், பிரயாணம் செல்லவேண்டும், திருமணம் கைகூடும், குழந்தையைக் கொல்லவேண்டும், மரம்

ஏறவேண்டும், எலி பிடிக்க வேண்டும், அடுத்த வீட்டுக்காரனின் பொருளை அபகரிக்க வேண்டும்... இப்படி எல்லாமே அவர்தான் கூறுவார். ஆனால் அவர் தனது இரவு உணவு என்னவாக இருக்கும் என்பதைக்கூட கூற இயலாதவர். இவரைத் தவிர இரு சிறப்புப் பணியாளர்கள் உண்டு. புலியைத் துரத்துபவர் ஒருவர், ஆலங்கட்டி மழையைத் தடுப்பவர் ஒருவர். ஒருவர் புலி ஊருக்குள் வராமல் காப்பதாகச் சொல்லிக் கூலி பெறுவார். மற்றொருவர் ஆலங்கட்டி மழையைத் தடுப்பார் அல்லது தடுக்காமல் விட்டதற்குக் காரணம் சொல்லி இரண்டுக்குமே ஒரே கூலி வாங்குவார். இந்தியாவில் பிழைக்கத் தெரியாதவன் முட்டாள்.

இந்தியாவில் வர்த்தகச் சங்கம், புறக்கணிப்பு போன்றவை நெடுங்காலமாகவே உண்டு. தோற்றம் இங்கிருந்துதான். துப்புரவுப் பணியாளர் கீழ் ஜாதியிலும் கீழானவன். பிற ஜாதியினருக்கு அவனையும் அவன் பணியையும் பார்த்து அசூயை. அதொன்றும் அவனைப் பாதிப்பதில்லை. அவன் ஜாதி, அவன் பெருமை. இதில் அவமானம் ஏதுமில்லை என்றிருப்பான். ஸ்லிமேன் கூறுகிறார்:

> ‘என் நாட்டு மக்களுக்கும், ஏன் இந்தியாவில் இருப்பவர்களுக்குக்கூட ஒரு விஷயம் தெரியாது. ஒவ்வொரு நகரத்திலும் ஒவ்வொரு சிற்றூரிலும் துப்புரவு செய்யும் ஏகபோக உரிமை குறிப்பிட்ட ஜாதியினருக்குத்தான். அதற்கு அதே இனத்தைச் சேர்ந்த பிற ஜாதியினரின் ஏகோபித்த ஆதரவும் உண்டு. குறிப்பிட்ட பகுதியைக் குறிப்பிட்ட ஆள்தான் துப்புரவு செய்யவேண்டும். வேறு யாராவது அத்துமீறினால் அவர் ஜாதியிலிருந்து ஒதுக்கப்படுவார். அவரது பானையிலிருந்து நீர் குடிப்பது, அவரது குழாயை எடுத்துப் புகைப்பிடிப்பது ஆகியவை கூடாது. மீண்டும் அவர் தனது ஜாதியினருடன் இணைய, ஒட்டுமொத்தக் குழுவுக்கும் விருந்து வைக்கவேண்டும். குறிப்பிட்ட பகுதியில் உள்ளவர் அப்பகுதியைச் சேர்ந்த துப்புரவுப் பணியாளரை இழிவுபடுத்தினால், அவர் மன்னிப்புக் கேட்கும்வரை அவர் வீட்டுக் குப்பையோ கழிவோ அகற்றப்பட மாட்டாது. ஏனெனில் வேறொரு பணியாளரும் தன் எல்லைக்குட்படாத பணியைச் செய்யத் துணியமாட்டார். பொதுமக்கள்

வேறெதையும்விட இவர்களின் அராஜகத்தால்தான் பெரிதும் பாதிக்கப்படுவர்.'

அடிக்குறிப்பாக, மேஜர் ஸ்லிமேனின் புத்தக எடிட்டரான மிஸ்டர் வின்சென்ட் ஆதர் ஸ்மித், 'துப்புரவுத் தொழிலாளர்களின் அராஜகம், இந்தியாவின் சுகாதார வளர்ச்சிக்குத் தடையாக இருக்கும் மிகப் பெரிய சிக்கல்' என்று குறிப்பிடுகிறார். மேலும் அவர் கூறுகிறார்:

'துப்புரவாளர்களை வற்புறுத்த முடியாது. எந்த ஹிந்துவும் இஸ்லாமியரும் அந்த வேலையைச் செய்யமாட்டார். அதேநேரம் பிடிவாதமான துப்புரவுத் தொழிலாளரை அடித்துத் தன்னைக் களங்கப்படுத்திக் கொள்ளவும் மாட்டார்.'

அவர்களது அதிகார வரம்பைக் கற்பனை செய்ய முடியாது, தகர்க்கவும் முடியாது. அவர்களது உரிமைகள் முழுவதுமாக ஏற்றுக்கொள்ளப்பட்டுள்ளன. பால் விநியோகத்திற்குப் பிரித்துக்கொள்ளும் பகுதிகளை அல்லது லண்டன் சாலைத் துப்புரவாளர்களைப் போன்ற சூழல் இங்கு நிலவுகிறது. லண்டனில் 'கிராஸ் ஸ்வீப்பர்' என்ற துப்புரவுப் பணியாளர்கள் எந்தெந்தச் சாலையைச் சுத்தப்படுத்த வேண்டுமென்ற உரிமை, நிர்ணயிக்கப்பட்ட அவனது சகாக்களாலும் அங்கீகரிக்கப்படும். அந்த உரிமைக்குப் பங்கம் வராதபடி பாதுகாப்பாக இருப்பர்.

சில முக்கியச் சாலைகளின் மதிப்பு மிக அதிகம். பெரிய தொகைக்கு விற்கப்படும். நானே பார்த்திருக்கிறேன். ராணுவ,

கடற்படை அலுவலகங்களின் முன் தூய்மை செய்பவன், பணக்கார தென்னாப்பிரிக்கரைப்போல் நாகரிகமாக நடந்துகொள்வான். சாதாரணமாக அவன் முகத்தைப் பார்த்தால் மகளை வளர்த்து ராஜாவிற்கு மணம் முடிக்கப் போகும் தந்தையைப் போன்ற பார்வையிருக்கும்.

'இந்தியாவில் யானைப் பாகன் தொழில்செய்வது இஸ்லாமியரே' என்று ஸ்லிமேனின் புத்தகம் மூலம் தெரியவருகிறது. ஆனால் ஏனென்று தெரியவில்லை. நீர் சுமப்பவனும் இஸ்லாமியரே. காரணம் என்னவென்றால் நீர் நிரப்பும் தோல்பை பசுவின் தோலால் ஆனது. ஹிந்து மதம் 'இறந்த பசுவின் தோலைத் தொடக்கூடாது, அது தீண்டாமை' என்கிறது. புலால் உண்ணுதலும் கூடாது, பிற உயிர்களைக் கொல்வது பாவம். ஹிந்து மதம் நல்ல மென்மையான மதம்தான். ஆனால் அசௌகரியமானது.

புனிதமான நதி, அதில் தண்ணீர் குறைவாக இருக்கும்போது, சதையும் தசைகளும் நாளங்களும் நிறைந்ததாக, மனிதனின் உடற்கூறு போலவே தோற்றமளிக்கும். இந்தப் பயணத்தில் எங்கோ அதுபோல ஒரு நதியைப் பார்த்தோம். அழகான நதி, தாழ்வான கரைகள், இரு கரைக்கும் நடுவில் மணல். ஆங்காங்கே மெல்லிய நரம்புபோலத் தண்ணீர். பாலைவனம் போன்ற மணல்மேடு, திட்டுத் திட்டாகக் காலடித் தடம், இதுபோன்ற நதிகளுக்கு, பூமத்திய ரேகைபோல் இரு கரைகளின் குறுக்கே, நீண்ட ரயில் பாலம் அவசியம். அது இந்தியாவில் உள்ளது. அப்படியொரு பாலம் வழியே அலகாபாத் செல்லவேண்டும். இப்போது நாங்கள் யமுனைப் படுகை மேல் போய்க்கொண்டிருந்தோம். அது நதிப் படுகையல்ல, பெரும்பாலும் வெற்று நிலம்தான்.

அலகாபாத் என்பதற்கு ‘இறைவனின் ஊர்’ என்று பொருள். ஆங்கிலம் அறிந்த தைரியமான தீவிர ஹிந்துப் போராளி பாபு எழுதிய கடிதத்தில் நமக்குக் கிடைத்த மொழிபெயர்ப்பு ‘காட்வில்’ (Godville). பொருத்தமான பெயர். அவ்வளவுதான் கூற முடியும். நாங்கள் முற்பகல் வந்து சேர்ந்தோம். ஓர் ஆள் குறைவு. சாத்தான் அன்று காலை எங்கோ பின்தங்கிவிட்டான். இரவு ஆகியும் எங்களைத் தாண்டிப்போகவில்லை. அவன் இல்லாமல் நிம்மதியாக இருந்தது. உலகம் நித்திரையில் கனவுலகத்தில் மிதப்பதுபோல் தோன்றியது. நான் அந்த நகரத்தைப் பார்க்கவில்லை. ஏனென்று நினைவிலில்லை. ஒரு நிகழ்வு, அந்த நகரத்தை சிப்பாய் கலகத்துடன் தொடர்புபடுத்துகிறது. அது போதுமே ஆர்வத்தைக் கிளற.

அந்த ஊரின் ஆங்கிலேயப் பகுதியைப் பார்த்தேன். விசாலமான வழிகள், அகலமான சாலைகள், மனத்தைக் கவரும் அழகு. அமைதி, சொகுசு, ஓய்வு எல்லாம் தரக்கூடிய இடம். உயரமான சுற்றுச்சுவர் நடுவில் நிழல் தரும் மரங்களுடன் தனிமையான பங்களாக்கள். புகைப்படக் கலைஞர்களும் வியாபாரிகளும் தங்கள் பணி நிமித்தமாக அங்குச் செல்வதுண்டு. ஆனால் வாகனத்தில் அல்ல. இந்திய நகரங்களில் புதியவர்கள் மட்டுமே வண்டிகளில் வருவதுண்டு. ஆங்கிலேயர்களுக்குத் தனி கோச் வண்டிகள் உண்டு. ஒவ்வொரு வண்டிக்கும் வெள்ளைத் தலைப்பாகை கட்டிய கறுப்புக் காவலாளியும் ஓட்டுநரும் உண்டு.

சொற்பொழிவு அரங்கம் பனிப் புயல்போல் காணப்படும். சொற்பொழிவாளர் நாடகம் நடப்பதுபோல் உணர்வார். இந்தியாவிற்குப் பல பெயர்கள் உண்டு. எல்லாமே பொருத்தமாக வர்ணிக்கும் பெயர்கள்தான். முரண்பாடுகளின் தேசம், நுணுக்கமான மூடநம்பிக்கையுடைய பூமி. செல்வச் செழிப்பும் வறுமையும் கொண்டது. ஒளி பொருந்திய நாடு, களையிழந்த நாடு, பஞ்சமும் பிளேக்கும் உள்ள நாடு, கொள்ளையர்களும் விஷம் வைப்பவரும் திரியும் நாடு, நோயாளிகளும் பிச்சைக்காரர்களும் உள்ள நாடு, சதியை ஆதரிக்கும் நாடு, விதவைகளுக்கு மறுவாழ்வு தர முடியாத நாடு, சடலங்களை எரிக்கும் நாடு, கழுகுகளே நினைவிடமாகவும் கல்லறையாகவும் மாறிய நாடு, ஏராளமான கடவுள்கள் இருக்கும் நாடு, எல்லாவற்றிற்கும் மேல் தனியார் வண்டிகள் உள்ள நாடு.

பம்பாயில் துணிக்கடையின் மேற்பார்வையாளர் ஒருமுறை தனி வண்டியில் வேறொருவருக்கு கவுனுக்கு அளவெடுக்க ஹோட்டலுக்கு வந்தார். தற்காலிகமாக இந்தியாவில் தங்க வந்தது நீடித்துக்கொண்டே சென்றது. அவளுக்கும் இங்கேயே இருக்க விருப்பம்தான். லண்டனில் பணிச்சுமை அதிகம். பணி நேரமும் கூடுதல். சிக்கன நடவடிக்கையாக, கடையிலிருந்து தொலைவில் சுமாரான அறைகளிலேயே தங்க வேண்டியிருந்தது. அடிப்படைத் தேவைகளுக்கு எண்ணி எண்ணிச் செலவு செய்தாள். சாதாரண வசதிகள்கூட இல்லை. வண்டிகளைத் தவிர்த்துவிட்டுப் பாதாள ரயிலில், கரிப் புகையை சுவாசித்துக்கொண்டு மூன்றாம் வகுப்பில் வேலைக்குப் போய் வருவாள். சில சமயம் பிற ஆண்கள் மற்றும் பெண்களால் தொல்லைக்குள்ளாவதும் உண்டு. கரிப் புகையைவிட இது மோசம். ஆனால் பம்பாயில் கூலி எப்படியிருந்தாலும் வசதியாக வாழ முடிகிறது. வண்டி வைத்துக்கொள்ள முடிகிறது. லண்டனில் எல்லா வேலையும் தானே செய்தது போய், இப்போது ஆறு வேலையாட்கள் இருக்கிறார்கள். பின்னர் சாதாரண குமாஸ்தாவுக்கு ஒற்றைக் குதிரை பூட்டிய வண்டியிருந்ததை கல்கத்தாவில் கண்டேன். அவர்கள் நடப்பதில்லை.

பெரிய நிறுவன குமாஸ்தாக்களுக்கு விரும்பிய சாதனங்கள் இருந்தன. சரி, அலகாபாத்துக்குத் திரும்புவோம். அடுத்த நாள் அதிகாலை எழுந்தேன். இந்தியாவில், சுற்றுலாப் பயணியரின் உதவியாட்கள் ஹோட்டல் அறையில் தங்குவதில்லை. எஜமானரின் அறை வாசலில்தான் தூங்குவார்கள். தலையோடு கால் போர்த்திக்கொண்டு இரவு முழுதும் வராந்தாவில் படுத்துவிடுவர். யாருடைய வேலையாளும் அறையில் தங்குவதில்லை என நினைக்கிறேன். பங்களா பணியாட்களும் வராந்தாவில்தான். காற்றோட்டமாக இருக்கும். வீட்டைச் சுற்றி வருவர், ஆண்கள்தான். பெண்கள் பற்றித் தெரியாது. ஆயாக்களைத் தவிர யாருமில்லை என நினைக்கிறேன்.

அதிகாலை வராந்தாவைச் சுற்றிவரும்போது வரிசையாய்ப் பணியாட்களைப் பார்த்தேன். ஒரு ஹிந்து, எஜமானர் அழைப்பை எதிர்பார்த்தபடி காத்திருந்தான். மஞ்சள் ஷூவை பாலிஷ் செய்து வைத்துவிட்டுக் காத்திருந்தான். விறைக்கும் குளிரில் சிலைபோலப் பொறுமையாகக் காத்திருந்தான். பரிதாபமாக இருந்தது. அவனிடம், 'இந்தக் குளிரில் நின்று கஷ்டப்பட வேண்டாம்' என்று சொல்லத்

தோன்றியது. யாரும் அதை எதிர்பார்க்கவும் இல்லை. 'கொஞ்சம் நடந்துபோய்ச் சூடேற்றிக்கொள்' என்று சொல்ல நினைத்தேன். ஆனால் எப்படிச் சொல்வது என்று தெரியவில்லை. 'ஜல்தி ஜாவ்' என்று சொல்ல நினைத்தேன். ஆனால் அதன் அர்த்தம் நினைவிலில்லை, அதனால் சொல்லவும் இல்லை. இன்னொரு வாக்கியமும் தெரியும், அதுவும் நினைவுக்கு வரவில்லை. அவனைப் பற்றிய சிந்தனையைக் கலைத்து நான் நகர்ந்தேன். வெறும் காலுடன் அவன் அங்கேயே நின்றுகொண்டிருந்தான். வேறொரு இடத்தில் அமர்ந்து கவனித்துக் கொண்டிருந்தேன். ஒரு மணி நேரமாகியும் துளிகூட அவன் அணுகுமுறை மாறவில்லை. அது பொறுமையா அல்லது அலட்சியமா அல்லது துணிவா, பரிதாபகரமா எது எனத் தெரியவில்லை. ஆனால் எனக்குக் கவலையளித்தது. என் காலைப் பொழுதையும் அது குலைத்தது. சுமார் இரண்டு மணி நேரம் வீணானது. அவனிருந்த இடத்தை விட்டுத் தள்ளிச் சென்றேன். எவ்வளவு நேரம் வேண்டுமானாலும் அவன் தன்னைத்தானே துன்புறுத்திக் கொள்ளட்டும். அவன் நகரவே இல்லை.

மெல்ல மெல்ல அவன் உருவம் நினைவை விட்டு நீங்கியது. எப்பொழுதெல்லாம் இந்தியர்களின் குணங்களைப் பற்றி, அவர்கள் காட்டும் பொறுமையை, அவர்கள் படும் இன்னலைப் பற்றிப் படிக்கிறேனோ அப்போதெல்லாம் இவன் என் நினைவில் வருவான். துன்பப்படும் இந்தியாவின் ஒட்டுமொத்த உருவம் இவன்தான். பல நூறு வருடங்களாகத் துன்பத்திலிருக்கும் இந்தியா, இப்போது நான் கூறப்போகும் இந்த ஒரு வாக்கியத்தை வைத்துத்தான் தன்னைத்தானே

இயக்கி வந்துள்ளது. நான் சொல்ல நினைத்த வார்த்தை, 'ஜல்தி ஜாவ்'.

காலை கோட்டையை நோக்கி நீண்ட பயணம் சென்றோம். பாதித் தூரம் வரை பாதை அழகாக இருந்தது. உயரமான மரங்கள், கிராமத்து வீடுகள், கூட்டமாக மக்கள் வந்து போய்க்கொண்டு சிரித்துப் பேசிக்கொண்டிருந்த கிராமத்துக் கிணறு வழியாக அந்தப் பாதை சென்றது. நல்ல உடற்கட்டுடைய ஆண்கள் தெளிந்த நீரில் தங்களது மினுமினுப்பான உடலை நனைத்தனர். புத்துணர்வூட்டும் காட்சி, சூரியன் தன் வேலையை இந்தியாவின் காலைப்பொழுதில் தொடங்கினான். ஏராளமானோர் நீராடினர். காலை உணவு வேளையல்லவா, ஹிந்துக்கள் குளிக்காமல் உணவருந்துவதில்லை.

ஒரு சாலையில் ஆண் பெண் பக்தர்கள் கூட்டம். கோட்டைக்கு அருகில் புனித நதிகளான கங்கை, யமுனை சங்கமிக்கும் இடத்தில் மதத் திருவிழா. மூன்று புனித நதிகள், ஒன்று அந்தர்வாஹினியாய் யாரும் காணமுடியாதது. தேசம் முழுவதிலிருந்தும் பக்தர்கள் குவிந்தனர். சிலர் மாதக்கணக்கில் பொறுமையாக வெயிலை, தூசியைச் சகித்து, பட்டினியால் துவண்டுபோயிருந்தாலும் தளராத நம்பிக்கையுடன் இங்கேயே தங்கினர். மனத்தில் எல்லையற்ற ஆனந்தம், பாவம் தொலைந்த திருப்தி. எப்பேர்ப்பட்ட பாவத்தையும் களங்கத்தையும் துடைத்துப் புனிதமாக்கும் நதிகள். இறந்து அழுகியதைக்கூட.

நம்பிக்கையின் சக்தி அசைக்க முடியாதது. வயதானவர், உடல் தளர்ந்தவர், இளைஞர், பலமற்றவர்கூட எவ்விதத் தயக்கமும் புலம்பலுமில்லாமல் புனித யாத்திரை வருகிறார்கள். அன்பா பயமா தெரியவில்லை. எதுவானால் என்ன, எங்களைப் போன்ற உணர்ச்சியில்லா வெள்ளையருக்கு, அச்செயல் பெரும் அதிசயம். இதுபோன்ற உயர்ந்த தியாகிகள் எங்களிலும் சிலர் உள்ளனர்; மற்றவரெல்லாம் நெருங்கவே முடியாத மேன்மை. ஆனாலும் ஆத்ம தியாகம் பற்றிப் பேசுவோம். ஆக ஹிந்துக்களின் இந்தக் கலாசாரத்தை மனம் திறந்து பாராட்டுவோம் என நம்புகிறேன்.

ஒவ்வொரு ஆண்டும் இந்த விழாவிற்குச் சுமார் இருபது லட்சம் மக்கள் திரள்கிறார்கள். எத்தனை பேர் வரும் வழியிலேயே இறந்து போவார்களோ தெரியாது. முதுமையால், களைப்பால், நோயால், உணவின்மையால்

எத்தனை பேர் ஊர் திரும்பும்போது இறந்துபோவார்களோ யாருக்கும் தெரியாது. ஆனால் இது மிகப் பிரம்மாண்டம்.

பன்னிரண்டு வருடங்களுக்கு ஒருமுறை வரும் விசேஷமான வருடம். அப்போது யாத்திரிகர்கள் கூட்டம் குவியும். இந்தக் கும்பமேளா பல நூறு வருடங்களாக நடக்கிறது. இந்நிகழ்விற்குப் பிறகு எல்லா நதிகளிலும் புனிதமான கங்கை நதியியின் புனிதத்தன்மையும் கெட்டுவிடும். பிறகு யாத்திரிகர் யாரும் பல நூற்றாண்டுகளுக்கு வரமாட்டார். எவ்வளவு காலம் என்று யாரும் கூறவில்லை. இந்த இடைவெளியில் நதி மீண்டும் புனிதமடையும். அதற்கிடையில் எல்லா விவரங்களையும் பண்டிதர்களாகிய பிராமணர்கள் ஏற்பாடு செய்வர். கிட்டத்தட்ட ஓர் நாணயச் சாலையைத் தற்காலிகமாக மூடுவதுபோல. முதல் பார்வையில் இது எதுவுமே வியாபாரத்தனமாகத் தோன்றாது. ஆனால் இந்தப் பிராமணர்களை நான் நம்பத் தயாராக இல்லை. 'அங்கிள் ரீமஸ்' நாட்டுப்புறக் கதைகளில் வரும் நரிபோல இந்தப் பிராமணர்கள் கும்பமேளா இல்லாத சமயத்தில் வேறு விதத்தில் இந்தியர்களைச் சுரண்டிக்கொண்டிருப்பர். பணத்திற்குப் பஞ்சமில்லை.

மக்கள் நதிகளிலிருந்து புனிதநீரைக் கொண்டுவந்தனர். அதை நாடெங்கும் எடுத்துச்சென்று விற்பனை செய்வதுண்டு. 17ம் நூற்றாண்டைச் சேர்ந்த பிரெஞ்சு யாத்திரிகர் 'டவர்நியர்' (Tavernier) திருமணங்களில் கங்கை நீர் அளிக்கப்படுவதாகக் குறிப்பிடுகிறார். திருமண வீட்டாரின் வசதியைப் பொறுத்து விருந்தினர்களுக்கு ஒன்று அல்லது இரண்டு கிண்ணங்கள் தரப்படும். திருமணங்களில் 2,000 அல்லது 3,000 ரூபாய் வரைகூட இதற்காகச் செலவழிப்பதுண்டு.

கோட்டை பெரிய புராதனக் கட்டடம். பல மதங்களின் அனுபவங்கள் அங்கு உண்டு. தர்பார் மண்டபத்தில் ஒரு பெரிய கல் நிறுவப்பட்டுள்ளது. அது 2000 ஆண்டுகளுக்கு முன்பு, கல்வெட்டு மூலம் புத்த மதத்தைப் போதிக்க நிறுவப்பட்டது. 300 ஆண்டுகளுக்கு முன் ஒரு முகமதிய அரசர் தனது மதத்தின் புனிதத்தைப் பறைசாற்ற இந்தக் கோட்டையை எழுப்பினார். சிதைந்த நிலையில் விக்கிரகங்களுடன் ஹிந்து ஆலயமும் உண்டு. இன்று அந்தக் கோட்டை ஆங்கிலேயருக்குச் சொந்தம். அதில் தேவாலயமும் இருக்கிறது.

கோட்டை உச்சியிலிருந்து புனித நதிகளைக் காணலாம். அவை ஓர் இடத்தில் கூடுகின்றன. வெளிர் நீல யமுனை

தெளிவான நீரோட்டம். கலங்கலான கங்கை வெளிர் மஞ்சள் நிறத்தில் அசுத்தமாக. இந்த இரு நதிகளின் பாதையில் சின்ன ஊர்களும் கூடாரங்களும் காற்றில் படபடக்கும் ஏராளமான கொடிகளும் ஏராளமான யாத்திரிகர்களும் காட்சி தந்தன. வந்தபோது தென்பட்ட அமைதியான இடமல்ல இது. இதில் இறங்கிச் செல்வது தொல்லை. ஆனால் சுவாரசியமாக இருந்தது. பரபரப்பான செயல்பாடுகள், குழப்பம், கூச்சல், கொஞ்சம் பக்தி, கொஞ்சம் வியாபாரம்.

இஸ்லாமியர்கள் வியாபாரம் செய்தனர். இந்துக்கள் வாங்கி வழிபட்டனர். சந்தையும் மதத் திருவிழாவும் ஒன்றுடன் ஒன்று கலந்தவை. நீராடுதல், வழிபடுதல், புனித நீரை அருந்துதல் என எல்லாம் நடந்தன. புனித நீராடித் தங்கள் நோயைக் குணமாக்கிக் கொள்ள, ஒருவேளை இங்கேயே இறக்க நேர்ந்தாலும் சொர்க்கம் நிச்சயம் என்ற நம்பிக்கையுடன், சில நோயாளிகள்கூட நெடுந்தூரம் பல்லக்கில் அமர்ந்து வந்தனர்.

உடல் முழுவதும் சாம்பலைப் பூசிக்கொண்டும் நீண்ட ஜடா முடியில் பசுஞ்சாணம் அப்பிக்கொண்டும்

ஏராளமான சாதுக்கள் இருந்தனர். கோவிலிலிருந்து கிடைக்கும் எல்லாமே புனிதமானவை என்பதால், பசு புனிதமானது. எவ்வளவு புனிதம் என்றால் விவசாயிகள் தங்கள் குடிசைகளைச் சாணத்தால் மெழுகுவர், சுவர்களில் சாணத்தைப் பூசிவைப்பர். அற்புதமான ஒப்பனையுடன் கடவுள் வேடமிட்டுச் சில குடும்பங்கள் அமர்ந்திருந்தனர். துறவியொருவர் ஆடையில்லாமல் வாரக்கணக்கில் இரும்பு ஆணிகள் மேல் அமர்ந்திருந்தார். இன்னொரு துறவி நாள் முழுவதும் கையைத் தூக்கிவைத்து அசையாமல் நின்றுகொண்டிருந்தார். வருடங்களாக இப்படிச் செய்கிறாராம். எல்லாரும் காணிக்கைக்காகத் தங்கள் முன் ஒரு துண்டை விரித்து வைத்திருந்தனர். ஏழையிலும் ஏழைகூட தன்னால் இயன்றதை இவர்களுக்களித்து ஆசி வேண்டினான். இறுதியாக நிர்வாணச் சாதுக்கள் கோஷமிட்டுக்கொண்டே ஊர்வலம் வந்தனர். நான் நொறுங்கிப் போனேன்.

50

பனாரஸ் பயணம் காலைப் பொழுதில் சில மணிநேரம் எடுத்தது. ஒரே தூசிப் படலம். உடல் முழுதும் சாம்பல்போலத் தூசி ஒட்டிக்கொண்டு நம்மையும் சந்நியாசி போலவே காட்டியது. பசுஞ்சாணமும் புனிதத்தன்மையும் இல்லாததே குறை. மதியம் மொகல்சராயில் வண்டி மாறவேண்டும். அதுதானே பெயர்? பனாரஸ் ரயிலைப் பிடிக்க இரண்டு மணிநேரம் அங்குக் காத்திருப்பு. ஒரு கோச் வண்டியைப் பிடித்து நேரே புனித நகரத்தை அடைந்திருக்கலாம். ஆனால் காத்திருப்பைத் தவறவிட்டிருப்போம். பிற நாடுகளில் ரயில் நிலையத்தில் காத்திருப்பது அலுப்பானது, சுவாரசியமற்றது. ஆனால் இந்தியாவில் அப்படி நினைக்கவே கூடாது. உங்களைக் கடக்கும் நிறைய நகையணிந்த ராட்சதக் கூட்டம், விதவிதமான ஆடைகள், சத்தம், நகர்வுக் குழப்பம். நம்புங்கள், இந்த வசீகரத்தை வார்த்தையில் வர்ணிக்க முடியாது.

இந்த இரண்டு மணிநேரக் காத்திருப்பு முடிந்ததே தெரியவில்லை. இன்னுமோர் சுவாரசியம் ஒரு சிற்றரசனின் வருகை. காவலர்கள் தாறுமாறாக உடையணிந்திருந்தாலும், கையில் நாட்டுத்துப்பாக்கியுடன் காட்டுமிராண்டி போலிருந்த ஐம்பது கூலியாட்கள் கூட்டம் பின்தொடர வந்தார். விதவிதமான காட்சியை இதுவரை ரசித்துக் களைத்த நேரத்தில், நடக்கவே முடியாதது நடப்பதுபோல் இந்தச் சிற்றரசனும் அவன் குழாமும் அணிவகுத்துப் போகிறார்கள்.

கிளம்பிவிட்டோம், பனாரஸின் எல்லைக்கு வந்துவிட்டோம். அங்கு மீண்டும் காத்திருந்தோம்.

ஆனால் வழக்கம்போல் ரசிக்க ஏதோவொன்று. சின்ன சின்ன கேன்வாஸ் பெட்டிகள், பல்லக்குகள். வெறும் கேன்வாஸ் பெட்டியில் பார்க்க ஏதுமில்லை. ஆனால் உள்ளே ஒரு மங்கை அமர்ந்திருந்ததால் சுவாரசியம். நாங்கள் அங்குக் காத்திருந்த முக்கால் மணி நேரமும் சுட்டெரிக்கும் வெயிலில் இந்தப் பெட்டிகள் ஓர் ஓரமாக வைக்கப்பட்டிருந்தன. அவற்றில் குலப் பெண்கள் (ஜெனானா பெண்கள்) இருந்தனர். உட்கார்ந்துதான் இருக்கவேண்டும், காலை நீட்ட முடியாது. அவர்கள் அதைப் பொருட்படுத்தவில்லை. வாழ்நாளெல்லாம் இதுபோன்ற சிறைவாசம் அவர்களுக்குப் பழக்கமே. பயணம் செல்லும்போது ரயில் வரைக்கும் இந்தப் பல்லக்கில்தான் வருவர். ரயிலிலும் யார் பார்வையிலும் படாமல் அமர்ந்திருப்பர். இவர்களைப் பார்த்துப் பலர் பரிதாபப்படுவதுண்டு. நானே வருந்தி இருக்கிறேன். ஆனால் நமது உணர்ச்சிக்கு மதிப்பில்லை. நாங்கள் இந்தியாவில் இருந்தபோது நல்ல மனம் படைத்த ஐரோப்பியர்கள் சிலர் இந்த ஜெனானா மகளிர்க்கென்றே ஒரு தனிப் பூங்கா அமைக்கத் திட்டமிட்டனர். அந்தப் பூங்காவில் அவர்கள் தனிமை பாதுகாக்கப்படும். வெளிச்சத்தைப் பார்க்கலாம். சுதந்திரக் காற்றைச் சுவாசிக்கலாம். முக்காடிட்டுக்கொள்ளத் தேவையில்லை. இதையெல்லாம் அவர்கள் அனுபவித்ததே இல்லை.

இந்தத் திட்டத்தின் பின்னிருந்த நல்ல நோக்கங்கள் அங்கீகரிக்கப்பட்டன. ஆனால் ஜெனானா மகளிர் சார்பில் பேசும் அதிகாரம் பெற்றவர்களால் இத்திட்டம் மறுதலிக்கப்பட்டது. அந்தப் பெண்களுக்கும் இத்திட்டம் அதிர்ச்சியளித்ததாகத் தெரிகிறது. அதென்ன, ஐரோப்பியப் பெண்களை ஆபாசமாக உடையணியச் சொல்லி, தனிமையில் பூங்காவில் சந்திக்க அழைப்பது போன்ற திட்டமா? அப்படித்தான் தோன்றியதாம்.

கண்ணியம் என்பது புனிதமான உணர்ச்சிதான், சந்தேகமில்லை. அதேபோல், தன் மதத்தின் புனிதச் சின்னங்கள் சேதப்படும்போது ஒருவன் எவ்வளவு வேதனைப்படுவானோ, அதே அளவு வேதனையும் வலியும் தனது கண்ணியத்தின் விதி மீறப்படும்போதும் அனுபவிப்பான். கண்ணியத்தின் விதிமுறைகள் லட்சக்கணக்கில் உள்ளன. அதை வைத்து லட்சக்கணக்கான விதத்தில் தரம் நிர்ணயிக்கப்படுகிறது. ஆங்கிலேயப் பெண்கள் சுதந்திரமாக முகத்தைக் காட்டினர். ஆனால் முகத்தை மறைத்துக்கொண்ட உயர்ஜாதிப் பெண்கள்கூட

வெகுவாக அவதூறு செய்யப்பட்டதுண்டு என ஸ்லிமேன் குறிப்பிடுகிறார். வெட்கமே இல்லாமல் தங்கள் பெண்களையே இழிவுசெய்வதா என்று அவர்களே கொதித்துப் போயினர்.

எப்போதுமே சட்டம் பேசுபவர் கால்கள்தான் தொடை வரை நிர்வாணமாக இருக்கும். இரண்டு கட்சிகளும் தங்கள் வரையில் அப்பழுக்கற்றவர்கள், கண்ணியமானவர்கள்தான். விதியை நேர்மையாகப் பின்பற்றுபவர்கள்தான். ஆனால் பிறருக்காகச் சிலவற்றை விட்டுக்கொடுத்து, சிலவற்றை ஏற்பதில் சங்கடம். விதிமுறைகள் எல்லாமே முட்டாள்தனமானவை என்று நினைக்கிறேன். இப்போதைய நிலைமையில், நல்ல மனநிலையில் உள்ளவர்கள்தான் மனநலக் காப்பகத்தில் இருக்கமுடியும். மனநிலை சரியில்லாதவர்களை அடைக்கவேண்டுமெனில் கட்டடங்களே பற்றாக்குறையாகும்.

பனாரஸ் எல்லையிலிருந்து விடுதிக்கு நீண்ட தூரப் பயணம் செல்லவேண்டும். சுற்றிலும் சோகமான உயிர்ப்பில்லாக் காட்சிகள். பாழடைந்த கோவில்கள், சிதிலமான கல்லறைகள், இடிந்த மண் சுவர்கள், அழுக்கான குடிசைகள். மொத்த ஊரே ஏழ்மையிலும் முதுமையிலும் வாடும் தோற்றம். விடுதியை அடைந்தோம். அமைதியான வீடு போன்ற இடம் அழகாகவும் சௌகரியமாகவும் இருந்தது. இதைவிட இதன் இணைப்புப் பகுதி நன்றாக இருந்தது. ஒரு மைல் தொலைவில் பெரிய சுற்றுச்சுவரின் நடுவில், பங்களாபோலக் கட்டப்பட்டது. எல்லா அறைகளும் கீழ்த்தளத்தில், சுற்றிலும் வராந்தா.

இந்தியாவில் கதவுகள் உள்ளன. ஆனால் மூடப்படுவதில்லை. சூரிய ஒளியைத் தடுக்கக் கதவில் திரைச்சீலை மட்டுமே இருக்கும். ஆனால் நமது தனிமைக்கு இடையூறு ஏற்படாது. அனுமதி இல்லாமல் ஆங்கிலேயர்கள் உள்ளே வர மாட்டார்கள்.

இந்திய வேலையாட்கள் வருவார்கள், பொருட்படுத்துவதில்லை. காலில் செருப்பில்லாததால் ஓசையில்லாமல் உள்ளே நுழைந்து, நமக்குத் தெரியாமல் நடுக்கூடத்தில் நிற்பர். முதலில் அதிர்ச்சியாகவும் சங்கடமாகவும் இருந்தது, பிறகு பழகிப்போனது.

காம்பௌண்டில் ஒரு மரமிருந்தது. அதில் ஒரு குரங்கு வாழ்ந்தது. முதலில் அந்த மரத்தின் மேல் ஆர்வம்

ஏற்பட்டது. அதன் நிழலில் நின்று பொய் சொல்லமுடியாது என்று கூறியதால், மிகவும் விசேஷமான அரசமரம். அது உண்மையில்லை என்று தெரிந்து ஏமாற்றத்துடன் விலகினேன். அருகில் 'க்ரீச்' சத்தத்துடன் கிணறு. அதில் நீர் இறைத்த இரு எருதுகள். மேற்பார்வையிட்ட உள்ளூர்வாசிகள் தலைப்பாகையும் கைக்குட்டையும் மட்டும் அணிந்திருந்தனர். மரமும் கிணறும்தான் இயற்கைக் காட்சி. ஆகவே அந்த இடமே மனத்திற்கு அமைதி தரும் தனிமையான இடமாக இருந்தது. நிறைய வேலைக்குப் பின் ஓய்வாக இந்தப் பங்களாவில் நாங்கள் மட்டுமே இருந்தோம். மற்றவர் எல்லாம் அடுத்த பங்களாவில். அங்கு உணவு வசதி உண்டு.

இதைவிட ஆனந்தம் இருக்கமுடியாது. ஒவ்வொரு அறையிலும் 10 அல்லது 12 அடி கொண்ட குளியல் தொட்டி, தொட்டி நிறையத் தண்ணீர். இன்னும் சிறப்பாக்க வேண்டுமெனில், வெயிலுக்கு இதமாக, வெந்நீர் இல்லாமல் குளிர்ந்த நீரை நிரப்பலாம். ஆனால் உடல்நலம் பாதிக்கப்படுமென்று அதைத் தவிர்க்கிறார்கள். இந்தியாவில், குளிர்ந்த நீரில் குளிக்க வேண்டாமென்று புதியவர்களுக்கு எச்சரிக்கை செய்கின்றனர். சில புத்திசாலிகள், அதைப் பொருட்படுத்தாத முட்டாள்கள், பின்னர் அவஸ்தைப்படுவார்கள். அந்த வருடத்தில் அப்படியொரு அதிபுத்திசாலி முட்டாள் நான்தான். இப்பொழுது ஓரளவு புத்திசாலியாக இருக்கிறேன். காலம் கடந்துவிட்டது.

அரசமரம் போன்று மற்றொரு மூடநம்பிக்கை துரியன். அதுதான் அதன் பெயர். பலவிதமான பழங்கள் இருந்தாலும் துரியன் மட்டும் காணப்படவே இல்லை. அது துரியனின் சீசன் கிடையாது. பர்மாவிலிருந்து இதோ வரப்போகிறது அதோ வரப்போகிறது என்பர். ஆனால் வந்ததே இல்லை. வித்தியாசமாக இருக்கும் சுவை நிறைந்த பழம். ஆனால் பொறுக்க முடியாத நாற்றம். துரியன் பழத்தின் நாற்றத்தைவிட போல்கேட் (polecat) என்ற பிராணியின் நாற்றம்கூட புத்துணர்வு தரும். துரியன் பழத்தைத் தின்றவரெல்லாம் அதன் ருசி பற்றிப் பேரானந்தமாகக் கூறுவர். மூக்கை மட்டும் பிடித்துக்கொண்டு அதை உண்டுவிட்டால் அதன் ருசிக்கு ஈடே இல்லையாம். தப்பித் தவறி அது தொண்டையில் இறங்கும் முன் முகர்ந்துவிட்டால், நெடியில் மயக்கம் வந்துவிடுமாம். அதன் தோலுக்கு அவ்வளவு மகிமை. என்றாவது ஒருநாள் அது ஐரோப்பாவிற்கு இறக்குமதியாகும்.

பனாரஸ் எங்களை ஏமாற்றவில்லை. அதன் பெருமைக்கேற்பவே விளங்கியது. கடல் மட்டத்திலிருந்து சிறிது உயர்வான பகுதியில் அமைந்துள்ள நகரம். அங்கிருந்து பார்த்தால் அழகாக வளைந்தோடும் கங்கை நதி தெரியும். நகரம் முழுவதும் கட்டடங்கள் மலை முகடுபோல் தோற்றமளிக்கும். இடையிடையே தெரியும் சின்ன சின்ன பிளவுகள்தான் வீதிகள். வீதிகளிலிருந்து எழும்பிய நீண்ட நெடிய கோபுரங்களுடன், கொடிகளுடைய கோவில்கள், நதியில் தெரியும் பிம்பங்கள் என ரம்மியமான காட்சி. எறும்புப் புற்றைப்போல் சுறுசுறுப்பான நகரம். சின்ன சின்ன சந்துகளில் ஓடிக்கொண்டே இருந்த மக்கள் எறும்புகளை நினைவுபடுத்தினர். தன் இஷ்டத்திற்கு மேய்ந்துகொண்டிருந்த பசுக்கள் கடைகளில் இருந்து தானியங்களை எடுத்துத் தின்றன. அவை நடுவீதியில் குறுக்கே செல்வது தொந்தரவாகத்தான் இருந்தது. ஆனால் புனித விலங்கான பசுவைத் துன்புறுத்தக்கூடாது என்பதால், பொறுத்துக்கொள்ள வேண்டும்.

பனாரஸ் வரலாற்றைவிட பழமையானது, கலாசாரத்தைவிட பழமையானது, புராணங்களைவிட பழமையானது. எல்லாம் சேர்ந்தாலும் அதைப்போல இரண்டு மடங்கு பழமையானது. பனாரஸ் நகரம்தான் உலகம் உருவான இடம் என்று ஒரு ஹிந்து கூறியதாக ரெவரெண்ட் மிஸ்டர் பார்க்கர் குறிப்பிடுகிறார். கரையே இல்லாத கடலின் மையப் பகுதியில் 'லிங்கம்' எனப்படும் உருளை நின்றிருந்தது. நிறுவியது பகவான் விஷ்ணு. பிறகு அந்த லிங்கத்தைப் பத்து மைல் பரப்பளவுக்கு விரிவுபடுத்தினார். அப்படியும் திருப்தி வராமல் உலகத்தைப் படைத்தார். ஆக பனாரஸ்தான் பூமியின் மையப்பகுதி என்பது ஒரு பெருமை.

லௌகிக ரீதியாகவும் ஆன்மிக ரீதியாகவும் இந்த நகரின் வரலாறு கொந்தளிப்பானது. பல்லாயிரக்கணக்கான ஆண்டுகளுக்கு முன் பிராமணியத்தால் தொடங்கப்பட்டது. 2,500 ஆண்டுகளுக்கு முன் இங்கு புத்தர் வந்தார். அதன் பிறகு பன்னிரண்டு நூற்றாண்டுகள் பௌத்தத்தைத் தழுவியது இந்த நகரம். மீண்டும் பிராமணர்களின் ஆதிக்கம் ஓங்கி இன்வரை நீடிக்கிறது. ஒரு ஹிந்துவின் பார்வையில் பனாரஸ் வர்ணிக்க இயலாத அளவு புனிதமானது. எவ்வளவு புனிதமானதோ அவ்வளவு சுகாதாரமற்றது. துரியன் பழத்தின் தோலைப்போல நாற்றம் எடுக்கக் கூடியது. பிராமணிய நம்பிக்கையின் தலைமைப்பீடம் பனாரஸ்தான்.

ஜனத்தொகையில் எட்டில் ஒரு பங்கு பண்டிதர்கள்தான். மொத்த இந்தியாவும் அவர்களுக்கு இரை.

பெருமளவில் புனித யாத்திரைக்கு வரும் இந்தியர்கள் தங்கள் சேமிப்பையெல்லாம் பண்டிதர்களுக்குக் காணிக்கையாக வழங்குவதால் அவர்கள் வியாபாரம் தோற்பதில்லை. லண்டன் நகர வீதிகளைச் சுத்தம் செய்பவனைவிட பனாரஸ் நகரப் பிராமணன் வசதியானவன். ஒரு குடைக்கடியில் அமர்ந்துகொண்டு எல்லாரையும் ஆசிர்வதித்து அதற்குப் பணம் வசூலித்துக் கொழுத்துப் போனவன். பரம்பரையாக அதே தொழில், நல்ல வருமானம்! பார்க்கர் குறிப்பிடுவதுபோல் சில சமயங்களில் சச்சரவு ஏற்படுவதுண்டு. அது பிரார்த்தனையாலோ உபவாசம் இருந்தோ விஷ்ணுவிடம் ஆலோசித்தோ தீர்க்கப்படுவதில்லை. எல்லாவற்றையும்விட சக்திவாய்ந்த இங்கிலீஷ் நீதிமன்றம் மூலம் தீர்க்கப்படும்.

பம்பாயில் 640 புராட்டஸ்டண்ட் மிஷனரிகள் இருப்பதாக அமெரிக்கன் மிஷனரி மூலம் தகவல் தெரிந்தது. ஆரம்பத்தில் அது பெரும் படைபோல் தோன்றியது. ஆனால் அந்த எண்ணம் தவறு. 5,00,000 இந்தியர்களுக்கு ஒரு மிஷினரி விகிதம்தான். இல்லை இது படையில்லை. வெறும் 640 பேர், அழுத்தமாய் வேரூன்றிய உள்ளூர்க் கூடாரத்தை - 30,00,00,000 பேரை - எதிர்ப்பது சாத்தியமா? பனாரஸிலுள்ள 640 பேர் கொண்ட மிஷனரி 8,000 பிராமணப் பண்டிதர்களின் எதிரியாகப் பர்க்கப்படுகிறது. உலகெங்கிலும் இருந்ததுபோல் மிஷனரிகளுக்கு அசாத்திய நம்பிக்கையும் தைரியமும் இருக்கவேண்டும். பார்க்கரிடம் அது உள்ளது. அவரது இந்த நம்பிக்கைதான் புள்ளி விவரத்தைச் சாதகமான கோணத்தில் பார்க்க வைக்கிறது. உதாரணமாக, கடந்த சில வருடங்களில் பனாரஸுக்கு வரும் யாத்திரிகர்கள் அதிகரித்துள்ளனர். இந்தப் புள்ளி விவரத்தைத் தனக்குச் சாதகமாக எப்படிக் கூறுகிறார் என்றால், 'இதை எழுச்சி என்று கூறுவோமானால் அது அழிவை நோக்கியது. அழிவின் விளிம்பில் நிற்கும் வலிமிகுந்த போராட்டம்.'

இந்த உலகத்தில் ரோமன் கத்தோலிக்க சக்தி பல நூற்றாண்டுகளில் பலமுறை அழிவின் விளிம்பிலிருந்து மீண்டு வந்துள்ளது. அந்த அனுபவத்தின் அடிப்படையில் பார்த்தால் இந்தப் பிராமணியத்தை எதிர்த்து ஜெயிப்பது சுலபமல்ல. உலகத்திலேயே நிச்சயமற்ற செயல் ஒரு மதத்தை அழிப்பதுதான். ஹிந்து மதத்தைப் பற்றி ஓரளவு

அறிந்துகொள்ள ஆர்வமிருந்தாலும், அது மிகக் கடினமானது, சிக்கலானது. அரிச்சுவடியே கஷ்டம்தான். முப்பெரும் தேவர்கள் பிரம்மா, விஷ்ணு, சிவன். ஒவ்வொருவரும் தனித் தனிச் சக்தி படைத்தவர்கள். ஆனால் அது உறுதியாகத் தெரியாததுபோல் மூன்று உருவங்களையும் ஒன்றாக்கி வடித்த சிலை கோவிலில் உண்டு. மூன்று கடவுள்களுக்கும் ஏராளமான வெவ்வேறு பெயர்கள் உண்டு. அதுவே நமக்குக் குழப்பம். குழப்பத்தை அதிகரிக்க, மூவரின் மனைவியருக்கும் பற்பல பெயர்கள். மூவரின் குழந்தைகள், அவர்களுக்குப் பல்வேறு பெயர்கள், பல்வேறு குழப்பம். இன்னும் ஆயிரக்கணக்கான சிறு தெய்வங்கள் பற்றி யோசிப்பதே வீண்.

மூன்று தெய்வங்களில் முதல்வர் பிரம்மா. இந்தியாவில் அதிக அளவில் கொண்டாடப்படவில்லை. தேசமே சிவன், விஷ்ணு அவர்கள் குடும்பத்தைத்தான் வணங்குகிறது. பிரபஞ்சத்தைப் படைக்க விஷ்ணு உருவாக்கிய சிவனின் சின்னமான 'லிங்கம்' எல்லாராலும் வணங்கப்படுகிறது. குறிப்பாக பனாரஸில் எங்குத் திரும்பினாலும் மலர் மாலைகள் சூடிக்கொண்ட லிங்கம்தான். அது ஒரு நெடிய கல். விரல் கவசம் போன்ற உருவம், அவ்வளவே. ஆனால் அதன் வழிபாடு வரலாற்றுக் காலத்துக்கு முந்தையது. பனாரஸில் மக்களைவிட லிங்கங்கள் அதிகம் என்று பார்க்கர் குறிப்பிடுகிறார்.

பனாரஸில் மசூதிகளும் ஏராளம், ஹிந்துக் கோவில்களும் ஏராளம். விசித்திரமான வடிவமுடைய ஏராளமான சிற்பங்களுடைய சிறு கல் குடுவைகள் எல்லாச் சந்துகளிலும் உண்டு. கங்கையிலும் அதன் ஒவ்வொரு துளி நீரிலும் கோவில்கள்தான். ஜொகன்னஸ்பர்க்கில் தங்கம் உற்பத்தி செய்வதுபோல, பனாரஸில் மதம் ஒரு வியாபாரம். இதை ஒப்பிடும்போது மீதித் தொழில்கள் எதுவும் குறிப்பிடும்படி இல்லை.

புனித நகரங்களில் புனிதமானது பனாரஸ். உலகின் பிற பகுதிகளிலிருந்து இதை வேறுபடுத்திக் காட்டும் எல்லைக்கோட்டில் கால் வைத்ததுமே, நாம் விவரிக்க முடியாத, வர்ணிக்க முடியாத புனித பூமியில் நிற்கிறோம் என்று அர்த்தம். பார்க்கர் கூறுகிறார்:

> 'ஹிந்து மக்கள் புனித காசி நகரை (பனாரஸ்) எவ்வளவு மதிக்கிறார்கள், எவ்வளவு உணர்ச்சிபூர்வமாகக் கொண்டாடுகிறார்கள் என்பதை வார்த்தைகளால்

விவரிக்க முடியாது. இந்த மாவட்டத்தின் வழியாக ஒரு ஹிந்துப் படைப்பிரிவு அணிவகுத்துச் சென்றால், இப்புனித நகரின் எல்லைக்கு வந்த உடனே 'காசி ஜி கி ஜெய் ஜெய் ஜெய்' என்று விண்ணதிரக் கோஷமிடுவர். நிற்கக்கூட முடியாத வயதான யாத்திரி, பசியாலும் களைப்பாலும் துவண்டுபோய், வெயிலாலும் தூசியாலும் கண்கள் இருண்டு, ரயில் வண்டியிலிருந்து தவழ்ந்துகொண்டே வந்து, இந்த நிலத்தில் கால் பதித்தவுடன் கைகளை உயர்த்தி இதே கோஷமிடுவார். எங்கோ ஒரு நகரத்தில் இருக்கும் ஓர் ஐரோப்பியர் பேச்சுவாக்கில் தான் பனாரஸில் சில காலம் வாழ்ந்ததாகக் கூறினால், உடனே பல குரல்கள், 'நீங்கள் ஆசீர்வதிக்கப்பட்டவர்' என்று ஒலிக்கும். காசியில் வாழும் மனிதன்தான் மிகவும் ஆசீர்வதிக்கப்பட்டவன்.'

இதைப் பார்க்கும்போது நமது மதப்பற்று களையிழந்து, உணர்ச்சியில்லாமல் நிற்கிறது. வாழ்வில் மதம் என்பது தலைக்கு ஏறாமல் மனத்தில் மட்டும் இருக்குமேயானால், மிஸ்டர் பார்க்கர் வர்ணித்த காட்சிகளின்படி இந்து மதத்தின் அழிவு இப்போதைக்கு இல்லை.

51

மொத்த பனாரஸ் நகரமுமே ஆலயங்களின் உருவகம், மதக்கூடம். அதன் ஒவ்வொரு உயிரணுவிலும் ஒரு கோவில், மசூதி அல்லது தேவாலயம். ஒரே கூரையின் கீழ் அவரவர் தேவைக்கேற்ப இம்மைக்கும் மறுமைக்கும் நன்மைகள் கிடைக்கும். ராணுவக் கடற்படைக் கிடங்குகள் போன்று இந்நகரம் ஓர் இறையியல் கிடங்கு.

யாத்திரிகர்களின் பயணத் திட்டத்தைப் பார்த்தால், அது எவ்வளவு வசதியானது, பல விஷயங்களை உள்ளடக்கியது என்பது தெரியும். ஆன்மிக மேம்பாட்டுக்காக பனாரஸ் செல்வது நல்ல பலனளிக்கும். ரெவெரண்ட் பார்க்கரும் மற்றவர்களும் உரையாடியதன் சாராம்சமான சில விஷயங்கள் பார்க்கரின் பனாரஸுக்கான கையேட்டிலிருந்து (A HAND BOOK OF BENARAS) தெரிய வருகின்றன. ஆதலால் அவை நம்பக்கூடியவையே.

1. சுத்திகரிப்பு: சூர்யோதயத்தில் எழுந்து கங்கையில் புனித நீராடி, தியானம் செய்து சிறிது நீர் அருந்த வேண்டும். இது உடல் சுத்தத்திற்கு.

2. பசிப்பிணியில் இருந்து பாதுகாப்பு: மானிடர்கள் அனுபவிக்கும் பெரும் நோய் பசிதான். அதை எதிர்த்து உடலையும் மனத்தையும் உறுதியாக்கிக்கொள்ள வேண்டும். ஒரு நொடி கோமாதா கோவிலில் தொழவேண்டும். அந்தக் கதவின் வழியே சிவ மைந்தன் பிள்ளையாரின் உருவம் தெரியும். யானைத் தலையும் மனித உருவமும் கொண்டவர். முகமும் கரங்களும்

வெள்ளியினாலானவை. அவரை வணங்கிவிட்டு, பிராகாரத்தில் நடந்தால் ஆசிரியர்கள் துணையோடு பக்தர்கள் புனித நூல்களைப் பாராயணம் செய்வதைக் காணலாம். அவர்களுக்குக் காணிக்கை தரலாம். இந்த இடத்தில் உக்கிரமான சிதிலமான சிலைகள் இருக்கும். இதைத் தாண்டி கோவிலுக்குள் நுழையவேண்டும். முகம் சுளிக்கவைக்கும் துர்நாற்றம் எடுக்கும் இடம். காரணம், புனிதப் பசுக்களும் பிச்சைக்காரர்களும் நிரம்பிய இடம். பிச்சைக்காரர்களுக்கு யாசகம் தந்து புனிதமான பசுக்களின் வாலைத் தொட்டு வணங்கினால் அன்றைய நாள் பசியின்றிக் கடந்துபோகும்.

3. **ஏழைகளின் நண்பன்:** அடுத்து இவரைத்தான் வணங்க வேண்டும். தல்பேஸ்வர் கோவிலில் கங்கையைப் பார்த்துக்கொண்டு அரச மரத்தடியில் அமர்ந்திருக்கும் ஒரு கல்லில் செதுக்கப்பட்ட உருவம். நாம் மீண்டும் கங்கைக்குச் செல்லவேண்டும். ஏழைகளின் நண்பன் என்பவர் மழைக்கடவுள். வாழ்க்கை முன்னேற்றத்திற்கு அருள் புரிபவர். இவரை வணங்குவதன் மூலம் செல்வச்செழிப்பு உண்டாகும். இவர் சிவனின் அம்சம்தான். அந்தத் தொட்டியின் அடியில் லிங்க உருவமாகக் காட்சி தருபவர். நாம் கங்கை நீரை அவர் மேல் அபிஷேகம் செய்யவேண்டும். பதிலுக்கு அவர் எல்லா வளங்களையும் அளிப்பார். மழை வருவது தாமதமானால் அந்தத் தொட்டி நிரம்பத் தண்ணீர் ஊற்ற வேண்டும். பிறகு நிச்சயமாக மழை பெய்யும்.

4. ஜுரம்: கேதார் காட்டிலிருந்து (Kedar Ghat) கங்கை நதிக்குப் படிக்கட்டுகள் உண்டு. பாதி வழியில் கழிவுநீர்த் தொட்டி ஒன்று இருக்கும். அதிலிருந்து எவ்வளவு நீர் வேண்டுமானாலும் குடிக்கலாம். இது ஜுரத்திற்கு மருந்து.

5. பெரியம்மை: அங்கிருந்து நேரே மத்திய காட்டிற்கு (the central Ghat) செல்லவேண்டும். படிக்கட்டின் மேல் ஏறினால் அங்கு சுண்ணாம்பு அடிக்கப்பட்ட சிறிய கட்டடம் ஒன்று இருக்கும். அது சீதலாதேவியின் கோவில். அம்மையைக் குணப்படுத்தும் கடவுள் சீதலா தேவி. கூடவே ஒரு பயங்கரத் தோற்றமுடைய மனித உருவம் வெண்கலத் திரைக்குப் பின்னால் தெரியும். இதையும் வணங்க வேண்டும். காரணம் இப்போதைக்குக் கூறப்படவில்லை.

6. தலைவிதிக் கிணறு: குறிப்பிட்ட காரணங்களுக்காக இந்தக் கிணற்றில் பூஜை செய்ய வேண்டும். இந்தக் கிணறு தண்டுபான் கோவிலில் உள்ளது. சதுர வடிவ ஓட்டை வழியாகச் சூரிய வெளிச்சம் கிணற்றின்

மேல் விழும்படியான அமைப்பு. பயபக்தியுடன் செல்லவேண்டும், உயிர்ப் பிரச்சினையல்லவா! வளைந்து குனிந்து பார்க்க வேண்டும். விதி நன்றாக இருந்தால் நமது பிம்பம் கிணற்று நீரில் தெரியும். இது வேறு மாதிரி இருந்தால் திடீரெனச் சூரியனை மேகமூட்டம் சூழ்ந்து நீரில் பிம்பம் தெரியாமல் செய்துவிடும். அப்படியானால் நம் ஆயுள் ஆறு மாதம்தான். மரணத்தின் விளிம்பில் நிற்பதால் சூழ்நிலை பதற்றமடையும். ஒரு நொடிகூட வீணாக்கக் கூடாது. இவ்வுலகு மறு உலகிற்கு ஏற்பாடு செய்யட்டும்! இதோ கூப்பிடு தூரத்தில் அதற்கான வழி உள்ளது. மஹா காலனின் உருவத்தை, விதியை வணங்குங்கள். வாழ்வில் மகிழ்ச்சி தேடிவரும். உயிரோடிருந்தால், சிறப்பான வாழ்க்கை அமைய முயற்சிக்கலாம், வாய்ப்பிருக்கிறது. இங்கு எல்லாமே முடியும். ராணுவக் கடற்படைக் கிடங்குபோல இந்த ஆன்மிகக் கிடங்கில் ஏராளமான சரக்குகள் உள்ளன.

7. **நீண்ட ஆயுள் தரும் கிணறு:** பிருத்கால் கோவில் வளாகத்திலுள்ளது. இக்கோவில் பனாரஸின் பழமையான இடங்களில் ஒன்று. வழியில் ஹனுமான் சிலை. அருகில் பாழடைந்த வளாகத்தில் தேங்கி நிற்கும் கழிவுநீர்க் குட்டை, லிம்பர்கர் பாலாடைபோல் வாசம் வீசும். (துர்நாற்றத்திற்குப் பெயர் போனது.) அழுகிக்கொண்டிருக்கும் தொழுநோயாளிகள் குளிப்பதால் கூடுதலாகக் கழிவு. அதனாலென்ன, குளியுங்கள். பக்தியோடு நன்றியோடு குளியுங்கள். இது இளமை ஊற்றல்லவா. ஆயுள் கூட்டும் புனித நீர்நிலை. நரை, திரை, மூப்பு, வாதம் எல்லாம் மறைந்து இளமையாக, சுறுசுறுப்புடனும் புத்துணர்ச்சியுடனும் புது வாழ்க்கையை ஆவலாக எதிர்நோக்கலாம்.

8. **ஆசைகள் நிறைவேறும்:** காமேஸ்வரர் கோவிலில் ஆசைகளைப் பூர்த்திசெய்யும் கடவுளாக சிவன். உங்களது கோரிக்கைகளை வேண்டிக் கொள்ளலாம். இங்கே அருங்காட்சியகத்தில் வைக்குமளவுக்கு ஏராளமான சிலைகள் உண்டு. புதிதாகப் பாவம் செய்யத் தொடங்குபவர்கள், அடிக்கடி செல்லவேண்டிய இடம்.

9. **தற்காலிக பாவ விமோசனம்:** இந்தக் கிணறு மிக மிகப் புனிதமானது. ஆகவே பயபக்தியுடன் போகவேண்டும்.

இரும்புக் கைப்பிடிகளுடைய கிணறு, கீழே இறங்கக் கல் படிக்கட்டுகள். தண்ணீர் சிறிது அசுத்தமாகத்தான் உள்ளது. ஆனால் மக்கள் அதில்தான் குளிக்கிறார்கள். தொலைவில் நின்று கவனித்தால், பாவிகள் இறங்கி ஏறுவதைக் காணலாம். பாவியாய்க் கிணற்றுக்குள் இறங்கி, புனிதராக மேலேறி வருவது. பொய்யன், திருடன், கொலைகாரன், ஏமாற்றுக்காரன் ஆகியோர் இங்கு வந்து குளித்துச் சுத்தமாகிவிடலாம் என பார்க்கர் தனது புத்தகத்தில் கூறுகிறார்.

நான் பார்க்கரை நன்கு அறிவேன். அவர் சொன்னால் உண்மையாகத்தான் இருக்கும். இதையே வேறு யாராவது சொல்லியிருந்தால் அந்தப் பொய்க்காகவே அவரை மீண்டும் ஒருமுறை குளிக்கச் சொல்லியிருப்பேன். விஷ்ணுவால் தோண்டப்பட்டது இக்கிணறு. தனது சக்கராயுதத்தால் தோற்றுவித்தாராம். சக்கரம் என்றால் என்னவோ தெரியவில்லை, கிணறு தோண்டப் பயன்படும் உபகரணமாக இருக்கலாம். கிணறு தோண்டி முடித்ததும் இந்த இடம் விஷ்ணுவின் வியர்வையால் நிரம்பியதாம். பனாரஸ் இருக்கும் இடத்தை நிர்மாணித்தவர் அவர்தான். பிறகு உலகத்தைப் படைத்தார். அப்போதெல்லாம் சிந்தாத வியர்வை ஒரு சிறிய கிணறு தோண்டியதில் சிந்துகிறது. இந்தக் கூற்றுகளில் ஒன்று சந்தேகமுடையது. எதுவென்று தெரியவில்லை. பனாரஸ் நகரை மையமாக வைத்து உலகத்தையே படைத்த கடவுள் சாதாரணக் கிணற்றைப் படைக்கும் அளவு புத்திசாலி இல்லையா! இதை நம்ப முடியவில்லை. இளமை, நீண்ட ஆயுள், பாவ விமோசனம், முக்தி எல்லாமே நன்மைதான். இதற்கு மேலும் சில உண்டு.

10. முக்தியடைவதை உறுதிசெய்: இதற்குப் பல வழிகள் உண்டு. கங்கையில் மூழ்கிவிடுதல் ஒன்று. ஆனால் அவ்வளவு இனிமையாக இருக்காது. மற்றொரு வழி பனாரஸ் ஊர் எல்லைக்குள் இறப்பது. இதிலும் சிக்கல் உண்டு. ஒருவேளை உங்கள் நேரம் நெருங்கும்போது நீங்கள் வெளியூரிலிருந்தால் என்ன செய்வது. சிறந்த வழி நகரத்தைச் சுற்றிப் புனித யாத்திரை செல்வது, அதிலும் காலில் செருப்பு இல்லாமல் நடப்பது. மொத்த தூரம் 44 மைல். வளைந்து செல்லும்

பாதைகளில் ஐந்து அல்லது ஆறு நாட்கள் பாத யாத்திரை. துணைக்கு நிறையப் பேர் இருப்பர். வண்ண வண்ண உடைகளில் ஆடிப்பாடிக் கொண்டு மகிழ்ச்சியாகச் செல்லும் யாத்திரிகர்களுடன் செல்வது நமது களைப்பைப் போக்கி உற்சாகத்தைக் கூட்டும். நடுநடுவே கோவில்களில் இளைப்பாறி உணவருந்தலாம். யாத்திரை முடிந்தது, முக்தி வாங்கியாகிவிட்டது. ஆனால் இதைச் செய்யாவிடில் முக்தி கிடைக்காது. அது...

11. பாவ விமோசனத்தைப் பதிவுசெய்தல்: சக்தி விநாயகர் கோவிலில் இதைச் செய்யலாம். இதைச் செய்யாவிடில், நீங்கள் புனித யாத்திரை சென்றதற்கான ஆதாரம் இல்லாமல் போய்விடும். கோமாதா ஆலயத்திற்குப் பின்னாலுள்ள சந்தில் விநாயகர் கோவில் உள்ளது. யானை முகன் சிவபாலன். அங்குதான் நமது யாத்திரை பற்றிக் குறிப்பெழுதும் கடவுள் உள்ளார். அவரைக் காணமுடியாது. அவர் சார்பாக ஒரு பிராமணர் இந்த வேலையைச் செய்து பணம் பெற்றுக்கொள்வார். பணம் பெற அவர் மறந்தாலும் நாம் நினைவுபடுத்த வேண்டும். நமது முக்தி உறுதியானது என அவர் அறிவார். நமக்கும் அறிந்துகொள்ள ஆசை இருக்கும். செய்யக்கூடியது வணங்குவதும் காணிக்கை தருவதும் மட்டுமே.

12. முக்தியைப் பற்றி அறிய: பொற்கோவிலுக்கு அருகில் உள்ளது இந்தக் கிணறு. கறுப்பு நிறப் பளிங்கில் ஒரே கல்லில் செதுக்கப்பட்ட பெரிய காளையைக் காணலாம். உயிருடன் இருக்கும் காளையைவிட பெரியது. ஆனால் சாயல் பொருந்தவில்லை. வழக்கத்திற்கு மாறாக சிவனின் உருவம். சிவலிங்கத்தை இதுவரை *50,000* முறையாவது கண்டிருப்போம். ஆனால் இது சிவனின் உருவம். சிவன் போன்று சாயல். மூன்று கண்கள் உள்ள ஒரே கடவுள். இந்தக் கிணறு *40* தூண்களாலும், கூரை கல்லினாலும் வேயப்பட்டது. சுற்றிலும் சூழ்ந்திருக்கும் பக்தியும் ஆர்வமுமிக்க யாத்திரிகர்கள். கிணற்றிலிருந்து புனித நீர் இறைத்துத் தரப்படுகிறது. அத்துடன் ஞானம், தெளிவு, முழுமை, சிலிர்ப்பு எல்லாம் வருகிறது. யாத்திரிகர்களின் முகத்தில்

பேரானந்தத்தைக் காணலாம். இதைத் தவிர வேறு ஆனந்தம் இருக்க முடியாது. நீரை வாங்கிக்கொண்டு காணிக்கை செலுத்திய பின் வேறென்ன வேண்டும். தங்கம், வைரம், புகழ், பதவி இவையெல்லாம் ஒரு நொடியில் மண்ணோடு கலந்துவிடுகின்றன. உன்னிடம் கொடுப்பதற்கு இந்த உலகில் வேறெதுவும் இல்லை. வெறும் கைதான் இருக்கிறது.

இங்குக் குறிப்பிட்டுள்ள வரிசைப் பிரகாரம்தான் யாத்திரிகர்கள் பூஜை செய்கிறார்களா என்று தெரியாது. நியாயமாக அப்படித்தான் செய்யவேண்டும். ஒழுங்கு முறையில்லாமல் கும்பிடுவதைவிட வரிசையாக ஒவ்வொரு இடமாகச் சென்று வழிபட்டு லட்சியத்தைப் பூர்த்திசெய்வது சிறந்தது.

அப்படித்தான் கங்கையில் அதிகாலை நீராடுவதால் பசி எடுக்கும். பசுவின் வாலை முத்தமிட்டுப் பசியைப் போக்கிக் கொள்வான். பிறகு வேலைக்கான நேரம். இந்த வாழ்க்கைக்குத் தேவையான செல்வம், வசதி வேண்டி சிவலிங்கத்திற்கு நீரால் அபிஷேகம் செய்வான். மழையையும் கூடவே கொண்டுவரும். மழையால் உடல்நிலை கெடும். கேதார் காட்டில் இருக்கும் கழிவுநீரைக் குடித்து உடல்நலத்தைச் சரியாக்கிக் கொள்வான். ஆனால் அம்மைத் தொற்று ஏற்படும். அது எப்படிச் சரியாகும் என்று தெரிந்துகொள்ளக் கோவில் கிணற்றில் பிம்பத்தைப் பார்ப்பான். மேகமூட்டம் அவன் பிம்பத்தை மறைக்கத் தனது முடிவு நெருங்கிவிட்டதைக் கண்டு பயப்படுவான். வருங்காலம் எப்படியிருக்கும் என்று தெரியாததால் நிகழ்கால வாழ்க்கையை இனிமையாக்கிக் கொள்ள எண்ணுவான். இனி அவன் வாழ்க்கை பாதுகாப்பாக இருக்கும். சொர்க்கம் பற்றிக் கவலைப்படாமல் வாழ்க்கையை அனுபவிக்க விரும்புவான். அதற்காகவே பிருதகால் (Briddhkal) கோவிலுக்குச் சென்று இளமையையும் நீண்ட ஆயுளையும் பெற்று வருவான். தொழுநோயாளிகள் குளிக்கும் அழுக்கு நீரில் குளித்து, இப்போது இளமை திரும்பிவிட்டதால் எல்லாப் பாவங்களும் செய்ய விழைவான். ஆசைகளைப் பூர்த்திசெய்யும் கோவிலுக்குச் சென்று வேண்டுவான். இப்போது கம்மல் கிணற்றுக்குச் சென்று பாவ விமோசனம் பெற்றுப் புது மனிதனாகத் தடைசெய்யப்பட்ட கேளிக்கைகளில் ஈடுபடுவான். அவன் மனிதன்தானே. இடையிடையே வருங்காலம் பற்றியும்

பயம் வரும். மாபெரும் புனித யாத்திரை மேற்கொள்வான் பனாரஸ் நகரைச் சுற்றி.

இதன் மூலம் அவனுக்கு மோட்சம் கிட்டிவிடும் என்றாலும் தனது யாத்திரையைப் பதிவும் செய்துவிடுவான். பிற்காலத்தில் இறுதிக் கட்டத்தில் மறதியும் குழப்பமும் வரக்கூடாது அல்லவா. நமக்கு மோட்சம் கிட்டுமென்று உறுதிசெய்தால், நமக்கும் ஒரு திருப்தி. அதற்காகத்தான் மோட்சக் கிணற்றுக்குச் சென்று பிரார்த்தனையை முடிக்கிறான். பிறகு மன நிம்மதியுடன் தன் அன்றாட வாழ்க்கைக்குத் திரும்புவான். வேறெந்த மதமும் தரமுடியாத பெரிய கொடையைத் தன் மதம் அளித்துவிட்டது. இனி எண்ணற்ற பாவங்கள் செய்தாலும் பழி சேராது. இந்த அமைப்பு முறையாக, கிரமப்படி சரியாக, முழுமையாக எல்லா அம்சங்களையும் உள்ளடக்கிச் செயல்படுகிறது. கடினமான வழிகளைக் கொண்ட, சில காலமே வாழப்போகும் வாழ்க்கையை மேலும் சிக்கலாக்கும் பிற அமைப்புகளும் இந்த முறையைப் பின்பற்றுமாறு நான் பரிந்துரைப்பேன்.

நான் ஏமாற்ற விரும்பவில்லை. எனது பட்டியலில் ஒரு தகவல் விடுபட்டுள்ளது. உண்மையில் யாத்திரிகர், விதிக்கப்பட்டுள்ள எல்லா வழிபாடுகளையும் செய்து தனது மோட்சத்தை உறுதிசெய்துகொண்ட பின்னும், ஒரு விபத்துகூட எல்லா நற்பலன்களையும் ரத்து செய்துவிடும். ஒருவேளை கங்கையின் மறுகரைக்குச் சென்றவன் இறக்க நேர்ந்தால் மீண்டும் கழுதையாகப் பிறப்பான். நினைத்துப் பாருங்கள், இவ்வளவு சிரமங்களைத் தாண்டி இப்படியொரு முடிவு. மோட்சம் என்பது கேள்விக்குறியாகிறது. கழுதையாக மாற ஹிந்துக்களுக்குக் காரணமின்றி அசூயை, அருவருப்பு.

கழுதைகூட ஹிந்துவாக மாறுவதை வெறுக்கலாம். அதன் மூலம் அவன் தன்மானத்தை, சுயமரியாதையை, புத்தியை இழப்பது அப்போது புரியும். கழுதையாக மாறிய ஹிந்து எதையும் இழக்கப் போவதில்லை, மதத்தைத் தவிர. இன்னும் சொல்லப்போனால் சுதந்திரம்தான். 10 லட்சம் கடவுள்கள், 20 லட்சம் பண்டிதர்கள், சந்நியாசிகள், பிச்சைக்காரர்கள், இன்ன பிற கிருமிகளிலிருந்து விடுதலை. ஹிந்து மதம் கூறும் நரகத்திலிருந்து தப்பிக்கலாம், சொர்க்கத்திலிருந்தும் தப்பிக்கலாம். இந்த நன்மைகளை எல்லாம் ஹிந்து கருத்தில் கொள்ளவேண்டும். அப்படி உணர்ந்தால் மறுகரைக்குச் சென்று உயிரை விடுவான்.

பனாரஸ் நகர் மத எரிமலை. உள்ளுக்குள் மதச் சக்திகள் பல்லாயிரம் ஆண்டுகளாகக் கொந்தளித்துக் கொண்டிருக்கின்றன. நீறு பூத்த நெருப்பாக இருக்கின்றன. ஆனால் ஒரு சிறு மிஷனரி குழு இங்கு வந்து நம்பிக்கையுடன் தங்கியுள்ளனர் - பேப்டிஸ்ட் மிஷனரி, சர்ச் மிஷனரி, வெஸ்லேயன் மிஷனரி, லண்டன் மிஷனரி, ஜெனினா பைபிள் மற்றும் மருத்துவ மிஷனரி. அவர்கள் பள்ளிகளை நடத்தி வருகிறார்கள். முதன்மைப் பணி குழந்தைகளிடமிருந்து தொடங்கவேண்டும் என்பது போலும். சந்தேகமில்லாமல் ஓரளவு வெற்றியும் கிடைக்கும். எல்லா இடத்திலுமே பெரியவர்கள்தான் தாங்கள் பிறந்து வளர்ந்த மதத்தை விடாமல் பற்றிக் கொண்டிருப்பர்.

52

பனாரஸ் கோவிலில் பக்தர் ஒருவர் வித்தியாசமாக முக்திக்கு வழி தேடிக் கொண்டிருந்ததைப் பார்த்தோம். சுற்றிக் களிமண் குவியலை வைத்துக்கொண்டு சிறு சிறு கடவுள் உருவங்களைச் செய்துகொண்டிருந்தார். ஒவ்வொன்றிலும் ஒரு நெல்மணியை ஒட்டினார். லிங்கத்தைக் குறிப்பதற்காக என்று நினைக்கிறேன். நீண்ட காலப் பயிற்சியினால் வெகு லாகவமாகத் தயார் செய்தார். ஒவ்வொரு நாளும் 2,000 கடவுள் உருவங்கள் தயாரித்து கங்கை நீரில் விட்டுவிடுவார். இவ்வாறு வழிபடுவதால் நிம்மதியும் கிடைத்தது, பணமும் கிடைத்தது. அங்கேயே தங்கி நன்றாகவே வாழ்ந்தார்.

கங்கைக் கரைதான் பனாரஸின் மிகச் சிறந்த காட்சிப் பொருள். சுமார் மூன்று மைல் நீளத்திற்கு நல்ல

உயரமான உறுதியான கரை, வழியெல்லாம் விதவிதமான பிரம்மாண்டமான கலைநயமுள்ள கட்டடங்கள், கல்லாலான நடைமேடைகள், படிக்கட்டுகள், கோவில்கள், கம்பீரமான அரண்மனைகளுடன் இடைவெளி இன்றிக் காணப்படுகிறது. எங்குத் திரும்பினாலும் ஜன நடமாட்டம். ஜொலிக்கும் உடையுடன் வானவில்போலப் படிகளில் ஏறி இறங்கிக்கொண்டு, பார்ப்பதற்கு நதிக்கரையில் அமைந்த பூந்தோட்டம் போலவே இருக்கும்.

எல்லாச் சிற்பக்கலையும் கட்டடக்கலையும் புனிதமானவையே. இவையெல்லாம் அரசர்களால் கட்டப்பட்டவை. அவர்களின் இருப்பிடம் பனாரஸிலிருந்து தொலைவில் இருந்ததால், ஒவ்வொரு முறை மனத்தை, உடலை, ஆன்மாவைப் புனிதப்படுத்திக் கொள்ள, கங்கையின் தரிசனத்திற்கு வரும்போது தங்குவதற்காகக் கட்டப்பட்டவை. படிக்கட்டுகள் பக்தியின் வெளிப்பாடுகள். அங்கிருந்த சிறு சிறு கோவில்கள் வருங்காலத்தில் மோக்ஷமடையும் பொருட்டுப் பல செல்வந்தர்களால் கட்டப்பட்டவை. மதத்திற்காக நிறையப் பொருட்செலவு செய்யும் பணக்கார கிறிஸ்தவர்கள் வெகு சிலரே என்பதால் நமக்கு வெளிப்படையாகத் தெரிகிறது. மதத்திற்காக செலவு செய்யாத பணக்கார ஹிந்துக்கள் வெகு சிலரே. நம்மவர்களில் ஏழை மக்கள் மதத்திற்காகச் சிறிது செலவு செய்தாலும் தங்களுக்காகவும் சேமித்து வைப்பர். ஆனால் இந்தியாவில் ஏழைகள் மதத்திற்காகச் செலவு செய்து மேலும் ஏழையாகின்றனர். பணக்காரன் மதத்திற்காக, பக்திக்காகச் செலவு செய்து புகழையும் தேடிக்கொள்கிறான். தனது வாழ்க்கைக்குத் தேவையான பொருளைச் சேமித்தும் வைக்கிறான். ஆனால் ஏழை இந்துவின் பக்தி அவனை ஏழ்மையில் தள்ளுகிறதே தவிர, புகழ் கிடைப்பதில்லை.

கையால் செலுத்தப்படும் படகில், வசதியான இருக்கைகளில் அமர்ந்து கங்கையைக் கடந்தோம். இரண்டு மூன்று முறை போய் வந்தோம். இன்னும் சில முறை போய் வந்திருந்தால் ஆர்வம் இன்னும் கூடியிருக்கும். ஏனெனில் ஒவ்வொரு முறை பார்க்கும்போதும் அரண்மனைகளும் கோவில்களும் மேலும் மேலும் அழகாகத் தெரியும். நீராடுபவர்கள், அவர்கள் அணிந்துள்ள உடைகள், சாதுரியமாக முங்கி எழுதல், பிரார்த்தனைச் சைகைகள்... எதுவுமே சலிப்புத் தட்டாது.

ஒன்றேவொன்று மட்டும் சகிக்க முடியாது. அது, அவர்கள் அந்தக் கொடுமையான நீரில் வாயைக் கழுவி, அதே நீரைக் குடிப்பது. முதலில் பார்த்தபோதே சலித்து விட்டது. ஓர் இடத்தில் நாங்கள் சிறிது நேரம் நின்றோம். அங்குச் சாக்கடையிலிருந்து பொங்கி வந்த கழிவு நீர், அந்த இடத்தையும் தண்ணீரையும் அசுத்தப்படுத்திக் கொண்டிருந்தது. அதில் ஒரு சடலமும் மிதந்து வந்தது. பத்து அடிக்குக் கீழேதான் ஆண்களும் பெண்களும் சிறுமிகளும் இடுப்பளவு நீரில் நின்றுகொண்டு கைகளில் நீரை ஏந்திக் குடித்துக் கொண்டிருந்தனர். நம்பிக்கை அற்புதங்களைச் செய்யும் என்பதற்கு இதுவோர் உதாரணம்.

அவர்கள் தாகத்தைத் தணித்துக்கொள்ள அந்த நீரைக் குடிக்கவில்லை. மாறாக தங்கள் மனத்தையும் ஆன்மாவையும் சுத்தப்படுத்திக் கொண்டனர். அவர்கள் நம்பிக்கைப்படி கங்கை நீரின் ஸ்பரிசம் எல்லாப் பொருட்களையும் நொடியில் சுத்தப்படுத்திவிடும். அவர்களைப் பொறுத்தவரை கழிவுநீர் பாதகமல்ல. சடலமும் அவர்களைப் பாதிக்கவில்லை. புனித நீர் இரண்டையும் ஸ்பரிசித்தது. அதனால் இரண்டுமே பனி போன்று தூய்மையாகின. எனவே அவை இப்பொழுது யாரையும் அசுத்தப்படுத்த மாட்டா. இந்தக் காட்சி என் மனத்தை விட்டு அகலாது. எல்லாவற்றையும் புனிதப்படுத்தும் கங்கை நீர்தான் மிகவும் அசுத்தம்.

ஆக்ராவிற்குச் சென்றபோது ஓர் அதிசயத்தைக் கண்டோம். அதுவொரு விஞ்ஞானக் கண்டுபிடிப்பு. என்னவென்றால், மோசமான அசுத்தமான கங்கை நீர்தான் உலகின் மிகச் சக்திவாய்ந்த சுத்திகரிப்புச் சாதனம். பலமுறை குறிப்பிடப்பட்டுள்ள ஒரு விஷயம், பனாரஸ் நகரில் அடிக்கடி காலரா தொற்று ஏற்படும் என்பதாகும். ஆனால் அது பனாரஸ் எல்லையைத் தாண்டிப் பரவியதில்லை. இதனால் ஆக்ரா அரசின் விஞ்ஞானி மிஸ்டர் ஹெங்கின் (Henkin) கங்கை நீரைச் சோதனை செய்யத் தீர்மானித்தார். பனாரஸுக்குச் சென்று சோதனையை மேற்கொண்டார். சாக்கடையிலிருந்து குளிக்கும் இடங்களில் வந்து விழும் தண்ணீரைப் பிடித்தார். ஒரு கியூபிக் சென்டிமீட்டர் அளவில் ஒரு மில்லியன் கிருமிகள் இருந்தன. ஆறுமணி நேரத்தில் எல்லாம் இறந்தன. ஒரு சடலத்தைக் கரைக்கு இழுத்து வந்து காலரா கிருமிகள் நிரம்பியிருந்த தண்ணீரில் முக்கினார். ஆறு மணி நேரத்தில் அந்தக் கிருமிகள் இறந்துபோயின. காலரா கிருமிகளை மேலும் மேலும் இந்த நீரில் கலந்தார். ஆறு மணி நேரத்திற்குள் எல்லாமே அழிந்தன. திரும்பவும் கிணற்றிலிருந்து சுத்தமான நீரை எடுத்து அதில் காலரா கிருமிகளைக் கலந்தார். உடனே பரவ ஆரம்பித்து ஆறு மணி நேரத்திற்குள் மில்லியன் கணக்கில் பரவின.

‘கங்கை நீர் மிகத் தூய்மையானது, அதை அசுத்தப்படுத்த முடியாது’ என்பது காலம் காலமாக ஹிந்துக்களின் அசைக்க முடியாத நம்பிக்கையாகும். எந்த அசுத்தத்தை கங்கை நீரால் தொட்டாலும் அது புனிதமாக மாறிவிடும். இன்றும் அவர்கள் இதை நம்புகிறார்கள். அதனால்தான் அந்த நீரில் குளிக்கிறார்கள், அந்த நீரைக் குடிக்கிறார்கள். சடலம் மிதந்து வருவதையோ, கழிவு நீர் கலப்பதையோ பொருட்படுத்துவதில்லை. பிற நாட்டவர்கள் இந்த விஷயத்தில் காலம் காலமாக இந்துக்களை ஏளனம் செய்தனர். ஏளனம் செய்தவர்கள் இப்பொழுது தங்கள் எண்ணத்தை மாற்றிக்கொள்ள வேண்டும். இந்த நீரின் ரகசியத்தை இவர்கள் எப்படிப் பல்லாயிரம் ஆண்டுகளுக்கு முன்பே கண்டுகொண்டனர்? விஞ்ஞானிகள் இருந்தார்களா என்ன? தெரியவில்லை. ஆனால் நமக்கு ஒரு விஷயம் தெரியும். நாமெல்லாம் காட்டுமிராண்டிகளாகத் திரிந்து கொண்டிருந்தபோதே அவர்களுக்கு ஒரு நாகரிகக் கலாசாரம் இருந்தது. மீண்டும் விட்ட இடத்திற்கு வருவோம். எரிமேடையைப் பற்றிக் கூற இருந்தேன்.

சந்நியாசிகளை எரிப்பதில்லை. அவர்கள் மரியாதைக்குரிய பிச்சைக்காரர்கள். அவர்கள் எவ்வளவு புனிதமானவர்கள் என்றால் எரியூட்டப்படாமலேயே சொர்க்கத்தை அடைவர். கங்கையில் வீசிவிட்டால் போதும். அப்படியொரு சடலம் வீசப்படுவதைக் கங்கையில் பார்த்தோம். அது இரண்டு பாறைகளுக்கு நடுவில் சிக்கிக்கொண்டது. நாங்கள் அங்கு நின்றிருந்த அரை மணி நேரத்தில் ஒன்பது சடலங்கள் எரியூட்டப்பட்டன. இதற்கு மேலும் காண விரும்பவில்லை. இறுதி ஊர்வலத்தில் நகரத்திலிருந்து எரிமேடை வரை மக்கள் பின்தொடர்கிறார்கள். அங்கு வந்ததும் சடலத்தைக் கீழ் ஜாதி இந்து வெட்டியானிடம் ஒப்படைத்துவிட்டுத் திரும்பி விடுவார்கள். அழுகை, கண்ணீர் போன்ற பிரிவுத் துயர் ஏதுமில்லை. வீட்டில் தனிமையில் இந்த உணர்ச்சிகள் வெளிப்படுமென்று நினைக்கிறேன். பெண்களின் சடலங்கள் சிவப்புத் துணியாலும், ஆண்களின் சடலங்கள் வெள்ளைத் துணியாலும் போர்த்தப்படுகின்றன.

எரிமேடை தயாராகும் வரை நதிக்கரையில் இருத்தப்பட்டிருக்கும். முதலில் ஓர் ஆண். வெட்டியான் அந்தச் சடலத்தைக் கழுவுவதற்காகத் துணியை விலக்கியபோது பார்த்தேன். நல்ல ஆரோக்கியமான உறுதியான உடற்கட்டு, நல்ல அழகான தோற்றம், நோய்க்கான எந்த அறிகுறியும் இல்லை. விறகுகளை அடுக்கி அதன் மேல் அந்தச் சடலம் கிடத்தப்பட்டது. எண்ணெய் ஊற்றப்பட்டது. சற்றுத் தொலைவில் அமர்ந்திருந்த நிர்வாணச் சாமியார் உரத்த குரலில் ஏதோ கூறினார். சரம ஸ்லோகமாக இருக்கலாம். இறுதி யாத்திரைக்கு வந்திருந்தவர்களில் ஒருவரைத் தவிர மற்றவரெல்லாம் சென்றுவிட்டனர். அது இறந்தவரின் மகன். 10 அல்லது 12 வயதிருக்கும். மாநிறமுள்ள அழகான சிறுவன். வெள்ளை உடையில் இருந்தான். தந்தையை எரிப்பதற்காக அமைதியாக ஆழமான சிந்தனையில் நின்றிருந்தான். அவன் கையில் தீப்பந்தம் தரப்பட்டது. சடலத்தை ஏழுமுறை சுற்றி வந்தான். நிர்வாணச் சாமியார் இன்னும் உரத்த குரலில் ஸ்லோகம் கூறினார்.

ஏழாவது சுற்றின் இறுதியில் தந்தையின் தலைப்பகுதியிலும் கால் பகுதியிலும் தீ மூட்டினான். எரிய ஆரம்பித்தவுடன் அச்சிறுவன் சென்றுவிட்டான். இறுதிச் சடங்கிற்கு ஹிந்துக்கள் பெண்களை விரும்புவதில்லை. அவர்கள் திருமணச் செலவுதான் சேமிப்பையெல்லாம் கரைத்துவிட்டது. மகன் கொள்ளியிடும்போதுதான் அந்த உயிர் கௌரவமாக உலகை

விட்டுப் பிரியும். மகன் கொள்ளியிடுவதற்கு இணையான கௌரவம் வேறேதும் இல்லை. மகன் இல்லாதவர்கள் நிலை பரிதாபம். வாழ்க்கை நிச்சயமில்லாதது. தனக்கு ஒரு மகன் பிறப்பான் என்ற நம்பிக்கையில், ஹிந்து இளம் வயதிலேயே திருமணம் செய்துகொள்கிறான். மகன் பிறக்காவிட்டால் ஒரு மகனைத் தத்தெடுத்துக் கொள்வான். அவனது நோக்கங்கள் நிறைவேறும்.

இந்தச் சடலம் எரிகிறது, கூடவே இன்னும் நிறைய. கொடுமையான தொழில். அவர்கள் வெறுமனே உட்கார்ந்திருப்பதில்லை. ஒவ்வொரு உடலையும் குத்திவிட்டு, கிளறிவிட்டு, தேவைப்படும்போது எண்ணெய் ஊற்றி எலும்புக்கூடு எழுந்திருக்கும்போது தடியால் அடித்து உடைத்து நன்றாக எரியவிடுவர். கோரமான காட்சி. அதனால்தான் மக்கள் உடனே திரும்பி விடுகின்றனர். சடலம் எரிவதைக் காண ஆர்வமிருந்தது எனக்கு. இதைப் பார்த்ததில் திருப்தி. உடலை எரிப்பது சுகாதாரக் காரணங்களுக்காக உலகம் முழுதும் ஏற்றுக் கொள்ளலாம். ஆனால் இது கிளர்ச்சியூட்டும் வழிமுறை, ஏற்பதற்கல்ல.

இந்தத் தீ புனிதமானது, சாதாரணத் தீ கூடாது. இதை ஏற்பாடு செய்பவர் ஒருவரே. முழு அதிகாரமும் அவரிடம்தான். நல்ல பணம் கிடைக்கும். சில வசதியான குடும்பங்களிலிருந்து ஆயிரம் ரூபாய்கூட தருவதுண்டு. இந்தியாவிலிருந்து சொர்க்கம் போக அதிகம் செலவாகும். இந்த இறுதிச் சடங்கில் தொடர்புடைய ஒவ்வொரு

செயலுக்கும் ஒரு தொகை செலவழிக்க வேண்டும். சடலங்களுக்குத் தீ மூட்டுவது புனிதமானது என்று புரிந்துகொள்ளலாம். அருகிலேயே சதியை நினைவுகூரும் கற்கள் நிறுவப்பட்டுள்ளன. அவற்றில் ஆணும் பெண்ணும் நிற்பதுபோல், கைகோர்த்து நடப்பதுபோல் உருவங்கள் பொறிக்கப்பட்டுள்ளன. அரசாங்கம் அனுமதித்தால் விதவைகள் உடன்கட்டை ஏறத் தயாராக இருந்ததாக பார்க்கர் கூறினார்.

இந்த நினைவிடத்தில் ‘இவள் எங்கள் மூதாதையர். தன்னைத் தானே தியாகம் செய்தவர்’ என்று குடும்பத்தினர் கூறிக்கொள்ளலாம். இவர்கள் விசித்திரமானவர்கள். இவர்களுக்கு மனித உயிரைத் தவிர, எல்லா உயிரும் விலைமதிப்பற்றது. புழு பூச்சியைக்கூட கொல்லக்கூடாது. ஜைனர்கள் தாங்கள் அமரும் முன் அந்த இடத்தைச் சுத்தப்படுத்துவர். கண்ணுக்குத் தெரியாத கிருமிகள்கூட பாதிக்கப்படக்கூடாது. நுண்ணுயிர்களுக்குப் பாதகம் என்பதால், தண்ணீர் அருந்துவதையே சங்கடமாக நினைப்பர். ஆனால் இதே இந்தியாதான் குண்டாயிஸத்தின், சதியின் பிறப்பிடம். இந்தியாவைப் புரிந்துகொள்வது கடினம்.

கொள்ளையர்களின் கடவுளான பவானி அல்லது துர்கா அல்லது காளி எனப்படும் தேவியின் கோவிலுக்குச் சென்றோம். இந்தத் தெய்வத்திற்கு மட்டும்தான் உயிர்ப் பலி தரப்படுகிறது. ஆடுகள் பலி தரப்படுகின்றன. குரங்குகள் இன்னும் மலிவாகக் கிடைக்கும். ஏராளமாக உண்டு. ஆனால் அவை புனிதமானவை என்பதால் சுதந்திரமாகத் திரிகின்றன. கோவிலும் தாழ்வாரமும் மிக அழகாகச் செதுக்கப்பட்டுள்ளன. ஆனால் தெய்வத்தின் சிலை அவ்வளவு அழகில்லை. வெள்ளியில் முகம், வெளியே நீட்டியிருக்கும் நாக்கு சிவந்த நிறம், மண்டை ஓட்டு மாலைகள் அணிந்திருப்பாள்.

உண்மையில் பனாரஸில் எந்தத் தெய்வச் சிலைகளுமே அழகாக இல்லை. ஆனாலும் எவ்வளவு சிலைகள்! அருங்காட்சியகமே நடத்தலாம். எல்லாமே கோரமான, சுமாரான, கோணல் வடிவிலான சிலைகள். உறக்கத்தில் கெட்ட கனவுகளாகக் காட்சி தரும். கோவிலில் இவற்றைப் பார்த்துச் சலித்துப் போய் நதிக்குச் சென்றால், அங்கு இதைவிட பயங்கர ராட்சத சிலைகள் கரைகளில் காட்சி தரும். மேலும் எங்கெங்கு இடம் இருக்கிறதோ அங்கெல்லாம்

சிவலிங்கம். விஷ்ணு இதையெல்லாம் முன்கூட்டியே யோசித்திருந்தால் இந்த ஊருக்கு ஐடல் வில்லே அல்லது லிங்கம்பர்க் என்ற பெயர் சூட்டியிருப்பார்.

பனாரஸில் தனியாகத் தெரிவது ஔரங்கசீப்பின் மசூதியிலிருந்த இரண்டு வெள்ளைக் கோபுரங்கள். அவையிரண்டும் எங்கிருந்து பார்த்தாலும் தெரியும் அழகான கவர்ச்சியான வடிவங்கள். 142 அடி உயரம், கீழ்ப் பகுதியில் எட்டரை அடி விட்டம், உச்சியில் ஏழரை அடி, ஏறத்தாழ ஒரே அளவு. ஒரு மெழுகுவத்தி போன்றது. தேவதை போன்ற மெழுகுவத்திகள். என்றாவது ஒருநாள் இதை கிறிஸ்தவர்கள் கையகப்படுத்தி மின் விளக்கால் அலங்கரிப்பர். அங்கிருந்து பார்த்தால் ரம்மியமான காட்சி. ஒரு பெரிய சாம்பல் நிறக் குரங்கு அந்தக் காட்சியின் ஒரு பகுதியாக இருந்தது, அத்துடன் அக்காட்சியைச் சேதப்படுத்தியது.

குரங்கிற்கு என்ன தெரியும்? அது மசூதி உச்சியில் ஒரு மூலையிலிருந்து இன்னொரு மூலைக்குத் தாவியது. சில இடங்களில் தூரம் அதிகமாகும்போது மயிரிழையில் தாவிவிடும். பார்த்தால் நமக்குப் படபடப்பாக இருக்கும். ஆனால் அதைத் தவிர வேறெதுவும் கண்ணில் படாது.

ஒவ்வொரு முறை அந்தக் குரங்கு ஓரிடத்திலிருந்து இன்னொரு இடத்திற்குத் தாவும்போது மூச்சை அடைத்துவிடும் எனக்கு. அது கிளையைப் பற்றிக்கொண்டால்தான் எனக்கு நிம்மதி. குரங்கு அலட்சியமாகப் பதற்றமில்லாமல் இருந்தது. நான்தான் பதறினேன். 10, 12 முறையாவது உயிர் போகும் அபாயத்திலிருந்தது அந்தக் குரங்கு. அப்போதெல்லாம் எனக்கு நேர்ந்த படபடப்பில் அந்தக் குரங்கைச் சுட்டிருப்பேன். இந்தக் குரங்குகள் சேட்டை ஓயப்போவதில்லை. அதைக் காண்பதிலும் ஒரு சுவாரசியம் இருக்கத்தான் செய்கிறது. தவறவிடாதீர்கள், பனாரஸ் முழுவதிலும் நதிக்கரையிலும் ஏராளமாக இருக்கின்றன. ஒரு துப்பாக்கியை எடுங்கள், அந்தக் காட்சியைப் பாருங்கள்.

அடுத்த காட்சி மனதுக்கு அமைதி தந்தது. அதுவொரு புதிய கலை. தண்ணீரில் வரையப்பட்ட ஓவியம். உள்ளூர்க்காரர் ஒருவர் வரைந்தது. பல வண்ணப் பொடிகளைப் பாத்திரத்திலுள்ள நீரின் பரப்பில் தூவினான். மெல்ல மெல்ல அழகான தெய்வீகமான உருவம் வளர்ந்தது. மூச்சுக்காற்று பட்டாலே கலைந்துவிடும் போல. மிகவும் ஈர்த்தது. ஒரு முகம் போய் இன்னொரு முகம், ஒரு முகம் அழிந்து மற்றொரு முகம். பிறப்பு, மேன்மேலும் சிதைவு. இதுவொரு தத்துவம். நிலையாமை என்ற நிஜம். கல்லில் செதுக்கப்பட்ட படைப்புகளும் இவை போன்றவைதான்.

வாரன் ஹேஸ்டிங்ஸ் இந்தியாவில் பணிசெய்த காலத்தில் பனாரஸில் முக்கிய நிகழ்வு இருந்தது. அந்த மாமனிதர் எங்குக் கால் பதித்தாலும் முத்திரை பதித்தவர். 1781ல் அவர் பனாரஸ் வந்தார். ராஜா சேத் சிங்கிடமிருந்து 5,00,000 பவுண்டுகள் வரி கிழக்கிந்திய கம்பெனிக்கு வாங்கிச் செல்ல வந்தார். ஊரிலிருந்து நெடுந்தொலைவு வந்திருந்தார். உதவிக்கும் யாரும் இல்லை. சுற்றி ஓர் ஆங்கிலேயர்கூட கிடையாது. ராஜா தனது கோட்டையில் எண்ணற்ற ஏவலாட்களுடன் இருந்தார். அருகாமையில் இருந்த தோட்டத்திலிருந்து ராஜாவைக் கைதுசெய்து வர ஆட்கள் அனுப்பினார். அதற்கு அவர் இருநூறு இந்தியச் சிப்பாய்களையே பயன்படுத்தினார். இருநூறு இந்தியர்கள் மூன்று ஆங்கிலேய அதிகாரிகளுக்குக் கீழ்ப்படிந்தனர். ஒரு வார்த்தை கூறாமல் ராஜா சரணடைந்தார்.

இந்தியாவின் நிலை இதன் மூலம் தெளிவாகத் தெரிய வருகிறது. கிளைவின் வெற்றிக்குப் பிறகு ஆங்கிலேயரின் அதிகாரத்தின் சக்தி தெரிகிறது. எங்கிருந்தோ வந்து,

யாரென்றே தெரியாமல் இருந்தவர்கள் கால் நூற்றாண்டுக் காலத்தில் ராஜாக்கள் உட்பட எல்லாரையும் மிரட்டிப் பணியவைக்கும் அளவுக்கு அதிகாரம் படைத்தவர்களாகியுள்ளனர். மாயாஜாலக் கதைகள் உண்மையானவை. இந்தியச் சிப்பாய்களைத் தங்கள் மக்களுக்கு எதிராகத் திருப்பிவிடச் சிறிதும் யோசிக்கவில்லை ஆங்கிலேயர்கள். ஹேஸ்டிங்ஸ் இந்தத் தனிமையான இடத்திற்கு வருவதற்கும் பயப்படவில்லை. கையளவு இந்தியச் சிப்பாய்களை வைத்து இந்திய ராஜாவைப் பிடித்தார். ராஜாவின் கோட்டைக்கு வந்து அதிகாரிகள் அவரைச் சிறைப்பிடித்தனர். அதில் ஒரு கம்பீரமான திமிர் இருந்தது. ராஜாவின் மக்கள் கொந்தளித்தனர். பனாரஸ் ஊரே திரண்டு வந்து போராட்டம் செய்தது. ஆனால் ஒரு சிறிய விபத்தைத் தவிர எந்தப் பாதிப்பும் ஏற்படவில்லை. இந்தக் குழப்பத்தில் ஒரு நம்ப முடியாத உண்மையை அந்தக் கூட்டம் கண்டுகொண்டது. இந்தச் சிப்பாய்கள் தோட்டா இல்லாத வெறும் துப்பாக்கிகளைக் கொண்டு வந்திருந்தனர் என்பதுதான் அந்த உண்மை.

மறதியாக இருக்கலாம் என்றாலும் அவசரக் காலத்தில் புத்திசாலிகள் யோசிப்பார்கள், மறக்க மாட்டார்கள். இது வெறும் அலட்சியம். மேலும் இந்தியர்கள் பயந்து பணிந்து விடுவார்கள் என்ற அதிகபட்ச நம்பிக்கையும்கூட. எப்படியோ இந்த ரகசியத்தைக் கூட்டம் தெரிந்துகொண்டது. அவர்கள் துணிச்சல் இன்னும் அதிகமானது. கோட்டையைத் தகர்த்து உள்ளே சென்று சிப்பாய்களையும் அதிகாரிகளையும் துவம்சம் செய்தனர். கிளர்ச்சி நடந்துகொண்டிருந்தபோது ஹேஸ்டிங்ஸ் இரவோடு இரவாக பனாரஸிலிருந்து தப்பித்துச் சென்றார். ஒரு மாதத்திற்குள் மீண்டும் வந்தார், சாமர்த்தியமாகக் கலவரத்தை அடக்கி ராஜாவின் ஆட்சியைப் பிடுங்கி வேறொருவரிடம் கொடுத்தார். வாரன் ஹேஸ்டிங்ஸுக்குச் சாமர்த்தியம் உண்டு. அந்த ஒரு தடவைதான் ஆயுதங்கள் இல்லாமல் மாட்டிக்கொண்டது. அவரது ஒருசில நடவடிக்கைகள் பெயருக்குக் களங்கம் ஏற்படுத்தின. ஆனாலும் இந்திய ராஜாங்கத்தை இங்கிலாந்துக்குப் பரிசாகக் கொடுத்தார். அரசர்களின் கீழ் அடிமைகளாக வாழ்ந்துகொண்டிருந்த இந்தியர்களுக்கு இது மிகச் சிறந்த சேவை.

53

பனாரஸில் நான் மற்றொரு நடமாடும் தெய்வத்தைக் கண்டேன். மொத்தம் இருவர். உலக அதிசயங்கள் எதுவும் இவர்கள் அளவுக்கு என்னை ஈர்க்கவில்லை. நன்றாகவே நினைவில் உள்ளது. ஒரு விஷயம் அதிசயம் என்று நாம் உணர்வதைவிட, பிறர் அதை அதிசயமாகக் கருதி நமக்கு அறிமுகப்படுத்துவதே அதிகம். இது ஒருவகையில் கருத்துத் திணிப்புதான்.

அதிசயங்களை நாம் ஆர்வமாகப் பார்ப்பது நமக்கு முன்னால் பல்லாயிரக்கணக்கானவர் அதை ரசித்ததால்தான். நாமும் பார்த்துவிட்டோம் என்ற மகிழ்ச்சி, பெருமை, விலைமதிப்பற்ற அந்த அனுபவம் நினைவை விட்டு நீங்காது. அப்படியொரு காட்சிதான் தாஜ்மஹால். பார்க்கப் பார்க்கப் பரவசம், குறையாத ஆர்வம், கட்டுப்படுத்த முடியாத உணர்ச்சி எல்லாம் தாஜ்மஹாலைப் பார்த்தால் வரும். இவை நமது உணர்வுகள் அல்ல. தாஜைப் பற்றி வர்ணித்த ஆயிரக்கணக்கானவரின் உணர்வுகள்தான். ஒவ்வொரு நாளும் ஆயுள் முழுதும் அழுத்தமாக நம் மனத்தில் பதிந்துள்ளன. அவை நேரில் காணும்போது பிரவாகமாக உணர்ச்சிவசப்பட வைக்கிறது. நமது உணர்வுகளாக இருந்தால் இவ்வளவு மகிழ்ச்சியடைய மாட்டோம். பிறரது எண்ணங்களை நாம் சுவாசிக்கிறோம் என நாள்பட நாள்படப் புரியும். தாஜ்மஹாலைப் பார்த்ததில் கிடைத்த பெருமை மனத்தை விட்டு நீங்காது. தாஜ்மஹால் குறித்த மிகைப்படுத்தப்பட்ட வர்ணனைகள், கண்மூடித்தனமான உணர்ச்சிகள் எனப் பிறரால் திணிக்கப்பட்ட கருத்துகளால் கவரப்படாமல் தாஜ்மஹாலைப் பார்க்கும்போதுதான் தெரியும்.

மிகுந்த ஒளி பொருந்திய, உயிரும் உடலுமாய் நம்முன் நடமாடிக் கொண்டிருக்கும் யோகியை, பல லட்சம் பேர் எவ்வித ஐயமுமின்றிக் கடவுளாக வணங்கும் மனிதரை ஒப்பிடும்போது தாஜ்மஹால் ஓர் அதிசயமே அல்ல.

நான் பார்த்தபோது அவருக்கு 60 வயது. அவர் ஸ்ரீ 108 சுவாமி பாஸ்கரானந்த சரஸ்வதி. இதுதான் அவர் பெயர். எழுதும்போது மரியாதை நிமித்தம் கூடுதலாகச் சில வார்த்தைகள் 'ஸ்ரீ 108 மத்பரமஹம்ச பரிவஜகாச்சாரியசுவாமி பாஸ்கரானந்த சரஸ்வதி'. பெயரின் பின்னால் Esq எழுதத் தேவையில்லை. பெயரின் ஆரம்பமான 'ஸ்ரீ என்பதே மரியாதைதான். '108' அவரது பிற பெயர்களைக் குறிக்கும் என நினைக்கிறேன். விஷ்ணுவிற்கு 108 பெயர்கள். எப்போதும் உபயோகப்படுத்துவதில்லை என்றாலும் 108 பெயர்கள் இருக்கவேண்டும். மேலே குறிப்பிட்ட பெயர் 108 இல்லாமல் ஓரளவு சுருக்கப்பட்டது. எண்ணிப் பார்த்ததில் 58 எழுத்துகள் உள்ளன. நீளமான ஜெர்மன் வார்த்தைகளையே தோற்கடித்துவிடும். அவை பந்தயத்திலேயே இல்லை.

ஸ்ரீ 108 எஸ்.பி.சரஸ்வதி 'பரிபூரண நிலையை' எய்திவிட்டவர். இந்துக்கள் நம்பிக்கைப்படி மீண்டும் மீண்டும் இந்தப் பூமியில் பிறந்து, பல உயிரினங்களாக மாறி, பல நூற்றாண்டுகள் கடந்து பலவித வாழ்க்கையை வாழ்ந்து, கங்கையின் மறுகரைக்குப் போய் விபத்தில் இறந்து கழுதையாய்ப் பிறந்து என மாறி மாறி உழல வேண்டும். பரிபூரண நிலையை அடைந்ததால் ஸ்ரீ 108 எஸ்.பி.எஸ் இதிலிருந்தெல்லாம் தப்பித்தார். இந்த உலகப் பந்தத்திலிருந்து விடுபட்டவர், புனிதம் அடைந்தவர், தூய்மையானவர். அவரது புனிதத்தை, தூய்மையை எதனாலும் களங்கப்படுத்த முடியாது. அவர் இந்த உலகத்தைச் சேர்ந்தவரே அல்லர். உலக விஷயங்கள் அவருக்குச் சம்பந்தமில்லாதவை. இவ்வுலகத்தின் துன்பங்களும் வலிகளும் அவரைப் பாதிப்பதில்லை. அவர் இறக்கும்போது நிர்வாணமடைவார். பரமாத்மாவுடன் ஒன்றாகி நிரந்தர அமைதியடைவார்.

இந்த நிலையை எவ்வாறு அடைய வேண்டுமென்று ஹிந்துப் புனித நூல்கள் போதிக்கின்றன. ஆனால் ஆயிரம் வருடங்களில் ஒருவர்தான் இதில் வெற்றி காண்கின்றார். இவர் படிப்படியாக முன்னேறி, எல்லாக் கடமைகளையும் முடித்து, இறைவனின் அழைப்பிற்காகக் காத்துக்கொண்டிருக்கிறார். அந்த அழைப்பு இவரை அனைத்துப் பந்தத்திலிருந்தும் விடுவிக்கும். முதல் கட்டத்தில்

மாணவனாக இருந்து புனித நூல்களைக் கற்றறிந்தார். பிறகு நல்ல குடிமகனாக, கிரஹஸ்தனாக கணவனாக, தந்தையாக இருந்தார். அது இரண்டாம் கட்டம். பிறகு குடும்பத்திலிருந்து நிரந்தரமாகப் பிரிந்து ஜான் பன்யனின் 'கிறிஸ்டியன்' போலச் சந்நியாசி ஆனார். நெடுந்தூரம் நடந்து திரிந்து காட்டில் தவ வாழ்க்கை வாழ்ந்தார். பிறகு பிச்சைக்காரர் ஆனார்.

புனித நூல்களில் கூறியுள்ள சம்பிரதாயப்படி யாசகம் பெற்று உணவருந்தி இந்தியா முழுவதும் சுற்றித் திரிந்தார். கால் நூற்றாண்டுக்கு முன் பரிபூரண நிலையடைந்தார். இந்த நிலையில் ஆடை தேவையில்லை. நிர்வாண நிலை. இடையில் உடுத்தியிருந்த துணியையும் உதறிவிட்டார். அவர் விரும்பினால் மீண்டும் உடுத்தலாம். ஏனெனில் யாரும் எதுவும் அவரை அசுத்தப்படுத்த முடியாது. ஆனால் அவர் விரும்பவில்லை. இன்னும் பல கட்டங்கள் உள்ளன, எனக்குச் சரியாக நினைவில்லை. அவர் எல்லாவற்றையும் தாண்டி வந்துள்ளார். இந்த நெடும் பயணத்தில் புனித நூல்களைக் கற்று அதற்கான விளக்கங்களை எழுதித் தன்னைச் சீர்செய்து கொண்டார். பிரம்மனை நினைத்துத் தவம் இருந்தார். இப்போதும் இருக்கிறார். பளிங்கில் பொறிக்கப்பட்ட இவரது உருவப் படம் தேசமெங்கும் விற்பனையாயின.

தனது தகுதிக்கும் தரத்திற்கும் ஏற்றவாறு, பனாரஸில் தோட்டத்துடன் கூடிய நல்லதொரு வீட்டில் வாழ்ந்தார். இவர் வெளியிடங்களுக்குச் செல்வதில்லை. கடவுள்கள் எந்த நாட்டிலும் எளிதாக உலவ முடியாது. கடவுள் இந்த நாள், இந்தத் தேதியில் வெளியே வருகிறார் எனத் தெரிந்தால் போக்குவரத்து, தொழில்களெல்லாம் ஸ்தம்பித்துவிடும். இந்தக் கடவுள் சௌகரியமான வீட்டில் வாழ்ந்தார். ஒருவேளை அவர் அரண்மனையில் வாழ விரும்பியிருந்தால் பக்தர்கள் சந்தோஷமாகக் கட்டிக் கொடுப்பர். சில சமயம் பக்தர்களை ஒரு நொடி உற்றுப் பார்ப்பார், அருளாசி வழங்குவார். அவர்கள் இவர் பாதத்தை முத்தமிட்டு மகிழ்வுடன் திரும்புவர். கடவுளாதலால் அந்தஸ்து இவருக்குப் பொருட்டல்ல, எல்லா மனிதரும் ஒன்றே. இவர் மகிழ்விப்பவரைப் பார்ப்பார். இவரால் மகிழ்பவரைப் பார்க்கமாட்டார். சில சமயம் அரசனைப் பார்த்து மகிழ்வார், சில சமயம் ஆண்டியைப் பார்த்து மகிழ்வார். நிறையக் கூட்டம் சேர்ப்பதில்லை, தியானத்தில் அதிக நேரம் ஈடுபடுவார். ரெவ் பார்க்கரை வரவேற்பார் என்று

நினைக்கிறேன். இவர் அவருக்காகவும் அவர் இவருக்காகவும் வருந்துவார். அது இருவருக்குமே நல்லது.

நாங்கள் தோட்டத்தில் காத்திருந்தபோது கண்ட காட்சி சரியாகப் படவில்லை. மஹாராஜாக்களை விரட்டிவிட்டுப் பரதேசிகளை வரவேற்றார். நாங்கள் இவ்விருவருக்கும் நடுவில். ஓர் உதவியாளர் வந்து ஸ்வாமிஜி வந்துகொண்டிருப்பதை அறிவித்தார். வந்தார். லட்சக்கணக்கானவர்களால் வணங்கப்படுபவரைப் பார்த்தேன். விவரிக்க இயலா உணர்வு, சிலிர்ப்பு, பரவசம் என் நரம்புகளில் ஊடுருவியதை மீண்டும் உணர விரும்பினேன். ஆனால் எனக்கு அவர் கடவுள் இல்லை. பரவசம் என் உணர்வல்ல, லட்சக்கணக்கான பக்தர்கள் மூலம் எனக்கு வந்தது. அவர்களது கடவுளுடன் கை குலுக்கியதன் மூலமாகச் சக்தி முழுவதையும் இழுத்துக்கொண்டேன்.

உயரமாக, ஒல்லியாக, சொல்லப்போனால் உணவில்லாமல் மெலிந்திருந்தார். களையான முகம். அறிவுச் சுடர் விடும் முகம். அன்பான கண்கள். தன் வயதைக்காட்டிலும் முதிய தோற்றம். தியானம், உபவாசம், வாசிப்பு, பிரார்த்தனை, தவ வாழ்க்கை, பிச்சையெடுத்து உண்ணுதல் போன்றவையே இதற்குக் காரணம். எவ்வளவு உயர்ந்த தகுதிபடைத்தவர் வந்தாலும் இவர் நிர்வாணமாகவே இருப்பார். ஆனால் பார்க்கருக்காக, ஐரோப்பியர் என்பதால் சிறு வெள்ளைத் துணியைச் சுற்றிக்கொண்டார்.

श्री १०८ मत्परमहंसपरिव्राजकाचार्य
स्वामिभास्करानन्दसरस्वति शिष्य
मीनबाहादुरराणानैपालीमहाशय।

Sri 108 Matparamahansaparivra-
jakacharyaswamibhaskara-
nandasaraswati, sishya
Mina Bahadur Rana

PAGE FROM BAHADUR'S BOOK.

சிறிது நேரத்திலேயே சகஜமாகப் பழகினோம். அவர் பழகுதற்கினிய கடவுள். சிகாகோ குறித்து நிறையக் கேள்விப்பட்டிருந்தார். அதில் ஆர்வம் காட்டினார். காரணம் உலக மதங்கள் மாநாடு. சந்திப்பின் நினைவாக இருவரும் கையெழுத்திட விரும்பினர். ஆரம்பத்தில் சந்தேகமிருந்தாலும் நான் அவரை நம்பினேன். தனது புத்தகத்தில் கையெழுத்திட்டார். பொக்கிஷமான புத்தகம். வலதிலிருந்து இடம் நோக்கி எழுதப்பட்டது. எனவே என்னால் படிக்க முடியாதது. தவறுதலாக அச்சடிக்கப்பட்டது. ஹிந்து கிரந்தங்களுக்கு அவர் எழுதிய விளக்கங்களின் தொகுப்பு. எனக்குப் புரியுமானால் நானும் பூரணத்துவத்தை நோக்கிச் செல்ல முயற்சிப்பேன். நான் ஹகிள்பரி ஃபின் (Huckleberry Finn) புத்தகம் பரிசளித்தேன். அது பிரம்மனை நோக்கிய அவரது தவத்தின் நடுவில் சிறிது ஓய்வு தரும். ஏனெனில் சோர்வாக இருந்தார். என் புத்தகம் நன்மை செய்யாவிட்டாலும் தீமை செய்யாது.

॥ श्रीः ॥

ANUBHUTIVIVARANADARSA

BY

Sri 108 Matparamahansaparivrajakacharya-swdmibhaskaranandasaraswati,

WITH A GLOSS CALLED

BALABODHINI

BY HIS PUPIL

MINA BAHADUR RANA

PUBLISHED AND TRANSLATED INTO ENGLISH

BY ORDER OF HIS SON

HEMABIKRAMA RANA BAHADUR

Benares:

By order of Pandit Gopee Nath Pathak,

Printed by Jadava Nath Pathak,

Light Press.

1893.

TITLE PAGE OF BAHADUR'S BOOK.

மினா பஹதூர் ரானா இவரின் சிஷ்யர். ஆனால் அவரை எங்களால் பார்க்க முடியவில்லை. ஆடை உடுத்தியிருந்தார். முழுமையடையாதவர். தனது குருவைப் பற்றிச் சிறு புத்தகம் எழுதியுள்ளார். என்னிடம் உள்ளது. குருவும் சீடரும் ஒரு பாயில் அமர்ந்துள்ள படம். குருவின் படம் அருமை. பிரம்மனையே குறிக்கும் விதமாக நீண்ட புஜங்கள்,

நெகிழ்வான கால்கள். இந்தியக் கடவுள்களுக்கே உரியவை. தோட்டத்தில் இதே வடிவத்தில் ஸ்ரீ 108 எஸ்.பி.எஸ்ஸின் ஆளுயரப் பளிங்குச் சிலை உள்ளது.

விந்தையான உலகம். குறிப்பாக இந்தியா. சிஷ்யர் மினா பஹதூர் சாமானியரல்ல. பெயரும் புகழும் திறமையும் உடைய நேபாள அரசு அதிகாரியாக இருபது ஆண்டுகளுக்கு முன் இந்திய வைஸ்ராய் அலுவலகத்தில் பணிபுரிந்தவர். திறமைசாலி, படித்தவர், சிந்தனைவாதி, வசதியானவர். ஆன்மிகத் தேடலில் பதவியைத் துறந்து, வசதியை விட்டுத் தனிமையில் குடிசையில் வாழ்ந்தார். தத்துவ நூல்கள் கற்றார். இது நம் மதத்தை ஒத்தது. செல்வம் இருப்பவர்கள் இல்லாதவருக்குத் தந்துவிட்டு ஏழையாய்த் தன்னைத் தொடரவேண்டுமென கிறிஸ்து கூறுகிறார். அமெரிக்கர்களும் ஆங்கிலேயரும் தினம் இதைச் செய்வதால்தான் நம் மதம் பெரும் சக்திகொண்டது. சிலர் இந்தக் கடமையுணர்ச்சியைக் கிண்டல் செய்வர். சிலர் பஹதூரைக் கிறுக்கன் என்பர். கிறிஸ்தவர்களைப் போலப் புனித நூல்கள் கற்றார். இது நேர விரயமல்ல, உயர்வான பணி என்று உணர்ந்தார். இதற்கு முன் பலர் இதைச் செய்தபோது கொண்டாடிய சமூகம் இவரைக் கிறுக்கன் என்கிறது. நான் அப்படி நினைக்கவில்லை. நான் அவரை மதிக்கிறேன்.

வாய் வார்த்தைக்காகச் சொல்லவில்லை, அவரின் புனித விஷயங்களுக்காகவே அவ்வாறு அழைக்கிறேன். பெற்றோர், மதம், கொடி, சட்டம், நம்பிக்கைகள் போன்ற இந்த உணர்ச்சிகள் இயற்கையாய்த் தோன்றுவது. சுவாசிப்பதைப்போல், நமது கட்டுப்பாட்டில் இல்லை. ஆனால் கடினமான விஷயம், தகுதி பார்த்து, எந்தவித வற்புறுத்தலும் இல்லாமல் நாம் சாராத மத அரசியல் கொள்கையுடையவருக்கு நாம் செலுத்தும் மரியாதை. பிறர் மதத்தை, அவர் கடவுளை, அவர் அரசியலை நம்மால் மதிக்க முடியாது. யாரும் அதை எதிர்பார்க்கவும் இல்லை. ஆனால் அவர் நம்பிக்கைகளை நாம் மதிக்கலாம். அதன் மூலம் அவரையும் மதிக்கலாம். அதுவும் மிக மிகக் கடினம். ஆகவே முயற்சிப்பதே இல்லை. நாம் செய்வதை அந்த மனிதன் நம்புவதில்லை என்றால் அவனைக் கிறுக்கன் என்கிறோம். நம்மால் வேறெதுவும் செய்ய முடியாது.

நாம் எப்போதுமே 'மரியாதை தெரியாதவர்கள்' என்று பிறரைச் சுட்டிக் காட்டுவோம். அதே தவற்றை நாம் செய்வதை உணரமாட்டோம். இப்படிச்

செய்யும்போதெல்லாம் நமது வார்த்தைகளில் பொய்மை இருக்கும். முழுமையான தகுதியில் நாம் யாருமே மரியாதை உள்ளவர்கள் கிடையாது. ஆழ்மனத்தில் நாம் எல்லோருமே மரியாதை அற்றவர்கள்தான். தான் பெரிதும் மதிக்கும் விஷயங்களைத் தவிர ஒருவருக்கு உயர்வானவர் எவரும் இல்லை. ஆகையால் இதுபற்றிப் பெருமைகொள்ள ஏதும் இல்லை. அப்படிச் செய்பவன் கொடூரமானவன். தன்னைத் தவிர உயர்ந்தது ஏதுமில்லை என்று எண்ணுபவன். நாம் மதிக்கும் விஷயங்களைத் தவிர வெளியிலுள்ள வேறெதையும் நாம் மரியாதையாகப் பார்ப்பதில்லை. ஆனால் நாம் உயர்வாகக் கருதும் விஷயங்களைப் பிறர் ஒதுக்கித் தள்ளும்போது அதிர்ச்சி அடைகிறோம். உதாரணமாக, இந்தப் பத்திரிகைச் செய்தியைப் பாருங்கள்.

'நேற்று பிரிட்டிஷ் பிரபுக்களின் குழு ஒன்று மவுண்ட் வெர்னானில் சுற்றுலா சென்றது. வாஷிங்டன் கல்லறையில் உணவருந்தினர், பாடல் பாடினர், விளையாடினர், வால்டஸ் போல்காஸ் நடனமாடினர்.'

ஆத்திரப்பட வேண்டுமா, அதிர்ச்சியடைய வேண்டுமா, இல்லை, அவமரியாதையாகக் கருத வேண்டுமா? இவையெல்லாம் நடக்கும். அவர்களைத் தகாத வார்த்தைகளில் ஏசவேண்டும். இப்போது இந்தச் செய்தியைப் பார்ப்போம்.

'நேற்று அமெரிக்காவிலிருந்து வந்த சுற்றுலாக் குழு வெஸ்ட் மின்ஸ்டர் அபிக்கு வந்தனர். அந்தப் புனித இடத்தில் உணவருந்தி, பாட்டுப் பாடி, விளையாடி, ஆடி மகிழ்ந்தனர்.'

ஆங்கிலேயர் அதிர்ச்சியாவாரா, ஆத்திரப்படுவாரா அல்லது அவமரியாதையாகக் கருதுவாரா? எல்லாம் நடக்கும். அந்தப் பணக்காரர்களை இழிவான வார்த்தைகளால் விமர்சிப்பர். மவுண்ட் வெர்னன் கல்லறையில் அமெரிக்காவின் புனித மகனின் சாம்பல் உள்ளது. அபியில் இங்கிலாந்தின் மதிப்பு மிக்கவர்கள் உறங்குகிறார்கள். உலக அதிசயங்களில் ஒன்றான தாஜ்மஹால்கூட தன் மனைவியின் நினைவாகக் கட்டப்பட்ட மண்டபம்தான். அப்பழுக்கில்லாத சிறந்த மனைவி, சிறந்த தாய்க்காக! அவளின் அன்புதான் அரசனின் ஜீவன். அமெரிக்கர்களுக்கு மவுண்ட் வெர்னான் போல், ஆங்கிலேயருக்கு அபி போல் அவளது சாம்பல் உள்ள தாஜ் எண்ணற்ற இந்திய முகமதியர்களுக்குப் புனித இடம்.

40, 50 ஆண்டுகளுக்கு முன் மேஜர் ஸ்லிமேன் எழுதுகிறார், ‘இந்த இம்பீரியல் டூம்ப் (tomb) இருக்குமிடத்தில் ஐரோப்பிய ஆண்களுக்கும் பெண்களுக்கும் விருந்து தருவதை, கேளிக்கைகளில் ஈடுபடுவதைக் கண்டிக்கிறேன். ஆட்டம் பாட்டம், மது அருந்துதல் எல்லாம் நல்லவைதான். ஆனால், அதைக் கல்லறையில் நிகழ்த்துவது பொருத்தமாக இல்லை.’

இந்தக் கொண்டாட்டங்களில் அமெரிக்கர்கள் இருந்தார்களா? அழைக்கப்பட்டிருந்தால் இருந்திருப்பார்கள். வாஷிங்டன் டூம்பிலும் வெஸ்ட் மின்ஸ்டர் அபியிலும் இப்படியொரு நிகழ்வு நடந்திருந்தால், ஒருவருக்கொருவர் மோசமான வார்த்தைகளால் மரியாதையில்லாமல் திட்டிக்கொள்வர். அடுத்த நாளே வாய்ப்பு கிடைத்தால், இவர்கள் ஒன்றுசேர்ந்து தாஜில் நாட்டியம் ஆடுவர்.

நாங்கள் பனாரஸ் கடவுளிடம் விடைபெற்றபோது ஒரு குழுவினர் மரியாதையுடன் காத்துக்கொண்டிருந்தனர். ஏதோவொரு ஊரின் ராஜாவும் அவருக்குக் கீழ் பணி செய்தவர்களும். கடவுள் அவர்களை வரச்சொல்லிச் சைகை செய்தார். ராஜா மரியாதையாக முழங்காலிட்டுக் கடவுளின் பாதத்தில் முத்தமிட்டதைக் கண்டோம்.

54

17 1/2 மணிநேர வசதியான ரயில்வே பயணத்தில் இந்தியாவின் தலைநகரும் பெங்காலின் தலைநகரமுமான கல்கத்தாவை அடைந்தோம். பம்பாயைப் போலவே இங்கும் பத்து லட்சம் இந்தியர்கள், கையளவு வெள்ளையர்கள். இது மிகப் பெரிய நகரம். மாளிகைகளின் நகரமென்றும் இதற்குப் பெயர் உண்டு. பிரிட்டிஷ் அரசின் சாதனைகளாக வரலாற்று நினைவுகள் நிறைய உண்டு. மிலிட்டரி, அரசியல், வாணிபம் என எல்லாத் துறைகளிலும் சிறக்கக் காரணம், இரு பெரும் மந்திரவாதிகளான கிளைவ் மற்றும் ஹேஸ்டிங்ஸ் நிகழ்த்திய அதிசயங்கள்தான்.

அதில் ஒன்று, விண்ணைத் தொடும் ஆக்டர்லோனி நினைவுச்சின்னம் (Ochterlony Monument). *250* அடி உயரமுள்ள துளைகளுடைய மெழுகுவத்தி அது. இந்த லிங்கம்தான் கல்கத்தாவின் பிரம்மாண்டமான நினைவுச் சின்னம். நுணுக்கமான வேலைப்பாடு உடையது. கல்கத்தாவில் பல மைல் தூரத்திற்கு எங்கிருந்தாலும் இதைக் காண முடியும். இதைக் காணும்போதெல்லாம் ஆக்டர்லோனி (Major general Sir.David Ochterlony) நினைவுக்கு வருவார். ஆக, ஒரு நாளில் ஒரு மணி நேரம்கூட அவரைப் பற்றி நினைக்காமலிருக்க முடியாது. கிளைவ் மீண்டும் வராதது நல்லதுதான். அவர் இந்தச் சின்னத்தை பிளாசே வெற்றிக்கென நினைப்பார். அதற்காகக் கட்டப்பட்டதல்ல என்றறியும்போது அவர் மனது வேதனைப்படும்.

இது ஆக்டர்லோனிக்காக என்பதை கிளைவ் அறிந்துகொள்வார். ஆக்டர்லோனி என்பது யுத்தமென நினைப்பார். பெருமையும் படுவார். ‘3000 பேரை வைத்து 60 ஆயிரம் பேரைத் தோற்கடித்து இந்த ராஜாங்கத்தை உருவாக்கினேன். அதற்கு எந்த நினைவுச் சின்னமும் இல்லை. எனவே இந்தச் சிப்பாய் குறைந்தது 12 பேரை வைத்து 100 லட்சம் பேரைத் தோற்கடித்து இந்த உலகத்தைக் காத்திருப்பார் என்று அவர் நினைத்துக்கொள்வார்.’ அது தவறு. ஆக்டர்லோனி ஒரு மனிதன், போர் அல்ல. சிறந்த சேவை செய்தவர். நூறு ஆங்கிலேயரின் திறமை, துணிச்சல், நேர்மையுடன் பணிபுரிந்தவர். இதுபோன்ற சிறந்த மனிதர்களை, போர்க்கலையிலும் ஆட்சிப் பணியிலும் சிறந்தவர்களை, பண்பானவர்களை இந்தியா அதிக அளவில் உருவாக்கி வருகிறது. அவர்களுக்கெல்லாம் எந்த நினைவுச் சின்னமும் இல்லை. அவர்கள் எதிர்பார்க்கவும் இல்லை. ஆக்டர்லோனிகூட எதிர்பார்த்திருக்க மாட்டார், விரும்பியும் இருக்க மாட்டார்.

கிளைவும் ஹேஸ்டிங்ஸூம் சொர்க்கத்திலிருந்து இந்த நினைவுச் சின்னத்தைப் பார்த்து, தங்கள் இருவரில் இது யாருக்கானது என்று யோசிப்பர். விடை தெரியாததால் கவலையும் வருத்தமும் ஏற்படும். சொர்க்கத்தில் அவர்களுக்கு நிம்மதி குலையும். ஆக்டர்லோனிக்கு அவ்வாறு இல்லை. இது தனக்கான நினைவுச் சின்னமென்று அவர் கவலைப்படமாட்டார், சந்தேகமும் படமாட்டார். சொர்க்கம் அவருக்கு இனிமையாக அமைதியாக இருக்கும்.

இந்தியாவில், நினைவுச் சின்னங்கள் சிறந்த ஆளுமைக்காக, சாதனைக்காக, தன்னலமற்ற பணிக்காக எழுப்பப்பட வேண்டும் என்றால், ஊர் முழுவதும் நினைவிடங்களால் நிரம்பி இருக்கும். கையளவு பிரிட்டிஷார் லட்சக்கணக்கான இந்தியர்களை எந்தப் பிரச்சினையும் இல்லாமல், சாதாரணமாக, இலகுவாக, திறமையாக, நீதி நேர்மை தவறாமல் அடக்கி ஆளுகின்றனர். இந்தியாவிலிருந்து தொலைதூரத்தில் இங்கிலாந்து இருப்பதால் தனது சேவகர்கள் இந்தியாவில் செய்யும் அரும்பணிகள் குறித்து இங்கிலாந்துக்குத் தகவல் தெரிவதில்லை. பத்திரிகை நிருபர் இந்தியாவில் நடக்கும் விழாக்களையும் விருந்துகளையும் விருந்தினர்களையும் யார் யாரைத் திருமணம் செய்கிறார்கள் என்ற விவரத்தையும் மட்டுமே எழுதுவார்.

பிரிட்டிஷ் அதிகாரி சராசரியாக நாற்பது ஆண்டுக்காலம் இந்தியாவில் பணிபுரிந்து ஒவ்வொரு நிலையாக உயர்வார். இங்கு மிகவும் பிரபலமாக, எல்லாரும் அறிந்தவராக வாழ்வார். அரசுப் பிரதிநிதியாக ஒரு பெரிய தேசத்தை ஆள்வார். ஆனால் அவர் இங்கிலாந்து திரும்பிச் சென்றால், இவரை யாரென்றே அங்கு இருப்பவர்களுக்குத் தெரியாது. அவரும் ஏதோவொரு மூலையில் அமைதியாக வாழ்நாளைக் கழித்து மறைந்து போவார். பத்தாண்டுகள் கழித்து லண்டன் பத்திரிகைகளில் வரும் இருபது வரி இரங்கல் செய்தியைப் படித்துத்தான் இவரது சாதனைகளையும் சாகசங்களையும் அறிந்து வியப்பர். ஆனால் இளவரசர்கள், ட்யூக் பற்றிய செய்தி ஒன்றுவிடாமல் அவர்களுக்குத் தெரியும்.

சாதாரண மனிதன் நெடுந்தொலைவில் இருக்கும் நாடுகளைப் பற்றி அதிகம் அறிவதில்லை. அவன் முன்னிலையில் ஒன்றிரண்டு பெயர்களையும் ஒன்றிரண்டு குறிப்புகளையும் கூறும்போது, அந்தப் பெயர்கள் மனத்தில் மின்னலாக வரும். மற்றதெல்லாம் இருளில்தான். எகிப்து என்றதும் நினைவுக்கு வருவது பிரமிடுகளும், ஒன்றிரண்டு விவிலியக் கதைகளும் மட்டுமே. தென்னாப்பிரிக்கா என்றதும் நினைவுக்கு வருவது கிம்பர்லீயும் வைரங்களும்தான். ஹிந்துவுக்கு அமெரிக்கா என்றதும் நினைவுக்கு வருவது ஜார்ஜ் வாஷிங்டன் மட்டுமே. பிறகு கூடுதலாகச் சில விவரங்கள் தெரியவந்தன. இப்போது அமெரிக்கா என்றால் கூறுவான் ‘ஓ! ஜார்ஜ் வாஷிங்டனின் தேசம், புனித நகரம் சிகாகோ’ அவனுக்குத் தெரிந்தது சிகாகோ நகரில் நடந்த மதங்கள் மாநாடு. அது சிகாகோவைப் பற்றிய தவறான எண்ணத்தை ஏற்படுத்தி இருக்கிறது.

தூர தேசங்களில் இருப்பவர்களுக்கு இந்தியா என்ற பெயரைக் கேட்டால் கிளைவ், ஹேஸ்டிங்ஸ், கலகம், கிப்ளிங், இன்னும் பல முக்கிய நிகழ்ச்சிகள் நினைவுக்கு வரும். கல்கத்தா என்றதும் நினைவுக்கு வருவது பிளாக் ஹோல். இந்தியாவின் தலைநகரத்திற்கு வந்ததுமே அவன் கல்கத்தாவின் பிளாக் ஹோலைக் காண ஆர்வமாகச் செல்வான், ஏமாற்றமடைவான்.

பிளாக் ஹோல் பாதுகாக்கப்படவில்லை. பல்லாண்டுகளுக்கு முன்பே அழிந்துவிட்டது. விசித்திரம்! எப்படி இருந்தாலும் அது நினைவுச் சின்னம்தான். மராமத்து தேவையில்லாத உறுதியான கட்டடம், அப்படியே விட்டிருக்கலாம். மாபெரும் சாம்ராஜ்யம் - கிரேட் பிரட்டனின் இந்தியச்

சாம்ராஜ்யத்தின் முதல் செங்கல், அஸ்திவாரம் அதன் மீதுதான் எழுந்தது. பிளாக் ஹோலின் கோரச் சம்பவத்தால் பிரிட்டிஷார் அதிர்ந்துபோய் கிளைவை மதராஸிலிருந்து வரவழைத்தனர். கிளைவ் துடிப்பான மிலிட்டரி அதிசயம், பிளாஸியிலிருந்து முளைத்த விதை. அஜின்கோர்ட் யுத்தத்தைத் தவிர, அந்த அசாதாரண யுத்தம்போல் பூமியில் அதுவரை நிகழவில்லை. அந்த வெற்றி இந்தியா மீது இங்கிலாந்தின் முழுமையான அதிகாரத்துக்கு அஸ்திவாரம் இட்டது.

அதைப் பார்த்த மக்கள் இன்னும் உயிரோடு இருக்கையில் பிளாக் ஹோல் உடைத்து வீசப்பட்டது. செங்கற்கள் எல்லாம், அவை வரலாற்றுச் சிறப்பு வாய்ந்த தங்கப் பாளங்கள் என்று உணராமல், களிமண் போல் அலட்சியப்படுத்தப்பட்டன. மனிதர்களைப் பற்றிய குறிப்பும் இல்லை. பிளாக் ஹோல் இருந்த இடத்தில் ஒரு தகடு மட்டுமே உள்ளது. அதில் ஒன்றுமே இல்லை. பிளாக் ஹோல் என்பது ஒரு சிறைச்சாலை, தனிமைச் சிறை. 18 அடிச் சதுரம். சாதாரணப் படுக்கையறை அளவு. இதில்தான் பெங்கால் நவாப் 146 ஆங்கிலேயக் கைதிகளை அடைத்திருந்தான். அத்தனை பேருக்கும் நிற்கக்கூட இடம் கிடையாது. சுவாசிக்கக் காற்று இல்லை. இரவு நேரம், கடும் வெப்பம். விடியும் முன் 23 கைதிகளைத் தவிர எல்லாரும் இறந்தனர். ஹால்வேல் (Holwell) இந்தப் பயங்கரம் பற்றிக் குறிப்பிட்டுள்ளார். நூறாண்டுகளுக்கு முன் வாழ்ந்தவர்களுக்கு இது புரிந்திருக்கும். நம் காலத்தில் இதுபோன்ற செய்தி இல்லை.

ஹால்வெல் தாகத்தால் தவித்து, தனது வியர்வையை உறிஞ்சி உயிரைக் காத்துக் கொண்டார். நிலைமையின் பயங்கரத்தை இந்தவொரு குறிப்பு உணர்த்தும். ஹால்வெல் உயிருக்குப் போராடிக்கொண்டிருந்தபோது மற்றொரு ஆங்கிலேய இளைஞர் இன்னொரு கையை உறிஞ்சுவதைக் கண்டார். ஹால்வெல் சுயநலவாதி அல்ல. தாராள மனதுடையவர். இந்த நற்குணங்களுக்காகப் போற்றப்பட்டவர். இருந்தபோதும் மற்றொரு கை வியர்வை உறிஞ்சப்படுவதைக் கண்டு உஷாராக அதை முதலில் உறிஞ்சிவிட்டார். பிளாக் ஹோல் கொடுமைகள் நல்லவர்களைக்கூட மாற்றிவிட்டது. உயிர் பிழைத்த 23 பேரில் அந்த இளைஞரும் ஒருவர். களவாடப்பட்ட வியர்வைதான் தன் உயிரைக் காத்ததாகக் கூறினார். ஹால்வெல் குறிப்புகளில் இருந்து ஒரு பத்தி.

'விரைவில் இந்த வேதனைக்கு ஒரு முடிவுகட்ட வேண்டுமென்று இறைவனை வேண்டினோம். அதற்குள்ளாகவே சக்தியிழந்து சோர்வடைந்த பலர் உயிரை விட்டனர். இன்னும் சிலர் கடைசி முயற்சியாக ஜன்னல் வழியாக வெளியேறினர். தாண்டிக் குதித்து முதுகைச் சிராய்த்துக்கொண்டு முன்னால் இருந்தவர் தலையை மிதித்து எப்படியோ கம்பியைப் பிடித்து வெளியேறி விட்டனர். அதிலும் அழுத்தம் அதிகமாகிப் பலருக்கு மூர்ச்சையானது. ஒரு சிலர் ஒரு பாத்திரத்தில் இருந்த ஸ்பிரிட்டை மூச்சுத் திணறும் வரை முகர்ந்து கொண்டிருந்தோம். என் மேல் பிறர் கால் வைத்து ஏறி வெளியேறும்போது தலை குனிந்திருந்தேன். உடனடியாகத் தலையை நிமிர்த்தி மூச்சுத் திணறலைத் தவிர்க்க வேண்டும். இரவு 11 மணி தொடங்கி அதிகாலை 2 மணி வரை இது தொடர்ந்தது. ஒரு பருமனான மனிதனின் முழங்கால்களை என் முதுகில் தாங்கிக் கொண்டிருந்தேன். அவனது பாரம் முழுவதும் என் தலையில். டச் சர்ஜன் ஒருவர் என் இடது தோளில் அமர்ந்துகொண்டார். ஒரு டோப்பாஸ் என் வலது தோளில். சரியான ரத்த அழுத்தம் இல்லாதிருந்தால் இதையெல்லாம் தாங்கியிருக்க முடியாது.

பிறகு இருவரைக் கம்பியைப் பிடித்துக்கொண்டு என் முழங்கால்களால் அவர் விலாவில் அழுத்தி வெளியேற்றினேன். ஒரு நண்பர் அந்தக் கம்பிகளுக்கிடையில் சிக்கிக்கொண்டார். முழுப் பலத்தையும் பிரயோகித்து வெளியேற்றினோம். மீண்டும் மீண்டும் செய்ததில் ஒரு கட்டத்தில் நான் சோர்ந்துபோனேன். இரண்டு மணியானது. ஜன்னல் வழியாக வெளியேற வேண்டும் அல்லது அங்கேயே இறக்க வேண்டும் என்ற நிலை. நான் தப்பிக்க முடிவு செய்தேன். ஆத்மார்த்தமாக எல்லாருக்கும் உதவி செய்த நான் வெளியேற முடிவு செய்தேன். என் அருகில் கப்பலில் அதிகாரியாக இருந்த கேரி இருந்தார். எங்களைச் சிறைபிடித்தபோது மிகவும் துணிச்சலாக நடந்து கொண்டார். (அவர் மனைவி அவரைத் தனியே விட மனமில்லாமல் சிறைக்கும் வந்தார். இப்போது உயிர் பிழைத்துள்ளார்.)

கேரி தண்ணீருக்காகவும் காற்றுக்காகவும் பரிதவித்துக் கொண்டிருந்தார். நான் உயிரைவிட

முடிவெடுத்ததாகவும், என்னிடத்தில் அவரை வந்து நிற்குமாறும் கூறினேன். நான் நகர்ந்ததும் கேரி என்னிடத்திற்கு வந்தார். என் தோளில் அமர்ந்திருந்த சர்ஜன் கேரியை இழுத்துவிட்டார். நன்றி தெரிவித்த கேரி, தானும் உயிரை விடுவதாகக் கூறினார். மிகுந்த பிரயாசையோடு நாங்கள் ஜன்னல் வழியாக வெளியே வந்தோம். (உள்ளே இருந்த பலர், விழக்கூட முடியாமல் நின்றபடியே இறந்துவிட்டதாகத் தோன்றியது.)

அவன் இறந்தான். அது திடீரென நிகழ்ந்தது. குள்ளமான சிவந்த மனிதன் அவன். நல்ல பலமுடையவன். இந்த நிலையில் நான் எந்த வலியையும் உணரவில்லை. சிறிது சங்கடப்பட்டேன். ஹார்ட்ஷார்னின் ஆவிக் கிண்ணத்தை (the bowl of spirit of hartshorn) பற்றிய எனது உவமையைத் திரும்பத் திரும்பச் சொல்வதைத் தவிர அப்போதைய எனது நிலைமையைப் பற்றி வேறு சிறந்த யோசனையை நான் உங்களுக்கு வழங்க முடியாது. மீண்டும் மீண்டும் ஸ்பிரிட்டை முகர்ந்து கொண்டிருந்தேன். எனக்கும் மயக்கம் வந்தது. சிறைச்சாலையின் தெற்கு மூலையில் தன் மகனுடன் இறந்துபோன லெஃப்டினென்ட் மிஸ்டர் ஜெர்வாஸ் பெல்லாமே (Jervas Bellamy) கிடந்தார். அவர் அருகில் படுத்தேன். சிறிது நேரம் அங்கேயே கிடந்தபோது, ‘நான் இறந்தபின், நான் பிறருக்குச் செய்தது போலவே என்னை மிதித்துக்கொண்டு செல்வர்’ என்று எனக்குத் தோன்றியது. சிரமப்பட்டு எழுந்துகொண்டேன். எல்லா நினைவும் தப்பின. கடைசியாக நினைவிருந்தது நான் கீழே விழுந்தபோது என் இடையை இறுக்கிக்கொண்டிருந்த துணியைக் கழற்றி எறிந்தது மட்டுமே. இந்த இடைவெளியில் என்ன நடந்தது, நான் எப்படி உயிர்த்தெழுந்து இந்த ஓட்டை வழியாக வெளியேறினேன் என்பதெல்லாம் தெரியவில்லை.’

கல்கத்தாவில் பார்க்க பல இடங்கள் இருந்தன. ஆனால் நேரம்தான் இல்லை. கிளைவ் கட்டிய கோட்டையைப் பார்த்தேன். வாரன் ஹேஸ்டிங்ஸும், ஜூனியஸ் லெட்டர்ஸ் எழுதியவரும் சண்டையிட்ட இடத்தைப் பார்த்தேன். பிறகு தாவரவியல் பூங்கா, மதிய வேளையில் மைதானத்தில் கூடியவர்கள், சூரிய உதயத்தில் ஜொலிக்கும் பாதுகாப்பு அரணின் காட்சி, மிலிட்டரி விளையாட்டு, அதில்

பங்கேற்ற உள்ளூர்ச் சிப்பாய்கள், மிக நேர்த்தியாகச் செய்த உடற்பயிற்சி, கண்கவர் காட்சிகள். நிஜக் கோட்டையைப் போலவே உருவாக்கப்பட்ட காட்சி, பாதுகாப்பு வசதி தவிர, நிஜத்தைவிட நன்றாகவே இருந்தது. நண்பர்கள் அழைப்பை ஏற்று ஹூக்ளி சுற்றுலா சென்றோம். மீதம் இருந்த சமயத்தை இந்திய அருங்காட்சியகத்தில் செலவிட்டோம். ஒரு மாதமாவது அருங்காட்சியகத்தில் செலவிட வேண்டும். அற்புதமான புராதனப் பொருட்கள். வருடத்தில் பாதி நாட்கள் இங்கேயே கழிக்கலாம். சலிப்பே இருக்காது.

அதுவொரு குளிர் காலம். நாங்கள் கிப்ளிங்கின் சுற்றுலாப் பயணிகள். குளிர்காலத்தில் இந்தியாவைச் சுற்றித் திரிந்து எல்லாவற்றையும் மேற்பார்வையிடுவோம். குளிர் காலம் என்பது சகஜமாகச் சொல்லப்படும் ஒரு வார்த்தை. அப்படியொன்று இருப்பதாக மக்கள் நினைக்கிறார்கள். வாழ்நாளில் பாதி இங்கேயே கழிப்பதால் அவர்கள் சிந்தனைகள் மழுங்கிவிட்டன. ஒருவன் 138 in the shade பழகிவிட்டால் குளிர்காலம் பற்றிய அவனது எண்ணங்களுக்கு மதிப்பில்லை. வரலாற்றில் படித்துள்ளேன். கலகம் நடந்தபோது லக்னோவுக்கும் கான்பூருக்கும் இடையே பிரிட்டிஷ் படைகள் நடத்திய ஜூன் அணிவகுப்பு

இது மாதிரியான ஒரு வானிலைதான். 138 in the shade வரலாற்று விவரங்களுக்காக எடுத்துக் கொள்ளப்பட்டது. சார்ஜன்ட் மேஜர் ஃபோர்ப்ஸ் மிசிலின் குறிப்புகளிலும் கலகத்தின் போதான மிலிட்டரி அனுபவங்களைப் பற்றிப் படித்துள்ளேன். கல்கத்தாவில் அவரிடம் 'உண்மையா?' எனக் கேட்டபோது, 'ஆம், உண்மை' என்று சொன்னார். கலகக் காலத்தில் பணியிலிருந்த ஓர் உயர் அதிகாரியும் 'உண்மைதான்' என்று சொன்னார். அவர்களுக்குத் தெரிந்ததைச் சொல்லும்போது நம்பத் தகுந்ததாகிறது. நான் அவர்களை நம்பினேன்.

ஆனால், இப்போது குளிர்காலம் என்று அவர்கள் சொல்வது அறியாமையைக் காட்டுகிறது. இந்தியாவில் குளிர்காலம் என்பது ஒரு சம்பிரதாய வார்த்தை. உலோகக் கைப்பிடியை உருக்கிவிடும்

வானிலையையும் கைப்பிடியை மென்மையாக மட்டும் மாற்றும் வானிலையையும் வேறுபடுத்திக் காட்ட உபயோகப்படுத்தும் சொல். கல்கத்தாவில் பித்தளைப் பொருட்கள் உபயோகப்படுத்துவதைப் பார்த்தேன். போர்சலினுக்கு மாறுவதற்கு இது உகந்த நேரமல்ல எனப் புரிந்தது. மே மாதம் வரை போர்சலினுக்கு மாறுவதில்லை என்று கூறினர். ஆனால் இந்தக் குளிர் காலம் எங்களுக்கு மிகவும் வெப்பமாக இருந்தது. ஆகையால் நாங்கள் இமயமலையிலிருக்கும் டார்ஜிலிங் புறப்பட்டோம். 24 மணி நேரப் பயணம்.

55

டைரிக் குறிப்பிலிருந்து:

பிப்ரவரி 14 - மாலை 4.30 மணிக்குக் கிளம்பினோம். இருட்டும்வரை அடர்ந்த காட்டுக்கிடையில் பயணம். பிறகு படகில் கங்கையைக் கடந்தோம்.

பிப்ரவரி 15 - அதிகாலை எழுந்தோம். பனிமூட்டத்துடன் பிரகாசமான காலைப்பொழுது. இரண்டு கம்பளி ஆடைகள் தேவைப்பட்டன. பூமி சமதளமாக எல்லையின்றி நீண்டுகொண்டே சென்றதுபோல் தூரத்தில் மங்கலாகத் தெரிந்தது. பச்சைப் பசேலென்று அடர்த்தியாக நெடிதுயர்ந்த மூங்கில் காடு. கண்ணுக்கெட்டிய தூரம் வரை காய்கறித் தோட்டங்கள் பசுமையை உமிழ்ந்து குளிர்விக்கின்றன.

அடுத்து வாழைத்தோட்டங்கள், அதன் பெரிய இலைகளில் பட்டுத் தெறிக்கும் சூரிய ஒளி, நிறையப் பனைமரங்கள். இந்த ரம்மியமான காட்சியை மேலும் அழகுபடுத்துகின்றன விதவிதமாக உயர்ந்த கிளைகளுடன், சீரான தண்டுடன், இலைகள் உதிர்ந்து தொங்கிக்கொண்டிருக்கும் சில மரங்களும் செடிகளும்.

கதிரவனின் ஒளியில் தெரியும் கிராமங்கள் - புதிய ஓலைகளால் கட்டப்பட்ட கூரை வேயப்பட்ட வீடுகள், பனை மரங்கள் மற்றும் மூங்கில் காடுகளால் சூழப்பட்டவை; கிராமங்கள்... கிராமங்கள்... முடிவே இல்லாத கிராமங்கள். முந்நூறு அடிக்கொரு கிராமம் கண்ணில் பட்டுக்கொண்டே இருந்தது. மிகப் பெரிய நகரம். பல நூறு மைல் தொலைவில் நூறு மைல் அகலத்தில் எல்லாக் கிராமங்களையும் உள்ளடக்கிய உலகிலேயே மிகப் பெரிய நகரம். ஐரோப்பியச் சாம்ராஜ்யத்தைப் போல ஜனத்தொகை கொண்டது. இதற்கு முன் இப்படியொரு நகரத்தைப் பார்த்ததில்லை. பாதையின் இருபுறமும் ஏராளமான நிர்வாண மனிதர்கள். மைல் கணக்கில் போய்க்கொண்டிருக்கிறோம். இன்னும் நீண்டுகொண்டே இருக்கிறது. இருபுறத்திலும் அரை நிர்வாண ஆண்களும் சிறுவர்களும் வயலில் உழுது கொண்டிருக்கின்றனர். ஒரு பெண்கூட இல்லை. இந்த இரண்டு மணி நேரப் பிரயாணத்தில் ஒரு பெண்ணையோ ஒரு சிறுமியையோ வயலில் வேலைசெய்து பார்க்கவில்லை.

‘கிரீன்லாந்தின் பனி மலைகளிலிருந்து,
இந்தியாவின் பவளப் பாறைகளிலிருந்து,
எங்கு ஆப்பிரிக்காவின் ஒளிரும் நீர்வீழ்ச்சிகள் பொன்போன்ற
மணலில் விழுந்து புரள்கின்றனவோ அங்கிருந்து,
பழமையான நதியிலிருந்து,
செழிப்பான நிலங்களிலிருந்து அவர்கள் எங்களை அழைக்கின்றார்கள்
தங்களது நிலத்தை அழிவிலிருந்து மீட்க.’

இவை அழகான வரிகள், மறக்க முடியாத வரிகள். ஆனால் அந்தக் கடைசி வரிகள் உண்மையானால், அந்த அழைப்பை ஏற்று பூமியைத் தவறுகளிலிருந்து காப்பாற்ற வரும்போது நமது உயர்ந்த கலாசார வழிகளையும், அதே நேரம் அவற்றின் அடையாளமான பேகன் (pagan - சிலை வழிபாடு) வழிகளையும் இணைத்து, நம் அமைப்பை மேலும்

சிறப்பாக்கப் போகிறோம். இதைச் செய்ய நமக்கு உரிமை உண்டு. அந்த மக்களை உயர்த்தும்போது, பதிலுக்கு நாமும் பத்து மடங்கு நம்மை உயர்த்திக்கொள்ள உரிமை உள்ளது. சில வருடங்களுக்கு முன் பவேரியாவில் டோல்ஸில் (Tolz in Bavaria) பல வாரங்கள் தங்கியிருந்தேன். அது ரோமன் கத்தோலிக்க நகரம். பனாரஸில்கூட இவ்வளவு ஊடுருவிய ஆழ்ந்த மதப்பற்று இருக்கவில்லை. அன்றைய டைரிக் குறிப்பிலிருந்து:

> "நேற்று ரம்மியமான கிராமப்புறச் சாலைகளில் நீண்ட பயணம் மேற்கொண்டோம். ஆனால் அந்த மகிழ்ச்சி இரு காரணங்களால் சிதைந்தது. பயங்கரமான கோவில்களால், வயலில் கஷ்டப்பட்ட வயது முதிர்ந்த பெண்களின் பரிதாபக் காட்சியால். வழியெங்கும் தேவாலயங்கள், சிலுவையில் அறையப்பட்ட ரட்சகன் உருவம், முள்ளாலும் ஆணிகளாலும் காயம்பட்டு காயத்திலிருந்து ரத்தம் வழிகிற உருவம். இங்கிருந்து செல்லும் மிஷனரிகள் பேகன் கடவுள் உருவங்களைக் குறைகூறுவார்களா? 70, 80 வயதான மூதாட்டிகள்கூட வயலில் கஷ்டப்பட்டு வேலைசெய்து சுமையை வண்டியில் ஏற்றுகின்றனர். பின்னர் ஆஸ்திரியாவிற்கும் மூனிச்சுக்கும் சென்றேன். மூனிச்சில் வயதான பெண்கள் மலையில் மேலும் கீழும் நெடுந்தூரம் பீர் பேரல்கள் நிரம்பிய வண்டியை இழுப்பதைக் கண்டேன்.'

ஆஸ்திரியன் டைரியில் குறித்துள்ளேன்:

‘வயல்களில் மாடுகளும் பெண்களும் ஏரில் பூட்டப்பட்டு, ஓர் ஆண் ஏரோட்டுவதை அடிக்கடி பார்க்கிறேன். இன்று மரியன்பேட் வீதியில் ஒரு நாயும் ஒரு வயதான பெண்ணும் பாரமுள்ள ஸ்லெட்ஜை அழுக்கான இடங்களிலும் நடைபாதையிலும் இழுத்துச் செல்வதைப் பார்த்தேன். முப்பது வயது நிரம்பாத இளைஞனான ஓட்டுநர் புகைப்பிடித்துக் கொண்டு ஸ்லெட்ஜ் கூடவே நடந்து வருகிறான்.’

5, 6 ஆண்டுகளுக்கு முன் ஒரு படகு வாங்கி, வெயில் மழையிலிருந்து காத்துக் கொள்ள கேன்வாஸில் கூரை அமைத்தேன். ஒரு படகுக்காரனையும் உதவியாளனையும் ஏற்பாடு செய்துகொண்டு பன்னிரண்டு நாள் பயணமாக போர்கே லேக்கிலிருந்து ரோன் வழியே மார்சேல்ஸ் சென்றேன். அந்தப் பயணக் குறிப்பில் ரோன் பற்றி:

‘பிற்பகல் *2.15.* புனித எட்டியெனைக் (St.Etienne) கடக்கிறோம். தூரத்துத் தீவில் உயரமான திறந்தவெளிக் கட்டடம் கம்பீரமாக நிற்கிறது. மேலே வர்ஜின் சிலை. பக்திமயமான தேசம். இந்த நதியின் வழித்தடத்தில் தென்படும் பாறையிலெல்லாம் வர்ஜின் சிலை இருந்தது. நூற்றுக்கணக்கில் பார்த்தேன். இருப்பினும் பூர்வகுடிகள் இன்னமும் நாகரிக வளர்ச்சியடையாத பேகன்களாகவே உள்ளனர். நான்கு மணிக்கு, சுமாரான ஒரு கிராமத்தை அடைந்தோம். அத்துடன் அன்றைய பயணம் முடிந்தது. பழம் தின்பது, பைப்புப் புகையால் சுற்றுப்புறத்தைப் புகை மண்டலமாக்கியது சலித்துவிட்டது. தொடர்ந்து மழை பெய்ததால் தொப்பியை எடுக்க முடியவில்லை. இந்த இடமே சுறுசுறுப்பில்லாமல் சோகமாக இருந்தது. செய்வதற்கு ஒன்றுமில்லாமல் ஜன்னல் வழியே மழையைப் பார்ப்பது, குளிரில் நடுங்குவது, இருட்டு, குளிர், சூறைக்காற்று... பிரெஞ்சு நகரத்தில் நெருப்பு இல்லை. குளிர்கால ஜாக்கெட்கள் பயன் தரவில்லை. அதற்கு மேல் கம்பளிப் போர்வை தேவைப்பட்டது. மழைத்துளி ஒரு பெரிய தூறலாக விழுந்தது. கூழாங்கற்கள் போல் பலமாகத் தண்ணீரில் விழுந்தது.

ஒன்றிரண்டு விவசாயிகள் தவிர இந்தக் கடும் குளிரில் யாரையும் வீதிகளில் காண முடியவில்லை. அதாவது ஆண்களை. பெண்களுக்கு எல்லா

வானிலையும் ஒன்றுதான் இந்த கான்டினென்டல் தேசங்களில். பெண்களுக்கும் பிற மிருகங்களுக்கும் வாழ்க்கை கடினமானது. அடிமைத்தனத்தில் எதுவும் குறுக்கிடாது. நான் வந்தபோது மூன்று பெண்கள் நதியில் துணி துவைத்துக் கொண்டிருந்தனர். வெளிச்சமிருந்த வரை வேலை செய்தனர். ஒரு பெண்ணுக்கு 30 வயது, அடுத்தவர் அம்மா 50களில், மூன்றாமவர் பாட்டி - 80 தாண்டிய மூதாட்டி. நீர்புகா ஆடை ரப்பர்கள் இல்லை. மேலே சாக்குப் பையைப் போர்த்திக் கொண்டிருந்தனர். முழுவதுமாக மழையில் நனைந்தனர்.

கடைசியில் கழுதை வண்டியில் சொகுசாகப் புகைப்பிடித்துக் கொண்டு சிறிதும் நனையாமல் பெரிய குடைக்குள் இருந்தபடி ஒரு 35 வயது ஆண் வந்தான். அப்பெண்களின் கணவன், மகன், பேரன்! வண்டியில் இருந்தபடியே மேற்பார்வையிட்டான். அதிகாரத் தோரணையில் உத்தரவிட்டான். அப்பெண்கள் உடனடியாகச் செயல்படாவிட்டால் எரிச்சலடைந்தான். சிறு முனகல்கூட இல்லாமல் அப்பெண்கள் அவன் உத்தரவைப் பொறுமையாகச் செய்து முடித்தனர். அலசிப் பிழிந்த ஈரத் துணிக்கூடைகளைச் சுமந்து வண்டியில் ஏற்றி அவன் கூறியது போலவே அடுக்கி வைத்தனர். ஆறு பெரிய

கூடைகள். சாதாரணப் பலமுள்ள ஓர் ஆணால் ஒரு கூடையைக்கூட சுமந்திருக்க முடியாது. வண்டி நிரம்பி வழிந்தது. இப்போது அந்த பிரெஞ்சுக்காரன் கீழே இறங்கி, குடை பிடித்துக்கொண்டே மதுக்கடைக்குச் சென்றான். அந்த மூன்று பெண்களும் மழையில் நனைந்தவாறு தடுமாறியபடியே வண்டியைத் தொடர்ந்து வீடு நோக்கிச் சென்றனர். புயலில் சிக்கி மெல்ல மெல்லப் பார்வையை விட்டு மறைந்தனர்.

அந்தக் கடைக்கு நான் சென்றபோது பிரெஞ்சுக்காரன் அழுக்கான மேஜை மேல் ஒயின் பாட்டில், உணவு வைத்துக்கொண்டு, குதிரைபோல் மென்று கொண்டிருந்தான். கையில், ரோன் எல்லையில் எல்லாரிடமும் இருந்தது போல் ஒரு சிறு காகிதம். அக்காகிதம் பிரெஞ்சுப் புனிதர்கள் வரலாறு. அவர்கள் எப்படிப் பெண்களால் அசுத்தப்படுவதைத் தவிர்க்க பாலைவனத்திற்குத் தப்பிச்சென்றனர் என்று கூறிய வரலாறு. அதைப் படித்துக் கொண்டிருந்தான். இருநூறு ஆண்டுகளுக்கும் மேலாக பிரான்ஸ் தனது மிஷனரிகளை வளர்ச்சியடையாத பிற தேசங்களுக்கு அனுப்பி வருகிறது. தன் மக்களின் தேவையைப் பூர்த்தி செய்து ஏழ்மையைப் போக்குவதே சிறந்த சேவை.'

இப்போது திரும்பவும் இந்தியாவுக்கு, என்னைக் கவர்ந்த கவிதை வரிகளைப் போல்.

'எல்லா இயற்கைக் காட்சிகளும் இனிமையானவை,
மனிதன் மட்டுமே இனிமையற்றவன்.'

காரணம், ஆஸ்ட்ரியா, பவேரியா, பிரான்ஸ் எல்லாம் தங்கள் நாகரிகத்தை அவனுக்கு இதுவரை கற்பிக்கவில்லை. இப்போதுதான் ஆரம்பித்துள்ளனர். அவனைக் காப்பாற்றுவர். அவனிடம் உள்ள தீமையை அகற்றுவர்.

முற்பகல் வேளையில் மலைப்பாதையில் வழக்கமான ரயிலிலிருந்து கேன்வாஸ் மூடிய சிறிய காருக்கு மாறினோம். தரையிலிருந்து ஓரடி உயரத்தில் சறுக்கிக்கொண்டு சென்றது. மணிக்கு 50 மைல் வேகத்தில் செல்வதுபோல் தோன்றினாலும் 20 மைல் வேகத்தில் சென்றது. ஒவ்வொரு பெட்டியும் ஆறு பேர் அமரும் வசதி கொண்டது. திரைச்சீலையை நகர்த்தினால் நல்ல காற்று வந்தது, எல்லாக் காட்சியும் கிடைத்தது, சொகுசாகவும் இருந்தது. பேருக்கு மட்டும் இன்பச் சுற்றுலா அல்ல, உண்மையிலேயே

இன்பச் சுற்றுலாதான். சிறிது நேரத்தில் அடர்ந்த காட்டுப் பகுதியில் உயரமான மரங்கள், செடி கொடிகள் மத்தியில் ஒரு மரக்கூண்டு ஸ்டேஷனில் நிறுத்தினோம். அங்கு அதிக அளவில் இருந்த ராயல் பெங்கால் புலி உக்கிரமானது அசாதாரணமானது. இந்தத் தனிமையான சிறிய ஸ்டேஷனிலிருந்து கல்கத்தாவில் இருந்த ரயில்வே மேலாளருக்கு ஒரு செய்தி சென்றது.

'புலி ஸ்டேஷன் மாஸ்டரை வெளித் தாழ்வாரத்தில் தின்றது - உத்தரவுத் தந்தி.'

அந்த இடத்தில்தான் எனது முதல் புலி வேட்டை தொடங்கியது. பதின்மூன்று புலிகளைக் கொன்றேன். தற்போது விலகிச் சென்றோம். ரயில் மலையேறத் தொடங்கியது. ஓரிடத்தில் ஏழு காட்டு யானைகள் ரயில் பாதையைக் கடந்தன. நான் முந்திச் செல்லும் முன் இரண்டு யானைகள் சென்றுவிட்டன. மலையில் நாற்பது மைல் ரயில் பயணம் எட்டு மணிநேரம் எடுத்தது. அந்த அடர்ந்த வனப்பகுதி அவ்வளவு பிரமிப்பாக, மனத்தைக் கவரும் விதமாக ஆனந்தமாக இருந்தது. ஒரு வார காலமாவது செல்லவேண்டும் என்பதுபோல. தாவரங்களைச் சொல்ல வேண்டுமானால் அது அருங்காட்சியகம்தான். அபூர்வ வகை மரம் செடி கொடிகள், புதர்கள், நாம் கேள்விப்படாத பார்த்திராத வித்தியாசமான மரங்கள் அந்தக் காட்டில் இருந்தன. அந்த அருங்காட்சியகத்தில் இருந்துதான் உலகம் முழுமைக்கும் மரம் செடி கொடிகள் அனுப்பப்பட்டிருக்கும்.

அழகான குறுகிய முடிவில்லாத பாதை. வளைந்து செல்லும் பாதையின் ஒருபுறம் மரங்களும் கொடிகளும் அடர்ந்திருந்த மலைமுகடுகள், மறுபுறம் முடிவில்லாத பள்ளம். வழியெங்கும் சுமையைத் தூக்கிக்கொண்டு ஏறியிறங்கும் ஊர்மக்கள் தேயிலைத் தோட்ட வேலையிலிருந்து திரும்புபவர். திருமண ஊர்வலம். வண்ணங்களின் கலவையாய் அழகிய மணப்பெண் பல்லக்கிலிருந்து எட்டிப் பார்க்க, முகத்தில் தெரிந்த மலர்ச்சி இளைஞர்களுக்கே உரியது, விரும்பி ஏற்றுக்கொள்வது.

மேகத்துக்கருகில் நின்றோம். அங்கிருந்து கீழே பார்த்தோம். அற்புதக் காட்சி! இந்தியச் சமவெளிகள் தொடுவானம் வரை நீண்டவை, மென்மையானவை. தரை போன்ற சமதளம் வெப்பத்தில் ஒளிர்ந்தது, மேகங்களால் மூடப்பட்டது, நதிகளால் பிளவுபட்டது. எங்களுக்கு வெகு அருகில்

கீழே பள்ளத்தாக்கில் குழப்பமான மலையுச்சிகள், ரிப்பன் போன்ற சாலைகள், மஞ்சள் வண்ணத்தில் பாம்புபோல் நெளிந்த பாதைகள். ஒவ்வொரு திருப்பத்திலும் கூர்மையான வளைவுகள் தனியாகத் தெரிந்தன. 6,000 அடி உயரத்தில் அடர்ந்த மேகக் கூட்டத்தில் நுழைந்தோம். அது பூமியை வெளியே தள்ளி மூடிவிட்டது. மேலும் ஆயிரம் அடிகள் ஏறினோம். பிறகு இறக்கத்தில் டார்ஜிலிங் வந்து சேர்ந்தோம். டார்ஜிலிங் தரையிலிருந்து ஆறாயிரம் அடி உயரத்தில் இருந்தது.

வழியில் பல மலைக் கிராமங்களைப் பார்த்தோம். புதிய மக்களைச் சந்தித்தோம். அவர்களில் ஒரு வகைதான் கூர்க்கா. உயரமானவர்கள் அல்ல. ஆனால் பலமும் உறுதியும் உடையவர்கள். பிரிட்டிஷ் இந்தியப் படையில் இவர்களைவிட திறமையான சிப்பாய்கள் கிடையாது. முதுகில் கூடைகளுடன் நெற்றிப்பட்டையுடன் பல நூறு பவுண்டு உள்ள பாரம் சுமந்து, நாற்பது மைல் தூரம் சரிவான பாதையில் பள்ளத்திலிருந்து மலையிலுள்ள வீடுகளுக்குச் சென்றுகொண்டிருந்த பெண்களைப் பார்த்தோம். அனைவரும் சிறு வயதுப் பெண்கள்! ஏதோ விடுமுறைக்குச் செல்வதுபோல் அந்தப் பாரத்தைச் சுமந்துகொண்டு சாமர்த்தியமாக நடந்தனர். ஒரு பெண்மணி பியானோவை முதுகில் கட்டிக்கொண்டு ஏறுவதாகத் தெரிந்தது. பலமுறை அப்படிச் செய்திருக்கிறார்.

இவர்கள் வயதான பெண்மணிகளாக இருந்திருந்தால், கூர்க்காக்கள் ஐரோப்பியர்களைவிட நாகரிகமானவர்கள் அல்ல என்று நினைத்திருப்பேன். டார்ஜிலிங் ரயில் நிலையத்தில் கார்களுக்கு மாற்று நிறைய இருந்தன. திறந்த டோலி. நாம் உட்கார்ந்து கொண்டால் ஆட்கள் சரிவான பாதையில் நம்மைச் சுமந்து செல்வர். அங்கு வசதியான ஹோட்டல் ஒன்று இருந்தது. அதன் முதலாளி எதையும் சரிவரக் கவனிக்காமல் வேலையாட்களை நம்பிப் பொறுப்பை விட்டுவிட்டவர். பணப்பொறுப்பு மட்டும் அவரிடம்தான். சுற்றுலாப் பயணியும் அவர் மாதிரியேதான் இருப்பான். அங்குத் தங்கியிருந்தவர் என்னிடம் கூறியது, கஞ்சன்ஜங்கா பெரும்பாலும் மேகத்திற்கிடையே மறைந்திருக்கும், சில சமயம் சுற்றுலாப் பயணி 22 நாட்கள் வரை காத்திருந்தும் காட்சி கிட்டாமல் திரும்பிச் சென்றதுண்டு. இருந்தாலும் ஏமாறவில்லை. ஹோட்டல் பில்தான் இமயமலையிலேயே உயர்ந்ததாகத் தெரிந்தது.

சொற்பொழிவு முடிந்ததும் அன்றிரவு கிளப்புக்குச் சென்றேன். வசதியான இடம். உயரமான இடத்தில் அமைந்திருந்தது. சுற்றிலும் பரந்து விரிந்த இயற்கைக் காட்சிகள். அங்கிருந்து பார்த்தால், மூன்று தேசங்களின் எல்லைகள் சுமார் முப்பது மைல் தொலைவில் ஒன்றாக இணைவது தெரியும். திபெத், நேபாள், மூன்றாவது ஹர்ஸகோவினா என்று நினைக்கிறேன். இந்தியாவின் ஒவ்வொரு ஊரிலும் நகரத்திலும், பிரிட்டிஷ் அதிகாரிகளுக்கும் மிலிட்டரிக்கும் கிளப் இருந்தது. சில சமயம் அரண்மனை போன்ற இடம். வீட்டிலிருப்பதுபோல் இனிமையான உணர்வு தரும். ஹோட்டல்கள் அவ்வளவு சிறப்பாக இருக்காது. புதிதாக ஊருக்கு வருபவனுக்கு கிளப்பில் இடம் கிடைத்தால் பெருமையாகவும் மகிழ்ச்சியாகவும் உணர்வான்.

அடுத்த நாள் ஞாயிற்றுக்கிழமை. விடியற்காலையிலேயே நண்பர்கள் குதிரைகளில் வந்தனர். அந்தக் குழுவினர் கஞ்சன் ஜங்கா, மவுண்ட் எவரெஸ்ட் காட்சியைக் காணச் சென்றனர். நான் தனிமையில் ரசிக்க அறையிலேயே தங்கிவிட்டேன். அதிகக் குளிர், மேலும் குதிரையேற்றம் எனக்குப் பழக்கமில்லை. ஒரு குழாய் இரண்டு கம்பளிகளுடன் ஜன்னல் பக்கம் இரண்டு மணிநேரம் அமர்ந்தேன். இருளை விரட்டும் சூரியன் பனிபடர்ந்த சிகரங்களை ஒவ்வொன்றாக வெளிர் ரோஜா நிறத்தில், பின் பொன்னிறத்தில் ஒளியைச் சிதறி, தொட்டுச் சென்று,

இறுதியில் வண்ணங்களால் பனி மலைகளை முழுவதுமாக மூடியது. கஞ்சன்ஜங்கா சிகரம் விட்டு விட்டுத் தெரிந்தது. மேகங்கள் கலையும்போது தெளிவான வானத்தில் நன்றாகவே தெரிந்தது - கடல் மட்டத்திலிருந்து 28 ஆயிரம் அடி உயரத்தில் நீலக் கூம்பு - 12 ஆயிரம் அடி உயரம் கொண்ட நான் பார்த்ததிலேயே உயரமான இடம். அது 45 மைல் தொலைவிலிருந்தது.

எவரெஸ்ட் சிகரம் மேலும் ஆயிரம் அடி உயரம். ஆனால் என் கண் முன்னே தெரிந்த கடல், மலைக் காட்சிகளில் எவரெஸ்ட் இல்லை. அதை நான் பொருட்படுத்தவில்லை. அவ்வளவு உயர்ந்த மலையை ரசிக்க முடியாது. பின்கட்டிலிருந்து வீட்டின் முன் பகுதிக்கு வந்தேன். பகல் பொழுதை இங்கே கழித்தேன். இமயமலையில் தூரத்தில் வீடுகளிலிருந்து கூட்டமாகச் செல்லும் மலைவாழ் மக்களைப் பார்த்தேன். எல்லா வயதினரும், ஆண் பெண் இருபாலரும் இருந்தனர். தோற்றம் வித்தியாசமாக இருந்தது. திபெத்தியர்கள் போல் உடையணிந்ததால் ஓரளவு சீனர்களைப்போல் இருந்தனர். பிரார்த்தனைச் சக்கரம் (prayer-wheel) அடிக்கடி பயன்படுத்தப்படும் அம்சமாக இருந்தது. அதுவே என்னை அவர்கள் பால் ஈர்த்தது. நாங்களும் எங்கள் போதகர் மூலமாக அதிகம் பிரார்த்தனை செய்வோம். ஆனால் அவர்கள் செய்வதுபோல் குச்சியில் சுற்றமாட்டோம். நேரம் ஆக ஆக ஊர்வலம் போல் கூட்டம் கூட்டமாகச் சென்றுகொண்டிருந்தனர். இவர்கள் இங்கு வீணாகிக்கொண்டிருந்தது பரிதாபம்! இவர்களை ஐரோப்பாவுக்கோ அமெரிக்காவுக்கோ அனுப்ப வேண்டும். அங்கு வெறும் சர்க்கஸ் காட்சிகளைப் பார்த்துச் சலித்துப் போயிருப்பவர்களுக்கு இந்தக் காட்சி புத்துணர்ச்சி அளிக்கும்.

இந்த மக்கள் வியாபாரத்திற்காகச் சந்தைக்குச் சென்றுகொண்டிருந்தனர். பிறகு நாங்கள் அங்குச் சென்று பார்த்தோம். புதுவிதமான காட்டுவாசிகள் - மலைவாழ் மக்களின் கூட்டம் இங்கும் அங்கும் சென்றுகொண்டிருந்தது. கஞ்சன் ஜங்காவையும் எவரெஸ்ட்டையும் பார்க்க முடியாவிட்டாலும், கல்கத்தாவிலிருந்து வந்தது வீண் போகவில்லை என இவர்களைப் பார்த்ததில் தோன்றியது!

56

திங்கள், செவ்வாய் இரு தினங்களும் சூரிய உதயத்தின்போது அற்புதமான மலைக் காட்சிகளைக் கண்டோம். புத்துணர்ச்சியும் குளிர்ச்சியும் இருந்தன. கீழே இறங்கத் தயாரானோம். மலையேறும்போது வழக்கமான ரயிலில் மலை உச்சிக்கு ஐந்து மைல் வரை சென்று, பின்னர் கேன்வாஸ் மூடிய சிறு வண்டிகளில் *35* மைல் இறக்கத்தில் செல்ல வேண்டியிருந்தது. அது தரையிலிருந்து உயரமில்லாமல் சரக்கு வண்டிபோல் இருந்தது. ஆறு பேர் அமரலாம். இந்த வண்டிக்கு இஞ்சின் கிடையாது, வேறு இயக்குச் சக்தியும் கிடையாது. கீழே சறுக்க வேறு உதவியும் தேவையில்லை. வேகத்தைக் கட்டுப்படுத்த அழுத்தமான பிரேக் மட்டுமே தேவை. அது இருந்தது.

இதுபோன்ற பயணத்தில் ஒரு சோகக் கதை. ஒருமுறை பெங்கால் லெப்டினென்ட் கவர்னர் இந்த வண்டியில் சென்றபோது, வண்டி பாதையில் இருந்து தடம் மாறி பிரயாணிகளைப் பள்ளத்தில் வீசி எறிந்தது. இது உண்மையில்லை. ஆனால் என்னைப் பாதித்தது. பதற்றத்தை ஏற்படுத்தியது. பதற்றம் இருந்தால் விழிப்புடனும் கவனமாகவும் இருக்க முடியும், புதிய மயிர்க்கூச்செறியும் அனுபவத்தை ரசிக்க முடியும். வண்டி தடம் புரள வாய்ப்பு உள்ளது. ஒரு கூழாங்கல் தவறுதலாகவோ வேண்டுமென்றோ வளைவுகளில் வைக்கப்பட்டு அது கண்ணில் படவில்லை என்றால் வண்டியைக் கவிழ்த்துப் பாதாளத்தில் தள்ளிவிடும். லெப்டினென்ட் கவர்னர் உயிர்பிழைத்தார் என்பதால் எனக்கும் அந்த அதிர்ஷ்டம் இருக்குமென்று நம்ப முடியாது. அந்த *7,000* அடி உயரத்தில் நின்று கீழே

இந்திய நிலப்பரப்பைக் காண்பதென்பது கை வண்டியில் இருந்து உருண்டு விழுவதைவிட பயங்கரமானது, மிக மிக ஆபத்தானது.

எனக்கு அவ்வளவு ஆபத்தில்லை. இந்தியன் போலிஸில் ஒரு சரக அதிகாரியான மிஸ்டர் பக் (Mr.Pugh) அவர்களின் துணையோடு பாதுகாப்போடுதான் கல்கத்தாவிலிருந்து வந்திருக்கிறோம். பீரங்கிப் பிரிவு அதிகாரியாக நெடுங்காலம் பணியிலிருந்தவர். அவருக்கு என்னைவிட பதற்றம் குறைவாகவே இருந்தது. எங்களுக்கு முன்னால் பைலட் வண்டியில் அவர், ஓர் உள்ளூர்க்காரரர் மற்றும் ஒரு கூர்க்காவுடன் செல்வதாக இருந்தது. அவரது வண்டி பள்ளத்தில் விழுவதைப் பார்த்தால் நாங்கள் வண்டிக்கு பிரேக் போட்டு இன்னொரு பைலட்டை அழைக்கவேண்டும் என்பதே திட்டம். நல்ல திட்டம்தான். பர்னார்டு (Barnard) மலைப்பாதையின் முதன்மைப் பொறியாளர், எங்கள் வண்டிக்குப் பொறுப்பேற்றுக் கொள்வார். அவர் இந்த மலைப்பாதையில் அதிகம் பயணித்துள்ளார்.

எல்லாம் நன்றாக இருந்தது. ஒரேவொரு விஷயம் தெளிவாகவில்லை. நாங்கள் கிளம்பியதும் வழக்கமான ரயில் எங்களைப் பின்தொடரும்போது எங்கள் வண்டியில் மோதிவிட்டால்? மோதிவிடுமென்றே எனக்குத் தோன்றியது. மலைப்பாதை மிகக் கூர்மையான வளைவுகளுடன் பாறைகளுக்கிடையே சுழன்று சுழன்று செல்கிறது. எங்குப் பார்த்தாலும் கிடுகிடுவெனச் சரியும் பாதாளம் கீழே கீழே போய்க்கொண்டே இருந்தது. முடிவே இல்லாத டொபாகன் மலைச்சரிவு (Toboggan slide) போல்! மிஸ்டர் பக் கொடியசைத்து வில்லிலிருந்து புறப்பட்ட அம்புபோல் கிளம்பினார். வண்டியிலிருந்து வெளியேறிய கணம் நாங்களும் போய்விட்டோம். முன்பும் இதே போலொரு பயம் கலந்த அதிர்ச்சி இருந்தது. டொபாகன் சரிவில் திடீரென வண்டி சறுக்க ஆரம்பித்தபோது கிட்டத்தட்ட மூச்சே நின்றுவிட்டது. இரண்டு அனுபவங்களும் சிலிர்க்க வைத்தன. திடீரென ஒரு பெருமகிழ்ச்சி, பரவசம், பயம், கற்பனை செய்யவியலாத உற்சாகம் எல்லாம் கலந்த உணர்வு. இந்தக் கலவைதான் மனித சந்தோஷத்தின் உச்சம்.

மலைச்சரிவில் பைலட் வண்டி பாய்ந்து வழுக்கிக்கொண்டு மென்மையாகவும் வளைவு நெளிவுகளிலெல்லாம் லாகவமாக வழுக்கிக் கொண்டும் சென்றது. நாங்களும் பின்தொடர்ந்தோம். ஒளியின் வேகத்தில் மின்னலாய்ப்

பாறைகளையும் முகடுகளையும் நொடியில் கடந்து சென்றோம். சில சமயம் பைலட் வண்டியை முந்திச் சென்றோம். அது எங்களுக்கு ஆட்டம் காட்டியது. நாங்கள் நெருங்கிப் போகும்போது அந்த வண்டி பிரேக்கிலிருந்து விடுபட்டு மூலையில் சுழன்றோடும். சில நொடிகளில் மீண்டும் கண்ணில் படும்போது ஒற்றைச் சக்கர வண்டிபோல் மிகச் சிறியதாக இருக்கும். அவ்வளவு தொலைவு சென்றிருக்கும்.

ரயிலுடனும் இதே விளையாட்டுதான். பூக்கள் பறிக்க, இயற்கைக் காட்சிகளை வேடிக்கை பார்க்க செங்குத்தான பாறையில் அமர்ந்திருக்கும்போது ரயிலின் உறுமல் கேட்கும். நீண்ட ரயில் வளைந்து வரும். எங்களுக்குப் பின்னாலிருந்து வந்து எங்கள் தலைக்கு மேல் போகும். ஆனால் ரயில் எங்களுக்கு வெகு அருகில் வரும் வரை நாங்கள் கிளம்ப மாட்டோம். பிறகு அதைத் தாண்டித் தொலைதூரம் சென்றிருப்போம். ரயில் ஒவ்வொரு ஸ்டேஷனிலும் நிற்கும் என்பதால் எங்களுக்குச் சங்கடமில்லை. வண்டியின் பிரேக் சிறப்பாக வேலை செய்தது. வீட்டுக்கூரை போல் அவ்வளவு சாய்வாக இருக்கும் மலைச்சரிவில்கூட அசையாமல் நிற்கும்.

இயற்கைக் காட்சிகள் பிரம்மாண்டமாகவும், விதவிதமான அழகுடனும் இருந்தன. அவசரமில்லாமல் ரசித்தோம். நேரம் நிறையவே இருந்தது. ரயிலுக்கு இடையூறு செய்யவேண்டிய அவசியம் எங்களக்கு இல்லை. சாலை

மார்க்கமாகச் செல்ல விரும்பினால் மாறிக்கொள்ளலாம், அதை முந்திச் செல்லலாம். கிளாட்ஸ்டோன் பாறையைப் பார்க்கக் குறிப்பிட்ட இடத்தில் நின்றோம். உயரமான பாறை. காலங்களும் தட்பவெட்பமும் அந்தப் பாறையை மெருகேற்றித் தனித்துவமான சிற்பமாக்கி இருந்தது. மிஸ்டர் கிளாட்ஸ்டோன் இந்தச் சாலையின் பங்குதாரர். அவருக்காகவே பத்தாயிரம் ஆண்டுகளுக்கு முன்பு இந்த உருவத்தை இயற்கை செதுக்க ஆரம்பித்துள்ளது.

பிறகு ஓர் ஆலமரத்தைப் பார்த்தோம். விழுதுகளும் கிளைகளும் தரையிலிருந்து அறுபது அடி உயரத்தில் இருந்தன. ஆலமரம் என்று நினைக்கிறேன். அதன் பட்டை, கல்கத்தா தாவரவியல் பூங்காவில் நாங்கள் பார்த்த ஆலமரம் போன்றே இருந்தது. அதன் விழுதுகள் சிலந்தியைப் போல் பரவியிருந்தன. இலைகளே இல்லாத இன்னொரு மரம். சிவப்பு வண்ணத்துப் பூச்சிகள் ஒளியூட்டிக் கொண்டிருந்தாற்போல், மரத்தின் கிளைகளில், அந்த வண்ணத்துப் பூச்சிகள் – பூக்கள்தான் - அழகாக இருந்தன. சிவப்பு மலர்களின் அற்புதக் காட்சியை தென்னாப்பிரிக்காவில் கண்டேன். விளக்குப் பூ என்று பெயர் வைத்திருக்கலாம். சோளக்கதிர் நுனி போன்ற உருவத்தில், நீண்ட நெடிய மெல்லிய தண்டு, நுனியில் ஒரு ஜ்வாலை போன்ற சிறிய சிவப்பு மலர். மலைச்சரிவில் மூன்று அல்லது நான்கு அடி உயரத்தில் வளர்ந்திருந்தது. 'டெ லா கன்கார்ட்' (de la Concorde - Paris) இடத்தில் வெள்ளை மஞ்சள் விளக்குகளுக்குப் பதில் சிவப்பு நிற விளக்குகள் இருந்தால் எப்படியிருக்குமோ அப்படி.

சில மைல் தொலைவில் ஒரு திபெத்திய நாடகம் பார்க்க இறங்கினோம். மலைப்பகுதியில் திறந்தவெளிக் கூடம். திபெத்தியர்கள், கூர்க்காக்கள் மற்றும் பிறர்தான் பார்வையாளர்கள். விசித்திரமான உடை, விசித்திரமான நடிப்பு. காட்டுக் கூச்சலான பின்னணி இசைக்கு ஒவ்வொரு நடிகராக வந்து உக்கிரமாக, ஆக்ரோஷமாக, வேகமாகச் சுழன்றாடினர். பிறகு குழுவினர் மொத்தமும் ஏதோ கூறிக்கொண்டே புழுதி பறக்கச் சுழன்றாடினர். அவர்கள் மிகத் தொன்மையான வரலாற்று நாடகத்தை நடித்துக்கொண்டிருப்பதாக சைனாக்காரர் ஒருவர் பிட்ஜின் ஆங்கிலத்தில் (pidjin English) எனக்கு விவரித்தார். விளக்கம் கூறாமல் அந்த நாடகம் எதுவும் புரியவில்லை. விளக்கம் கூறிய பின் இன்னும் மோசம். நாடகம் என்ற வகையில்

இந்தத் தொன்மையான வரலாற்றுக் கலையில் ஏதோ குறை இருப்பதாகத் தோன்றினாலும், காட்டுத்தனமாக முழு வீச்சில் அவர்கள் சுழன்றாடிய நடனம் விமர்சனத்துக்கு அப்பாற்பட்டது.

இன்னும் சிறிது தூரம் மலையில் இறங்கி அபாரமான லூப் தொழில்நுட்பத்தைக் கண்டோம். சாலையே சுருள் சுருளாய் அடுக்கிவைத்த ஒரு வளையம். ரயில் அந்த லூப்பில் நுழைந்ததை மேலிருந்து பார்த்தோம். சில நொடிகளுக்கு ரயில் மறைந்து போனது. பிறகு சில நொடிகளில் காட்சி தந்தது. கடைசிப் பெட்டியை எஞ்சின் தொடுவது போலவே வளைந்து சென்றுகொண்டிருந்தது. பிறகு வேகமெடுத்துக் கடைசிப் பெட்டிகளை முந்திச் சென்றது. தன்னைத் தானே விழுங்கும் பாம்பு போன்ற காட்சி.

பாதித் தூரம் கடந்ததும் மிஸ்டர் பர்னார்டு வீட்டில் சிற்றுண்டிக்காக ஒரு மணி நேரம் நிறுத்தினோம். வராந்தாவில் உட்கார்ந்து, தூரத்துக் காட்சிகளாக அடர்ந்த காட்டுக்கிடையில் தெரிந்த மலைகளை ரசித்தோம். வெகு அருகிலேயே கன்றைக் கொன்ற சிறுத்தையைப் பார்த்தோம். அழகான அடர்ந்த வனம். வனத்திலிருந்து கேட்கும் பறவைகளின் சங்கீதம். அதில் இரண்டு பறவைகளை அதுவரை நான் பார்த்ததில்லை. ஒன்று குயில், மற்றொன்று குக்குறுவான். குயிலின் குரல் மெல்லியதாக ஆரம்பித்து நிதானமாக ஒலி கூடிக்கொண்டே போகும். குரல் மேலே போகப் போகச் சோகமாக, வலி மிகுந்ததாக, மனத்தைக் கலங்க வைக்கும்படி, பொறுக்க முடியாததாக, கேட்பவரின் மூளைக்குள் ஆழமாக ஊடுருவி இறுதியில் மூளைக் காய்ச்சல்

வந்து நிம்மதியாய் இறந்துவிடுவான். இந்தப் பறவைகளை நான் அமெரிக்காவுக்குக் கொண்டுவரப் போகிறேன். மக்கள் ஆர்வமாகப் பார்ப்பார்கள். நமது தட்பவெப்ப நிலையில் இவை முயல்களைப் போலவே இனவிருத்தி செய்யுமாம்.

குக்குறுவானின் குரல் தூரத்திலிருந்து கேட்டால் கிரானைட்டில் உரசுவது போலவும், மற்றொரு இடத்திலிருந்து கேட்டால் உலோகத்தில் சுத்தியலால் அடிப்பது போலவும் இருக்கும். செப்புக் கூஜாவை ரிப்பேர் செய்வதுபோல் தோன்றும். வேறொரு திசையிலிருந்து கேட்டால் மரத்தில் இடிப்பதுபோல் கனத்த சத்தம். ஆக, இப்பறவைக்கு ஒரே பெயர் சூட்டுவது கடினம். கல்லுடைப்பவன், செப்பு ஆசாரி, மரவேலை செய்பவன் எப்படிக் கூப்பிட்டாலும் முழுமையில்லை. அருகில் இருக்கும்போது மென்மையாக ஒலிக்கும் மனத்தை வருடும் இசைக்கு, எந்தப் பெயரும் திருப்திகரமாகத் தோன்றாது. தூரத்துக் குரலைப் பொருட்படுத்தாமல் அருகிலிருந்து குரலெழுப்பும்போது வெளிப்படும் ஒரே மாதிரியான ஓசை முதலில் சங்கடப்படுத்தும், பின்பு சோர்வு தரும், பின்பு துன்பம் தரும், தொடர்ந்து கேட்கும் அதன் 'டொம் டொம்' ஓசை தலைவலி தரும்.

தொடர்ந்து கேட்டுக்கொண்டிருந்தால் இந்த வலியிலும் வேதனையிலும் மூளை குழம்பி, மனநலமே பாதிக்கப்படும். இந்தப் பறவைகளையும் அமெரிக்காவுக்கு எடுத்துவரப் போகிறேன். இங்கு இதுபோல் இல்லாததால் பெரும் ஆச்சரியமாக இருக்கும். நமது தட்பவெப்ப நிலையில் அளவுக்கு அதிகமாகவே இனவிருத்தி செய்யுமெனத் தெரிகிறது. இத்தாலியில் நைட்டிங்கேல்களும் கியூ அவுலும் (cue-owls) வாங்கினேன். பறவைகளிலேயே நைட்டிங்கேலின் குரல் பயங்கரமானது. அசுரத்தனமான 'க்ரீச்' சத்தம் முப்பது கஜ தூரத்திலிருந்து கேட்கும். அவுலின் ஓசை குழலோசை போன்று மென்மையானது, இனிமையானது. ஆனால் அதன் ஒலி ஊடுருவலை நம்பவே முடியாது. பாய்லர் இரும்பைக்கூட துளைத்துச் செல்லும். மும்மூன்று சந்தங்களாக வெளிப்படும் தொடர்ச்சியான ஒலி. ஹூ ஊ ஊ, ஹூ ஊ ஊ, ஹூ ஊ ஊ... பிறகு 15 நொடி அமைதி. மீண்டும் ஓசை. இப்படியே இரவு முழுவதும். ஆரம்பத்தில் தெய்வீகம், பிறகு சலிப்பு, வேதனை, தாங்கமுடியாத வலி என்று தொடரும். இரண்டு மணி நேரத்தில் கேட்பவருக்கு வெறி பிடித்துவிடும்.

இப்போது கைவண்டியில் மலைச்சரிவில் இறங்க ஆரம்பித்தோம். நகர்வது நிற்பது, மீண்டும் நகர்வது நிற்பது என்று இறுதியில் நிலப்பரப்பை அடைந்தோம். அங்கிருந்து கல்கத்தாவிற்கு வழக்கமான ரயிலில் கிளம்பினோம். வாழ்வில் மறக்க முடியாத நாள், மிகவும் மகிழ்ச்சியூட்டிய நாள். உற்சாகம், மகிழ்ச்சி, பயம் எல்லாம் கலந்த, இமயமலைச் சரிவில் கைவண்டியில் பறந்து செல்லும் இதுபோன்ற சிறந்த விடுமுறைப் பயணம் வேறில்லை. எந்த விதத்திலும் குறையில்லாத பயணம். ஒரேவொரு குறை, பயணம் வெறும் 35 மைல்தான். 500 மைல் இல்லையே!

57

நான் பார்த்தவரை இந்தியா ஒரு முழுமையான தேசம். இயற்கை மனிதனுடன் இணைந்து இந்தியாவை உலகின் அற்புத நாடாக உருவாக்கியுள்ளது. எதுவும் மறக்கப்படவில்லை, எதுவும் கவனிக்கப்படாமலும் இல்லை. எப்பொழுதுமே இந்தியாவின் சிறப்புகளாக பிளேக், பஞ்சம், தக்குகள், மாயை, உயர்ந்த மலைகள் என்று அடுக்கும்போதுதான் இன்னொரு சிறப்பம்சம் தெரிகிறது. இதுவரை நான் கவனிக்கத் தவறிய, யாரும் நெருங்கவே முடியாத உயரம். இந்தியா கொடிய காட்டு விலங்குகளின் தேசம். தனித்தனியாக ஒவ்வொரு பெயர்சூட்டுவதை விடவும் இந்தியாவை அதிசய தேசம் என்று குறிப்பிடலாம்.

பல வருடங்களாக, இந்த வனவிலங்குகளை அழிக்க பிரிட்டிஷ் இந்திய அரசாங்கம் முயற்சி செய்கிறது. அதற்காகவே நிறையச் செலவு செய்கிறது. அதிகாரபூர்வமான ஆண்டு அறிக்கையில்தான் இது எவ்வளவு கடினமான பணியென்று புரிகிறது. இந்த அறிக்கைகளில் ஒரு வித்தியாசமான ஒற்றுமை இருக்கிறது. என்னவென்றால், பல நாடுகளின் தலைநகரங்களில் நிகழ்ந்த தற்கொலைகள், நோயால் இறந்தவர்கள், வேறு சில காரணங்களால் இறந்தவர்கள் விகிதம்.

அடுத்த ஆண்டு பாரிஸில், இந்த வருடத்துப் புள்ளி விவரம் இருந்தால், லண்டன், நியூயார்க்கில் எத்தனை தற்கொலைகள் நிகழும் என்றும், கேன்சர், நாய்க் கடி, வண்டியில் மோதி விபத்து, ஜன்னலில் இருந்து தவறி விழுவது போன்ற காரணங்களால் எவ்வளவு மரணம் நிகழும் என்றும் ஏறக்குறைய சரியாகக் கூறிவிடலாம்.

அதேபோல் இந்தியாவில் ஒரு வருடத்துப் புள்ளி விவரம் எடுத்தால் போன வருடம் புலி அடித்து இறந்தவர்கள் எத்தனை பேர், முந்தைய வருடம், அதற்கு முந்தைய வருடம் எத்தனை பேர் கொல்லப்பட்டனர் என்றும், ஓநாய் அடித்ததில் எத்தனை பேர், பாம்பு கடித்து எத்தனை பேர் இறந்தனர் என்றும் தெரியும். அதை வைத்து அடுத்த ஐந்து ஆண்டுகளில் ஒவ்வொரு மிருகத்தாலும் எத்தனை பேர் இறப்பார்கள் என்று யூகித்துவிடலாம். அது மட்டுமல்லாமல் எத்தனை மிருகங்களை வரும் ஐந்தாண்டு காலத்தில் இந்த அரசு கொல்லப்போகிறது என்பதையும் யோசிக்கலாம்.

இப்போது என் முன்னால் ஆறாண்டு காலப் புள்ளிவிவரம் உள்ளது. இதிலிருந்து, ஒவ்வொரு ஆண்டும் இந்தியாவில் ஏறத்தாழ 800 பேரைப் புலி கொல்கிறது என்பது தெரிகிறது. அரசாங்கமோ இதைப்போல இரண்டு மடங்கு புலிகளை வேட்டையாடுகிறது. இந்த ஆறு ஆண்டுகளில் ஒரு குறிப்பிட்ட நான்கு ஆண்டுகளில் சராசரியாக ஏறத்தாழ 800 பேரைப் புலி கொன்றிருக்கிறது. மீதமிருக்கும் இரண்டு ஆண்டுகளில் ஒரு வருடம் ஏறத்தாழ 700 பேரை மட்டுமே கொன்றிருக்கிறது. இது போக, மீதி இருந்த ஒரு வருடம் 917 பேரைக் கொன்று தனது சராசரியை ஈடுகட்டி இருக்கிறது. இப்படியாகத் தனது சராசரியைப் பராமரிப்பதில் புலி உறுதியாக இருக்கிறது. இந்தியாவில் . தொடர்ச்சியாக மூன்றாண்டுகளில் புலி 2,400 பேரைக் கொல்லும் என ஒருவர் பந்தயம் கட்டினால் உறுதியாக ஜெயிக்கலாம். அதையே 2,600 பேர் என்று பந்தயம் கட்டினால் தோற்பது உறுதி.

மனிதர்களின் தற்கொலைப் புள்ளி விவரம் ஒரே மாதிரி இருப்பதுபோல், புலி அடித்து இறப்பவர்கள் எண்ணிக்கையும் ஏறத்தாழ மாறுவதில்லை. அரசாங்கத்தின் வேலையும் மாறுவதில்லை. ஒவ்வொரு ஆண்டும் இரட்டிப்புப் புலிகளைக் கொன்றிருக்கிறது. ஆறாண்டுகளில் ஏறக்குறைய 5,000 பேரை (சரியாக 4,950 பேரை) புலி கொன்றிருக்கிறது. அதே ஆறாண்டுகளில் ஏறக்குறைய 10,000 புலிகள் (சரியாக 9,600 புலிகள்) கொல்லப்பட்டன.

ஒரு வருடத்தில் புலி 800 பேரைக் கொல்வது போலவே ஓநாயும் 700 பேரைக் கொல்லும். ஆனால் அப்படிச் செய்யும்போது 5,000க்கும் மேற்பட்ட ஓநாய்கள் இறந்துவிடும். சிறுத்தை ஒரு வருடத்தில் சராசரியாக 230 மனிதர்களைக் கொல்லும். ஆனால் தன் இனத்தில்

3,300 பேரை இழக்கும். கரடி 100 மனிதர்களைக் கொன்று 1,250 பேரை இழக்கும். புலிதான் மனிதனுக்கெதிராகக் கம்பீரமாகச் சண்டையிடுகிறது. ஆனால் யானைக்கு நிகர் வேறெதுவும் இல்லை. மிருகங்களின் அரசன், காட்டு ராஜா ஒரு வருடத்தில் தன் இனத்தில் நால்வரை இழக்கும். பதிலுக்கு 45 பேரைக் கொல்லும். கால்நடைகளைக் கொல்வதில் காட்டு ராஜாவுக்கு விருப்பம் இல்லை. ஆறு வருடத்தில் நூறு குதிரைகளை (வேட்டைக்காரர்களுக்குச் சொந்தமானவை) கொல்கிறது, சந்தேகமில்லை. ஆனால் அதே ஆறு வருடங்களில் புலி 84,000; சிறுத்தை 1,00,000; கரடி 4,000; ஓநாய் 70,000; கோவேறுக் கழுதை 13,000க்கு மேல்; இதர காட்டு விலங்குகள் 27,000; பாம்புகள் 19,000; ஆக மொத்தம் 3,00,000; ஆண்டொன்றுக்குச் சராசரியாக 50,000 உயிர்கள்.

இதற்குப் பதில் அரசாங்கம் ஆறு வருடத்தில் 32,01,232 கொடிய விலங்குகளையும் பாம்புகளையும் கொல்கிறது. ஒன்றுக்குப் பத்து விகிதம். பாம்புகளுக்கும் கால்நடை மீது ஆர்வம் இல்லை. வெறும் 3,000 மட்டுமே வருடத்திற்கு. மனித இனம் மீதுதான் ஆர்வம். கொடூர விஷப் பாம்புகள் மிக அதிகமாக இந்தியாவில் உள்ளன. பட்டியலில் முதன்மையாக இருப்பது நாகம். மிகக் கொடியது. இந்தப் பாம்புக்கடி கொன்றுவிடும். பிற நச்சுப் பாம்பு வகைகள் வேடிக்கைதான் காட்டும். புலிச் சராசரி, தற்கொலைச் சராசரி போலப் பாம்பு கடித்து இறப்பவர்களின் சராசரியும் மாறுவதில்லை. மூன்றாண்டுகளில் 49,500 மனிதர்கள் பாம்புக் கடியால் இறப்பர் என்று பந்தயம் கட்டினால் வெற்றி உறுதி. 53,500 மனிதர்கள் இறப்பார்கள் என்று பந்தயம் கட்டினால் தோல்விதான். இந்தியாவில் ஆண்டொன்றுக்கு 17,000 மக்கள் பாம்பு கடித்து இறந்து போகின்றனர். இது கூடாது குறையாது. இந்தியாவின் சென்சக்ஸ் பட்டியலையும் அரசாங்கத்தின் பாம்புப் பட்டியலையும் எடுத்தால் பாம்புக் கடிக்கு இன்சூரன்ஸ் எடுப்பது தேவை என்று புரியும்.

ஓராண்டில் இறந்துபோகும் ஒவ்வொருவருக்கும் ஒரு டாலர் என்னிடம் இருந்தால் வேறு சொத்துகளுக்கு அவசியமே இல்லை. காரணம், உலகத்தில் இந்தவொரு சொத்துதான் குறையவே குறையாது.

கவர்மெண்டிடமிருந்து பாம்புத் தொழிலுக்கு உரிமைத்தொகை கேட்க வேண்டும். இப்போது நான் லண்டனில் இருக்கிறேன். எனவே அதற்கு முயல்வேன்.

அது எனக்குக் கிடைக்கும்போது வழக்கமான நிரந்தர வருமானமாக இருக்காது. அரசாங்கத்தைப் போலவே பாம்புகள் தங்கள் தொழிலை ஒழுங்குமுறையோடு நடத்துகின்றன. நமக்கே தெரியும் அரசாங்கம் ஓர் ஆண்டுக்கு 1,10,000 பாம்புகளுக்குக் குறையாமல் கொல்லும். அதேசமயம் அந்த எண்ணிக்கை 3,00,000-ஐத் தொடாது.

ஏற்றத்தாழ்வு அதிகம். மார்க்கெட் நிலவரம் ஏறுமுகமா இறங்குமுகமா, வாங்கலாமா விற்கலாமா, முதலீடு நன்மையா இல்லையா என்றெல்லாம் ஆலோசிக்கலாம். அரசாங்கத்தின் பாம்புப் பண்ணை மார்க்கெட்டில் கவனமாக முதலீடு செய்ய வேண்டும். ஒரே வகையில் அதிக முதலீடு கூடாது. வித்தியாசமான, வருங்காலத்துக்கு உகந்ததைத் தேர்வுசெய்ய வேண்டும். ஒருவர் ஒரு கொத்தில் ஆறு வருங்காலப் பயிர்களை வாங்கலாம். விற்பவர் மொத்தமாக 10,50,000 எண்ணிக்கைக்கு விற்க முடியும் என்பது வேறு விஷயம். பாம்புகளின் இப்போதைய மதிப்பு என்னவென்று தெரியவில்லை. ஆனால் வருங்காலத்தில் அவற்றின் மதிப்பு தெரியும் விற்பனையாளன், 4,27,000-க்குக் குறைவாக ஒப்பந்தம் செய்யமாட்டான். மொத்தத்தில் பாம்புகளை வைத்து யூகம் செய்பவன் முட்டாள். பின்னால் வருத்தப்படுவான்.

புள்ளி விவரத்தை நிறைவுசெய்வோம். ஆறு வருடத்தில் கொடிய விலங்குகள் 20,000 மனிதர்களைக் கொன்றால், பாம்புகள் 1,03,000 உயிர்களைக் கொல்கிறது. அரசாங்கம் 10,73,546 பாம்புகளைக் கொல்கிறது. மீதம் இருப்பது ஏராளம். இந்தியாவில் நூலிழையில் தப்பிக்க வழியுண்டு. எந்தக் காட்டில் 16 புலிகளையும் யானைகளையும் நான் கொன்றேனோ, அங்கு ஒரு நாகம் என்னைக் கடித்துவிட்டது. ஆனால் எனக்குக் குணமாகிவிட்டது. எல்லாருக்கும் ஆச்சரியம். 10 வருடங்களில் ஒரு தடவை இப்படி நடக்கும். சாதாரணமாக 15 நிமிடத்தில் மரணம் சம்பவிக்கும்.

கல்கத்தாவிலிருந்து மேற்கு அல்லது வடமேற்குத் திசை நோக்கிச் சென்றோம். ஜிக் ஜாக் பயணத் திட்டம். இது இந்தியாவின் வடமேற்கு மூலையில் ஆப்கானிஸ்தான் எல்லைக்கு இட்டுச் செல்லும். பயணத்தின் முதல் பாதி அருமையான தோட்டம். முடிவே இல்லாத தோட்டத்தின் வழியாக நறுமணம் தரும் மலர்களின் வாசத்துடன் இருந்தது. முசாபர்பூரில் நாங்கள் இண்டிகோ தோட்டத்தின் நடுவில் இருந்தோம். பின்னர் தினாபூர் அருகே கங்கைக்குச்

செல்லும் ஒரு கிளைப்பாதையில் ரயிலில் சென்றோம். அந்த ரயிலைத் தவறவிட்டிருக்க வேண்டியது. சரியான நேரத்தில் பிரிட்டிஷ் அதிகாரிகள், இந்தியர்களால் இயக்கப்படும் ரயிலின் வழியைத் தெரிந்துகொண்டு பயண ஏற்பாடு செய்தனர்.

ரயில் ஒவ்வொரு ஊரிலும் காரணமே இல்லாமல் நின்றது. நாங்கள் எந்தச் சாமானும் எடுத்துச் செல்லவில்லை. ரயில் ஓட்டுநர்கள் ஒவ்வொரு ஊரிலும் இறங்கி, கால்மணி நேரம் அரட்டையடித்து விட்டுப் பின்னர் வண்டியை எடுத்தனர். எங்களுக்கு 35 மைல் தூரம் செல்லவேண்டும். ஆறு மணி நேரமாகும். ஆனால் இது சமதளப் பாதை. அதனால் ஒரு மணி நேரத்தில் முடியாது. அப்போதுதான் ‘இந்த ரயிலை விரைவு வண்டியாக மாற்றவேண்டும்’ என்று ஆங்கிலேய அதிகாரிகள் கூறினர். எஞ்சின் டிரைவரிடம் ஒரு ரூபாய் கொடுத்து வேகம் எடுக்கச் சொன்னார்கள். சுலபமான தீர்வு. அதன் பிறகு ஒரு மணி நேரத்திற்கு 90 மைல் வேகத்தில் சென்றோம். அதிகாலையில் கங்கையைக் கடந்தோம். இணைப்பு வண்டியைப் பிடித்து பனாரஸ் சென்றோம். அங்கு ஒருநாள் தங்கி மீண்டும் அந்த வித்தியாசமான மனம் கவர் புனித ஊரைப் பார்த்தோம். அங்கிருந்து லக்னோ சென்றோம். ஆங்கிலேயர்களின் பிரதாபங்கள், வீரத்தைப் பறைசாற்றும் சிறந்த நினைவுச் சின்னமாக லக்னோ இருந்தது.

இரக்கமே இல்லாத வெயில். தரையில் புற்கள்கூட இல்லை. வெயிலில் வெந்திருந்தன. மேகத்தில் பறந்த தூசி நிறத்திலேயே புல்லும் இருந்தது. ஆனால் கலகத்திற்குப் பின் லக்னோவுக்கு மிலிட்டரி படையெடுத்து வந்தபோது இதைவிட வெப்பம் அதிகம். அப்போதெல்லாம் வெயில் 138 டிகிரி!

58

இப்பொழுது எல்லாம் அடங்கிவிட்டது. சிப்பாய்க் கலகம் எனும் பேரெழுச்சி ஏற்பட முக்கியக் காரணங்களில் ஒன்று, அவாத் தேசத்தை (Kingdom of Awadh) இணைக்க முற்பட்டதுதான். அது கிழக்கிந்திய கம்பெனி செய்த மாபெரும் அநீதி என்று ஹென்றி லாரன்ஸ் குறிப்பிடுகிறார்.

1857 வசந்த காலம். கோட்டைகளில் ஆங்காங்கே கலகம் ஏற்படக்கூடிய அறிகுறிகள் தோன்றின. நாளுக்கு நாள் வேகமாகப் பரவியது. இது ஆபத்து என்று உணர்ந்த மிலிட்டரி இளைஞர்கள் இந்தப் போராட்டத்தை முளையிலேயே கிள்ளியெறிய விரும்பினர். ஆனால் அவர்களுக்கு அதிகாரமில்லை. வயது காரணமாக எப்போதோ ஓய்வுபெற்றிருக்க வேண்டிய உயர்பதவியில் இருந்த அதிகாரிகள், இந்த விஷயத்தைப் பொருட்படுத்தவில்லை. அவர்கள் இந்தியச் சிப்பாய்களை மிகவும் விரும்பினர். தங்களுக்கு எதிராகச் சிப்பாய்கள் திரும்பக்கூடும் என்பதை நம்பவில்லை. ஒவ்வொரு ஊரிலும் வயதான மிலிட்டரி அதிகாரிகளின் பிடிவாதம் உண்மையை ஏற்க மறுத்தது. தங்களுக்கருகில் எரிமலை கொந்தளிப்பது தெரிந்தும் அலட்சியப்படுத்தினர்.

கலகக்காரர்கள் முறையாகத் திட்டமிட்டுச் செயல்பட்டனர். ஒரு கேம்பிலிருந்து இன்னொரு கேம்புக்கு எந்தச் சந்தேகமும் தோன்றாதபடி சென்றனர். அங்குள்ள சிப்பாய்களிடம், 'ஆங்கிலேயர்களிடம் தமது மக்கள் துன்பப்படுவதை' கூறிப் பழிவாங்கும் உணர்ச்சியைத் தூண்டினர். இரண்டு விஷயங்களை ஆணித்தரமாக முன்வைத்தனர். கிளைவ் காலத்தில்

இந்தியச் சிப்பாய்களிடம் போதுமான ஆயுதங்கள் இல்லாததால், கிளைவின் ஆயுதமேந்திய சிறு குழுவை எதிர்க்கச் சக்தியில்லாமல் போனது. ஆனால் இப்போது காலம் அவ்வாறு இல்லை. பிரிட்டிஷ் படையிலேயே இந்தியர்கள்தான் இருக்கின்றனர். அவர்களுக்குப் பயிற்சி அளித்ததும் பிரிட்டிஷ்தான், ஆயுதம் அளித்ததும் பிரிட்டிஷ்தான். ஆகவே எல்லா ஆற்றலும் இந்தியச் சிப்பாய்களிடமே இருந்தது. பிரிட்டிஷை எதிர்க்க பிரிட்டிஷே தங்கள் மூளையால் உருவாக்கிய ஒரு சங்கம் இது. இப்போது இவர்கள் கூட்டத்தை எதிர்க்கச் சக்தியில்லாத பிரிட்டிஷ் சிப்பாய்கள் அங்குமிங்குமாய் ஒன்றிரண்டு பேர் மட்டுமே இருந்தனர். அவர்களை ஒரு பொருட்டாக நினைக்க வேண்டாம். இந்த வாதம் மட்டுமே வென்றிருக்க முடியாது. ஏனென்றால் அதி தைரியசாலி, திறமைசாலி, மிகச் சிறந்த இந்தியச் சிப்பாய்கூட ஆங்கிலேயச் சிப்பாயைப் பார்த்து நடுங்குவான். ஒருவேளை அந்த ஆங்கிலேயச் சிப்பாய் பலம் பொருந்தியவனாய் இல்லாவிட்டாலும்கூட.

போராளிகளின் இரண்டாவது வாதம் ஆருடம். நூறு வருடங்களுக்கு முன்னால் சொன்ன ஆருடம். இவர்கள் எப்போதும் நம்பும் விஷயம். தர்க்கத்தால் இவர்களை இணங்க வைக்க முடியாது. ஆனால் ஆருடத்தின் மூலம் முடியும். இங்கு ஆருடம் கூறியது என்னவென்றால், பிரிட்டிஷ் இந்திய அரசாங்கத்தை கிளைவ் தோற்றுவித்த நாளிலிருந்து சரியாக நூறு வருடத்தில், அந்த ஆட்சி இந்தியர்களால் தூக்கி எறியப்படும் என்பதாகும். 1857 மே 10ம் தேதி மீரட்டில் சிப்பாய்க் கலகம் ஆரம்பித்துத் தொடர் வெடிகுண்டுகள் வீசப்பட்டன. நானா சாஹிப்பைக் கொன்று கான்பூர் கோட்டை ஜூன் மாதம் கைப்பற்றப்பட்டது. லக்னோ முற்றுகை தொடங்கியது. இங்கிலாந்தின் மிலிட்டரி வரலாறு பழமையானதும் சிறந்ததுமாகும். என்னைப் பொறுத்தவரை, சிப்பாய்க் கலகத்தை ஒடுக்கியதுதான் மிகச் சிறந்த பக்கம். பிரிட்டிஷ் தூங்கி எழுந்து சுதாரித்துக் கொள்ளும் முன் கலகம் தொடங்கிவிட்டது. அவர்கள் சில ஆயிரம் பேர் மட்டுமே. ஆக்ரோஷமாக எதிர்த்து வந்த இந்தியர்கள் கடலளவு. இங்கிலாந்துக்குத் தகவல் அனுப்பி உதவிபெற மாதக் கணக்காகும். அதுவரை காத்திருக்காமல் துணிச்சலுடன் களமிறங்கியது இங்கிலீஷ் படை. கடுமையான காலத்திலும் தைரியமாகப் போரிட்டது. வெற்றி உறுதியில்லாத போதும், தொடர்ந்து சண்டையிட்டுக் கதைகளில் வருவதுபோல் முழுமையாக வென்றது.

சிப்பாய்க் கலகம் திடீரெனத் தாக்குதல் நடத்திப் படு வேகமாகப் பரவியதில், பாதுகாப்பற்ற கேம்ப்களில் இருந்தவர்கள் தப்பிச் செல்ல போதுமான சமயமில்லை. என்றாலும் முயன்றார்கள். மரணத்தைவிட கொடுமையான சூழலைச் சந்தித்தார்கள். ஒரு சிலர் பிழைத்தனர். 120 முதல் 138 டிகிரி கொளுத்தும் வெயிலில் இந்தியக் கும்பலால் விரட்டப்பட்டனர். உணவு, தண்ணீர் எதுவுமே இல்லை. சொகுசாகவே வாழ்ந்து பழகிய பிரிட்டிஷ் பெண்களுக்கும் குழந்தைகளுக்கும் இந்தப் பயணம் மிகக் கொடுமையான அனுபவம்.

G.O. ட்ரிவேல்யன் (G.O.Trevelyan) ஓர் உதாரணத்தை மேற்கோள் காட்டுகிறார்:

> ‘கிளர்ச்சியின் தெற்கு எல்லையில் குறிப்பிட்ட கேம்ப்பில் சர்ஜனாக இருந்தவரின் மனைவி திருமதி எம்......... என்பவருக்குப் புரட்சியாளர்களால் இதுதான் நேர்ந்தது. ‘நான் கேட்டேன். ஆம், ஏராளமான குண்டுகள் வெடித்தது என் காதில் விழுந்தது. வெளியில் பார்த்தேன், என் கணவர் சாட்டையைச் சுழற்றியபடி மெஸ்ஸிலிருந்து வேகமாக வந்துகொண்டிருந்தார். நான் அவரிடம் ஓடினேன். ஓர் உதவியாள் என் குழந்தையை ஏந்திக்கொண்டிருந்தார். குழந்தையைத் தூக்கிக் குதிரை வண்டியில் கிடத்தினேன். மெஸ்ஸில் எல்லா அதிகாரிகளும் விசுவாசமான அறுபது சிப்பாய்களும் கூடியிருந்தனர். எங்கள் வீடுகளையெல்லாம் காலி செய்துகொண்டு, நாங்கள் எல்லாரும் ஒரு பெரும் குழுவாகச் சென்றோம். அடுத்த நாள் காலை சத்தாப்பூரில் கரவன்சராயை அடைந்தோம். அங்கிருந்து காலிங்கர். அதுவரை எங்களுக்குத் துணையாய் வந்த சிப்பாய் ஓடிவிட்டார். நாட்டுத் துப்பாக்கியில் வெடிமருந்தைப் பற்றவைத்து எங்களை நோக்கிச் சுட்டனர். ஓர் அதிகாரி உயிரிழந்தார்.
>
> காலிங்கரிலும் இதுபோலவே எழுச்சியடைந்ததாகத் தகவல். அதனால் பயணத்தைத் தொடராமல் பத்து மைல் தூரம் திரும்பி வந்தோம். எம்......மும் நானும் குழந்தையை மாற்றி மாற்றித் தூக்கிக்கொண்டோம். திருமதி ஸாமாலே வெப்பத் தாக்குதலால் இறந்தார். உணவு இல்லை. ஓர் அதிகாரி குதிரை கொடுத்தார். நாங்கள் மிகச் சோர்வாக இருந்தோம். மேஜர்

இறந்துவிட்டார். சார்ஜன்ட்டும், சில பெண்களும்கூட இறந்துவிட்டனர். புதைத்தாகிவிட்டது. ஜூன் 19 பேண்ட் கோஷ்டி எங்களை விட்டுச் சென்றது. கலகக்காரர்கள் மீண்டும் சுட்டனர். அலகாபாத் செல்ல விழைந்தோம். ஒன்பது ஆண்கள், இரு குழந்தைகள், சார்ஜன்ட், அவர் மனைவி - இதுவே எங்கள் குழு. இருபதாம் தேதி காலை இரண்டு வயதுக் குழந்தை லாட்டியை கேப்டன் ஸ்காட் தனது குதிரையில் ஏற்றிச் சென்றார். அவரது மனைவியான நான் அவர்களைக் குதிரையில் பின்தொடர்ந்தேன். நானும் எனது குழந்தையும் உணவில்லாமலும் வெப்பத் தாக்குதலாலும் சோர்வடைந்தோம். தலையை மூடிக்கொள்ள எதுவுமில்லை.

எம்...... ஒரு சிப்பாயியின் தொப்பியை அணிந்தார். அது தரையிலிருந்து நான் எடுத்தது. சூரியன் உதித்ததும் கிராமவாசிகள் கத்திகள், கம்புகளுடன் எங்களைப் பின்தொடர்ந்தனர். அதில் ஒருவர் கேப்டன் ஸ்காட்டின் குதிரைக் காலில் தாக்கினார். ஸ்காட் லாட்டியுடன் விரைந்து சென்றார். அதன் பிறகு என் கணவர் தன் குழந்தையைப் பார்க்கவே இல்லை. கிராமத்துக்குள் நுழையாமல் மைல் கணக்கில் நடந்து நதியைக் கடந்தோம். மிகவும் தாகம் எடுத்தது. எம்....... கால்கள் சுளுக்கின. குதிரையைப் பற்றிக்கொள்ளும்படி கூறினேன். அவரைப் பார்க்கச் சங்கடமாக இருந்தது. முதல் நாள்தான் ட்ரம் வாசிப்பவரின் மனைவி சப்பாத்தி சாப்பிட்டுக்கொண்டிருந்தபோது என் குழந்தைக்கும் கேட்டு வாங்கினேன்.

பள்ளத்தாக்கு நிறையத் தண்ணீரைப் பார்த்தேன். படிகள் மிகச் சரிவானவை. இருந்த ஒரே பாத்திரம் எம்.....ன் தொப்பி மட்டுமே. தண்ணீர் எடுத்துவந்து முகம் கழுவினேன். காலுறை இல்லாததால் கால்களில் வெடிப்பு. இரண்டு கிராமவாசிகள் எதிர்ப்பட்டனர். பயத்தில் ஓடிவிட்டோம். சார்ஜன்ட் எங்கள் குதிரையைப் பிடித்துக்கொண்டார். எம்..... என்னை ஏற்றிவிட்டார். அவர் மயங்கிவிட்டார் என்று நினைக்கிறேன். வீதியில் நான் விழுந்து அவர் என் மேல் விழுந்துவிட்டார். குதிரை போய்விட்டது. அதிக நேரம் பிழைத்திருக்க மாட்டார் என்று சில நொடிகளுக்கு முன்புதான் கூறியிருந்தார். நாங்கள் பள்ளத்தாக்கு

அருகில் வரும்போதே அவர் இறந்துகொண்டுதான் இருந்தார். குழந்தைகளைப் பற்றியும் என்னைப் பற்றியும் தன் ஆசைகளைக் கூறினார். பிறகு இறந்துவிட்டார். எனக்கு மூளை உறைந்துவிட்டது. அழுகைகூட வரவில்லை. நாங்கள் கீழே விழுந்ததும் சார்ஜன்ட் குதிரையை விட்டுவிட்டார். அது போய்விட்டது. இனித் தப்பிக்கும் வழியே இல்லை. அப்படியே அமர்ந்துவிட்டோம் மரணத்தை எதிர்நோக்கி. பாவம்! மிகவும் தளர்ந்திருந்தார்.

அடக்க முடியாத தாகம். அவருக்குத் தண்ணீர் கொண்டுவரச் சென்றேன். கிராமவாசிகள் சிலர் என் பணத்தையும் கடிகாரத்தையும் எடுத்துக்கொண்டனர். என் திருமண மோதிரத்தைக் கழற்றித் தலைமுடிக்குள் முடிந்துகொண்டேன். என் பாவாடை ஓரத்தைக் கிழித்து அதில் தண்ணீர் கொண்டுவரச் சென்றேன். ஆனால் பலன் இல்லை. நான் திரும்புவதற்குள் என் கணவரின் கண்கள் நிலை குத்திவிட்டன. உயிர்ப்பிக்க முயற்சி செய்தேன், தண்ணீரை வாயில் ஊற்றினேன். அது தொண்டைக் குழியிலேயே நின்றது. அதன் பிறகு என்னிடம் பேசவே இல்லை. அவரை என் கைகளில் தாங்கிக்கொண்டேன். மெதுவாக உயிர் விட்டார். பித்துப் பிடித்ததுபோல் ஆனேன். ஆனால் அழ முடியவில்லை. தனியாக இருந்தேன். புதைக்கக்கூட இடமில்லாததால் என் ஆடையைக் கொண்டு முகத்தை மூடினேன். என் கை கால்கள் பயங்கரமாக வலித்தன. பள்ளத்திற்கு அருகில் சென்று அமர்ந்தேன். இரவுப் பொழுதை அங்கே கழித்து விட்டு லாட்டியைத் தேடவேண்டும் என்பது எண்ணம். தண்ணீர் எடுத்துத் திரும்பிவந்த போதுதான் கவனித்தேன். என் குழந்தையின் சங்கிலி, வாட்ச் போன்றவை திருடப்படவில்லை. அவற்றை எல்லாம் எடுத்து என் உள்ளாடையில் வைத்துக்கொண்டேன்.

ஒரு மணிநேரம் சென்றபின் கிராமவாசிகள் முப்பது பேர் வந்தனர். என்னைப் பள்ளத்திலிருந்து ஊருக்குள் இழுத்து வந்தனர். என் ஆடையைக் கிழித்தபோது குழந்தையின் சங்கிலியைப் பார்த்துவிட்டனர். வழியெங்கும் என்னைப் பரிகாசம் செய்தனர். அவர்களில் நான் யாருக்குச் சொந்தம் என்று விவாதம் செய்தனர். மொத்த ஊரும் என்னை வேடிக்கை பார்க்க

வந்தது. ஒரு கட்டில் கேட்டேன். ஒரு குடிசையின் கதவருகில் வெளியே படுத்துக்கொண்டேன். அங்கு ஒரு டஜன் பசுமாடுகள் இருந்தன. ஆனால் எனக்குச் சிறிது பால்கூட கிடைக்கவில்லை.

இருட்டிய பின் ஊரடங்கியது. சில வயதான பெண்மணிகள் ஓர் இலையில் உணவு கொண்டுவந்தனர். பசியால் சோர்ந்திருந்தேன். தண்ணீர் கொடுத்தனர். மறுநாள் காலை, பக்கத்து ஊர் ராஜா பல்லக்கையும் குதிரை வீரர்களையும் அனுப்பி என்னை அழைத்துவரச் செய்தார். என் குழந்தையும் மூன்று சாகிப்புகளும் ராஜா வீட்டில் இருப்பதாக அந்த வீரர்கள் தெரிவித்தனர். ஒரு வழியாக தொலைந்த குழந்தையைக் கண்டுபிடித்தேன். குழந்தை உடலெங்கும் வெடிப்பு. ஐரோப்பியர்கள் இந்தியாவிலிருந்து தப்பித்துப் போக நேர்ந்தால் குளிர் காலத்தில்தான் ஓடவேண்டும்.'

ஜூன் மாதத் தொடக்கத்தில், கான்பூர் படை அதிகாரியான ஜெனரல் ஹியுக் வீலரை (Hugh Wheeler) இந்தியச் சிப்பாய்கள் தனியே விட்டுவிட்டுச் சென்றுவிட்டனர். அதன் பிறகு அவர் கோட்டையிலிருந்து வெளியேறி வெட்டவெளியில் நாலடி மண் சுவர் எழுப்பி அதற்குள் தங்கினார். அவர்கூட சில நூறு ஆங்கிலேய அதிகாரிகளும் சிப்பாய்களும் நிறையப் பெண்களும் குழந்தைகளும் இருந்தனர். மளிகைச் சாமான்கள் இல்லை, ஆயுதங்கள் இல்லை, மிலிட்டரி மூளையும் இல்லை. கடமையுணர்ச்சியையும் தைரியத்தையும் தவிர, எல்லாமே பற்றாக்குறைதான்.

சுமார் 21 நாட்கள் பசியிலும் தாகத்திலும் இந்தியாவின் வெப்பத்திலும் குண்டு முழக்கத்திலும் துப்பாக்கிச் சூட்டிலும் எதிர்த் தாக்குதல் நடத்தினார், வயதான ஜெனரலின் கீழ் பணியாற்றிய இளைஞரான மூர் (Moore) என்ற அதிகாரி. ஜெனரலும் அவரது மக்களும் தங்கியிருந்த மண் சுவர் இடியும் நிலையில் இருந்தது. உணவுப் பொருட்களும் கையிருப்பு குறைவாகவே இருந்தன. வீரர்கள் தங்களைக் காத்துக்கொள்ள என்னவெல்லாம் செய்வார்களோ எல்லாம் செய்தனர். இறுதியில் இவர்கள் தரப்புப் படை நோயாலும் உயிர்ச் சேதத்தாலும் மிகக் குறைந்த எண்ணிக்கையில் இருந்தனர். சண்டையைத் தொடர முடியவில்லை. பட்டினியில் வாடும் ஆண் பெண்களை வெடிகுண்டுகளாலும் துப்பாக்கியாலும் பணிய

வைக்க முடியாது என்றுணர்ந்த நானாசாகிப், இறுதியாக ஒரு சூழ்ச்சி செய்தார்.

ஜெனரலுக்கும் அவர்களின் மக்களுக்கும் உணவு வழங்குவதாகவும் அவர்களை ஓடத்தில் அலகாபாத்துக்கு அனுப்பி வைப்பதாகவும் உறுதிகூறவே, அவர்களும் அதிலிருந்த சூழ்ச்சியை அறியாமல் நானாவின் யோசனைக்கு ஒப்புக்கொண்டனர். பின்னர் நானாவின் ஆட்கள் 200 பெண்கள், குழந்தைகள் மற்றும் மூன்று நான்கு ஆண்களைத் தவிர மற்றவர்களைச் சுற்றி வளைத்துப் படுகொலை செய்தனர். இந்தப் படுகொலையைப் பற்றி டிரேவேல்யன் (Sir G.O.Trevelyan) கூறுவது:

> '20 நிமிடம் கழித்துப் பார்த்தபோது உயிருடன் இருந்தவர்களைவிட இறந்தவர் எண்ணிக்கை அதிகரித்திருந்தது. தீ சிறிது அடங்கி இருந்தது. கோவில் முன் இழுத்துவரப்பட்ட மக்கள் நதியில் மூழ்கடிக்கப்பட்டனர். எதிரிகள் பற்களுக்கிடையே கத்தி, கையில் துப்பாக்கியுடன் வந்தனர். அங்கு 56வது பேண்ட் பாடகர்கள் இருவரின் மனைவியர், கலப்பின கிறிஸ்தவப் பெண்கள், அவர்கள் பார்த்த காட்சியை அவர்களே விவரிக்கின்றனர்.
>
> திருமதி பிராட்ஷா பின்வருமாறு கூறக் கூற அதனை ஆமோதிக்கிறார் திருமதி ஸெட்ஸ்.
>
> > 'நான் சென்றிருக்க வேண்டிய படகில் பள்ளித் தலைமையாசிரியை மற்றும் 22 ஆசிரியைகள். ஜெனரல் வீலர் கடைசியாக டோலியில் வந்தார். அவரை நதியருகே கொண்டு சென்றனர். நான் அருகில் இருந்தேன். அவர், 'என்னைப் படகருகில் கொண்டு செல்லுங்கள்' என்று சொன்னார். 'இல்லை, இங்கேயே இறங்கு' என்றான் கிளர்ச்சியாளன். அவர் கீழே இறங்கியதும் கழுத்தை வெட்டினான், அவர் நீரில் விழுந்தார். என் மகனும் அவரருகிலேயே கொல்லப்பட்டான். சிலர் குத்தப்பட்டும், சிலர் வெட்டப்பட்டும் இறந்தனர். சிறு குழந்தைகள் துண்டு துண்டாக்கப்பட்டன. இவற்றை நாங்கள் நேரில் பார்த்தோம். பார்த்ததை மட்டுமே சொல்கிறோம்.
> >
> > மீதிக் குழந்தைகளைக் குத்தி நதியில் வீசினர். பள்ளி மாணவிகள் எரிக்கப்பட்டனர். உடையும்

> தலைமுடியும் தீப்பிடித்ததைப் பார்த்தேன். அடுத்த படகில் கர்னல் வில்லியம்ஸின் இளைய மகள். கிளர்ச்சியாளன் ஈட்டியால் அவளைக் கொல்ல வந்தான். 'என் அப்பா சிப்பாய்களிடம் கருணையோடு நடந்தவர்' என்றாள் அவள். அவன் விலகிச் சென்றான். அப்போது ஒரு கிராமவாசி அவள் தலையில் கட்டையால் அடித்தான். அவள் தண்ணீரில் விழுந்தாள். இதேபோல இவர்கள் பாதிரியார் மான்க்ரிஃபைப் பார்த்துள்ளனர். அவர் ஒரு புத்தகத்தை பாக்கெட்டிலிருந்து எடுத்துப் பிரார்த்திக்கத் தொடங்கினார். இவர்கள் முடிக்க விடவில்லை. மற்றொருவர் பார்த்த காட்சி, 'ஓர் ஐரோப்பியர் கழிவுநீர்ப் பாதையைத் தோண்டித் தப்பிக்க முயன்றார். சில படகோட்டிகள் அவரை வெட்டி, தடியால் அடித்துக் கொன்று மண்ணில் புதைத்தனர்.'

இந்தப் படுகொலையிலிருந்து தப்பித்த பெண்களும் குழந்தைகளும் 15 நாட்களில் கைது செய்யப்பட்டுச் சிறிய கட்டடத்தில் அடைக்கப்பட்டனர். கல்கத்தாவின் பிளாக் ஹோல் போன்ற கட்டடம். அவர்கள் தங்களுக்கு என்னவாகும் என்று அறியாமல் இருந்தனர். இதற்கிடையில் இந்தப் படுகொலை பற்றிய செய்தி தொலைதூரம் எட்டியது. நிவாரணப் படையினர் ஹேவ்லாக்குடன் வந்துகொண்டிருந்தனர். இறுதியில், காப்பாற்ற ஒரு படை. அந்தப் படை வழியெங்கும் இறந்து விழுந்திருந்த தன் மக்களைத் தாண்டி, காலராவால் பாதிக்கப்பட்டவர்களைக் கடந்து, 135 டிகிரி கடும் வெப்பத்தைச் சமாளித்து வந்துகொண்டிருந்தனர்.

பழிவாங்கும் கோபத்திலிருந்த ஆங்கிலேயப் படை எதற்காகவும் நிற்கவில்லை. வெப்பம், களைப்பு, நோய், எதிரிகள் என எதற்காகவும் நிற்கவில்லை. எழுச்சியோடு முன்னேறிக் கொண்டிருந்தது. வெற்றி மேல் வெற்றி குவிந்தது. ஆனாலும் நிற்காமல் போராடிக்கொண்டே இருந்தது. முடிவைப் பொருட்படுத்தவில்லை. இறுதியில் இந்த மாபெரும் பேரணி கான்பூர் எல்லையை அடைந்தது. நானாவின் கூட்டத்துடன் மோதி அமோக வெற்றியுடன் ஊருக்குள் நுழைந்தது. ஆனால் காலம் கடந்துவிட்டது. சில மணி நேரத் தாமதம். சிறைப்பட்ட பெண்களையும் குழந்தைகளையும் படுகொலை செய்ய நானா தீர்மானித்தான்.

அதை நிறைவேற்ற மூன்று முகமதியர்களையும் இரண்டு ஹிந்துக்களையும் பணித்தான்.

டிரேவேல்யன் கூறுகிறார்:

‘அதுவொரு மாலைப் பொழுது. பெண்கள் வெளியே போகும் நேரம். ஐந்து பேர் நுழைந்தனர். கதவருகில் நின்றிருந்த பெண், அதிகாரியை வணங்கினாள். அவளுடன் இந்திய மருத்துவரும் இரண்டு வேலைக்காரர்களும் இருந்தனர். வராந்தாவிலிருந்து அவ்வளவுதான் தெரிந்தது. இருளில் வேறெதுவும் சரியாகத் தெரியவில்லை. கூச்சலும் சலசலப்பும் கேட்டது. நுனி முறிந்த வாளுடன் சுரவர்கான் திடீரெனத் தோன்றினான். நானாவின் வீட்டிலிருந்து மற்றொரு வாளை எடுத்து வந்தான். அதுவும் உடைந்துவிட்டது. மூன்றாவது முறை பலனளித்தது. வேலை முடிந்துவிட்டது போலும். முழுவதும் இருட்டானது. வீட்டுக் கதவுகள் மூடப்பட்டன. கூச்சல்கள் நின்றன. ஆனால் காலை வரை வலியின் முனகல் கேட்டுக்கொண்டே இருந்தது.

சூரியன் உதித்தது. அடுத்த மூன்று மணி நேரம் ஐவரும் அந்த வீட்டைச் சுத்தப்படுத்தினர். சில துப்புரவுத் தொழிலாளர்கள் வந்து வீட்டிலிருந்தவற்றை எல்லாம் மரங்களின் பின்னாலிருந்த ஒரு வறண்ட கிணற்றுக்கு மாற்றினர். உடல்களை தலைமுடியைப் பிடித்திழுத்து வந்தனர். உடுத்தக்கூடிய நிலையிலிருந்த உடைகள் உருவப்பட்டன. சில பெண்கள் உயிரோடு இருந்தனர். அதில் மூவர் பேசக்கூடிய நிலையில் இருந்தனர். கடவுள் அருளால் தங்கள் துயரங்கள் முடிவுக்கு வரவேண்டுமென விரும்பினர். கலப்பின கிறிஸ்துவப் பெண்ணொருத்தி, இரண்டு கைகளும் பலமாக அடிபட்ட நிலையில் தன்னைக் கொல்ல வேண்டினாள்.

அவளும் இன்னும் இருவரும் கிணற்று மேட்டில் கிடத்தப்பட்டனர். அங்குதான் காளைகள் நீரிறைக்க வரும். இறந்தவர்கள் உள்ளே வீசப்பட்டனர். சுற்றிலும் நிறையப் பேர் வேடிக்கை பார்த்துக் கொண்டிருந்தனர். பெரும்பாலும் கிராம மக்களும் நகர மக்களும்தான். சிப்பாய்களும் இருந்தனர். மூன்று சிறுவர்கள் உயிரோடு இருந்தனர். வெள்ளை நிறத்தவர். மூத்தவனுக்கு ஆறு அல்லது ஏழு வயது. மூவரில் இளையவனுக்கு ஐந்து

வயது. கிணற்றைச் சுற்றி ஓடிக் கொண்டிருந்தனர். காப்பாற்ற யாருமில்லை. அங்கிருந்த யாரும் ஒரு வார்த்தைகூட சொல்லவில்லை. அவர்களைக் காப்பாற்றவும் முயலவில்லை. மூன்றாவது குழந்தை வெளியேற முயன்றது. அருகிலேயே பிழைத்திருந்த ஒரு பெண் கொல்லப்பட்டதைப் பார்த்ததில் பயந்தது. அவனையும் மற்ற சிறுவர்களையும் பார்த்த ஒருவன் அவர்களைக் கிணற்றில் வீசினான்.'

பெண்களையும் குழந்தைகளையும் காப்பாற்றுவதற்காகவே 18 நாட்கள் தொடர்ந்து ஓய்வில்லாமல் பிரிட்டிஷ் படைகள் நடந்து வந்தன. ஆனால் காலம் கடந்துவிட்டது. எல்லாரும் இறந்துவிட்டனர். கொலைகாரர்கள் தப்பித்து விட்டனர். பிறகு நடந்ததைச் சொல்வதைவிட, சொல்லாமலிருப்பது மேல் என்று டிரேவேல்யன் கூறுகிறார்.

தொடர்ந்து கூறுகிறார்:

'இன்னும் பல கோரமான காட்சிகளைக் காண நேர்ந்தது. கலவரப் பூமியிலிருந்து சிலர் அழுதுகொண்டே அந்த வீட்டைச் சுற்றிப் பார்த்தனர். அந்த இடத்தைப் பூமி அப்படியே விழுங்கியிருக்கலாம். உள் அறையில் முழங்காலளவு ரத்தம் கொட்டியிருந்தது. சுவர் முழுவதும் அரிவாள் வெட்டுகள். ஆண்கள் உயரத்திற்கில்லை, மாறாக சுவரின் கீழ்ப் பகுதியில் மூலையில்தான் வெட்டுகள் அதிகம். அப்பாவிப் பெண்கள் தாக்குதலிலிருந்து தப்பிக்க மூலையில் ஒளிந்துகொண்டிருந்தனர் போலும். கைப்பிடியில் மாட்டிய துணிக்கிழிசல்கள் அந்தப் பெண்களின் உயிர்ப் போராட்டத்தை உணர்த்துகிறது. குழந்தைகளின் ஆடையின் பிரில்கள், உடைந்த சீப்புகள், தொப்பிகள், கிழிந்த பினஃபோர், சின்ன லேஸ் வைத்த ஷூ, கண்ணாடி உடைந்த பழங்காலப் பெட்டி எல்லாம் சிதறிக் கிடந்தன. அதிகாரி ஒருவர் அட்டைப் பெட்டியில் வைக்கப்பட்டிருந்த சில முடிச்சுருள்களைக் கையில் எடுத்தார். அட்டைப் பெட்டியின் மீது 'நெட்டியின் தலைமுடி - அன்புடன்' (Ned's hair, with love) என்று எழுதப்பட்டிருந்தது. ஆனால் சுற்றிலும் ஓரடி நீளமான முடிகள் சிதறிக் கிடந்தன. பத்திரப்படுத்தும் விதத்தில் அல்ல, துன்புறுத்துவதற்காகவே கத்தரியால் வெட்டியதுபோல.'

1815 ஜூன் 18 அன்று, வாட்டர்லூ யுத்தம் நடந்தது. வாசகருக்கு அதை நினைவு படுத்துவதற்காகச் சொல்லவில்லை, ஒரு தகவலாகச் சொல்கிறேன். மறந்துபோன விஷயத்தை மீண்டும் கூறும்போது அது செய்தியாகிறது. எழுத்தாளர்கள் மிக முக்கியமான வரலாற்றுப் பதிவுகளைக் குறிப்பிட்டு, 'இந்தத் தகவல்கள் வாசகருக்கு நன்றாகவே தெரியுமென்பதால் மீண்டும் கூறத் தேவையில்லை' என்று அலட்சியமாகக் கூறுவர். அது உண்மையில்லை என்று அவர்களுக்குத் தெரியும். இது ஒரு முகஸ்துதி. வாசகர்கள் எல்லா விஷயங்களையும் மறந்துவிட்டார்கள், அந்த மாபெரும் நிகழ்வின் எந்த நினைவும் அவர்கள் மனத்தில் இல்லை. ஏதோ கலங்கலாகச் சிறு நினைவு மட்டுமே இருக்குமென்று எழுத்தாளருக்கும் தெரியும். இப்படிக் கூறுவதற்கு முகஸ்துதி தவிர இன்னொரு காரணமும் உண்டு. எழுத்தாளர்களுக்குப் பல விஷயங்கள் நினைவில் இருக்காது. அதைத் தேடிக் கண்டுபிடித்துப் பதிய ஆர்வமுமில்லை. மேலும் அதைச் சொல்வதால் புத்தக விமர்சகர்கள் தெரிந்த கதையையே மீண்டும் சொல்கிறார் என்று ஏளனம் செய்வர். விமர்சகர்களின் ஏளனத்தை மதிக்க வேண்டாம். அவர்களுக்கே ஒரு விவரமும் நினைவில் இருக்காது, புத்தகத்தில் மீண்டும் கூறும்வரை.

நானே சில சமயம் அவ்வாறு குறிப்பிட்டிருக்கிறேன். வாசகரை முகஸ்துதி செய்வதற்காக அல்ல, வேலையைக் குறைப்பதற்காக. நினைவிலிருந்தால் எழுதிவிடலாம். நினைவில்லை என்பதால் மெனக்கெடவில்லை. 'இந்த நிகழ்வுகள் பற்றி வாசகர்களுக்கு நன்றாகவே தெரியும்' என முடித்துவிட்டேன். இந்தப் பொய்யை நான் விரும்புவதில்லை. ஆனாலும் வேலை குறைவு. விமர்சனங்களுக்குப் பயந்து நான் லக்னோ முற்றுகையைப் பற்றிக் குறிப்பிடாமல் இல்லை, வாசகர் ரசிக்க மாட்டார் என்ற ஐயமும் இல்லை. வேலைப்பளுவைக் குறைக்கத்தான் அந்த விவரங்களை விட்டுவிட்டேன்; இடப் பற்றாக்குறையும்.

இந்த மாபெரும் கதையில் ஓரிடத்தில்கூட தொய்வு இல்லை. அந்த விவரங்களை ஒதுக்குவது வருத்தமே. சிப்பாய்க் கலகத்திற்குப் பத்து நாட்கள் முன்புவரை லக்னோவில் எல்லாம் நலமாகவே இருந்தது. லக்னோ, சமீபத்தில் கிழக்கிந்திய கம்பெனி கைப்பற்றிய அவாத் தேசத்தின் பெரிய தலைநகர். அங்குப் பெரிய பாதுகாப்பு அரண் இருந்தது. 7,000 பிரிட்டிஷ் இந்திய வீரர்கள், 700 அல்லது

800 வெள்ளையர்கள். இந்த ஆங்கிலேயச் சிப்பாய்களும் அவர்கள் குடும்பமும் மட்டுமே லக்னோவில் இருந்த வெள்ளையர்கள். அவர்களைச் சுற்றிப் பிறவி வீரர்களான இந்தியர்கள். துணிச்சலாகக் கம்பீரமாகச் சண்டையை விரும்பும் தீரர்கள். நகரத்தின் வெளியே வீற்றிருந்த பெரிய அரண்மனை ராஜ்யத்தின் சக்தியையும் அதிகாரத்தையும் பறைசாற்றிக் கொண்டிருந்தது. பெரிய மைதானத்தில் சுற்றிலும் சிறிய கட்டடங்களுடன் காம்பவுண்டால் சூழப்பட்ட மாளிகை. சுற்றுச்சுவர் பாதுகாப்புக்காக அல்ல, தனிமைக்காக. கிளர்ச்சி ஓரளவு பரவியது. வெள்ளையர்கள் அதுகுறித்துப் பயப்படவில்லை.

பிறகு மீரட்டில் கலவரம் வெடித்தது. கலவரக்காரர்கள் தில்லியைக் கைப்பற்றினர். பின்னர் ஜூன் மாதத்தில் கான்பூரில் வெட்டவெளியில், லக்னோவிலிருந்து 40 மைல் தொலைவில் சர் ஹியூக் வீலரின் (Sir Hugh Wheeler) மூன்று வாரப் போராட்டம். பிறகு கோட்டையில் நிகழ்ந்த பயங்கரப் படுகொலைகள். பின்னர் முழு வீச்சில் சிப்பாய்க் கலகம், லக்னோவின் நல்ல சூழலை நொடியில் புரட்டிப் போட்டது. அங்கும் கலவரம் வெடித்தது. சர்.ஹென்றி லாரன்ஸ் (Sir Henry Lawrence) கலவரத்தை ஒடுக்க ரெசிடென்சியிலிருந்து ஜூன் 30ம் தேதி வந்தார். ஆனால் அவருக்குத் தோல்வியே கிடைத்தது. அவரால் ரெசிடென்சிக்குத் திரும்பிச்செல்ல முடியவில்லை. ரெசிடென்சி முற்றுகையிடப்பட்டது. அதற்கு லக்னோ முற்றுகை என்று பெயர். மூன்றே நாட்களில் ஹென்றி கொல்லப்பட்டார். பின்னர் படைக்கு பிரிகேடியர் இங்லீஸ் (Brigadier Inglis) பொறுப்பேற்றார்.

கோட்டைக்கு வெளியே ஏராளமான முற்றுகையாளர்கள் குவிந்திருந்தனர். உள்ளே 480 விசுவாசமான இந்தியச் சிப்பாய்கள், 730 ஆங்கிலேயச் சிப்பாய்கள், பெண்களும் குழந்தைகளுமாகச் சுமார் 500 பேர். அக்காலத்தில்

இங்கிலீஷ் பாதுகாப்பு அரணில் பெண்களும் குழந்தைகளும் நிறையவே இருந்தனர். கோட்டைக்கு அருகிலிருந்த வீடுகளில் கலவரக்காரர்கள் புகுந்துகொண்டனர். அங்கிருந்தபடியே இரவு பகலாக நாட்கணக்கில், மாதக்கணக்கில் குண்டு மழை பொழிந்தனர். நாலரை மாதம் பிரிட்டிஷ் சிப்பாய்கள் பதிலடி தந்துகொண்டே இருந்தனர். பெண்களும் குழந்தைகளும் இந்தச் சத்தத்திற்குப் பழகிப்போனார்கள். தூக்கம்கூட பாதிக்கப்படவில்லை. குழந்தைகள் முற்றுகையிடும் விளையாட்டு விளையாடினர். காரணமே இல்லாமல் பெண்கள் வெளியில் திரிந்தனர்.

இத்தனை மரணங்களுக்கிடையில் பாதுகாப்பு பலப்படுத்தப்பட்டது. மரணம் பல வழியிலும் வந்தது. துப்பாக்கிக் குண்டுகள், பெரியம்மை, காலரா, இன்னும் பல வியாதிகள்; சுகாதாரமற்ற உணவு, போதிய உணவின்மை, நீண்ட நேரம் ஓய்வில்லாமல் பணி, கடுமையான வெப்பம் இவற்றுடன் கொசு, எலி, மூஞ்சூறு, ஈக்கள், மூட்டைப்பூச்சித் தொல்லை. ஆறு வாரங்களில் பிரிட்டிஷ் படையின் சரி பாதிச் சிப்பாய்கள் இறந்தனர். ஐந்தில் மூன்று பங்கு இந்திய வீரர்களும் இறந்தனர். ஆனாலும் சண்டை தொடர்ந்தது. எதிரிகள் அழிப்பதும் ஆங்கிலேயர் திருப்பி அடிப்பதும் ஒருவருக்கொருவர் கட்டடத்தைத் தகர்த்தனர். எதிரிகளின் சுரங்கங்களால் ரெசிடென்சி சுற்றுப்புறம் எல்லாம் தேன்கூடுபோல் சூழப்பட்டது. இரவு முழுவதும் சண்டை நடந்துகொண்டே இருந்தது. கோட்டைச் சுவரை இடித்து உள்ளே குதிக்க அதிரடி முயற்சிகள். பலத்த சேதாரம், பெரும் நஷ்டம்.

பெண்களுக்கு யுத்தத்தின் பயங்கரம் பழகிப்போனது. பலத்த காயமடைந்த வீரர்களின் அலறல், ரத்தம், மரணம். லேடி இங்லிஸ் இதுபற்றி டைரியில் குறிப்பிடுகிறார்:

> ‘திருமதி ப்ரூவர்ஸின் (Mrs.Bruere) செவிலிப் பெண் கண்ணில் குண்டடிபட்டதால் அறுவை சிகிச்சையில் குண்டை எடுக்க வேண்டியிருந்தது. மிக ஆபத்தான சிகிச்சை. அவளை எங்கள் வீட்டின் வழியே கொண்டு சென்றனர். சிகிச்சை நடந்தபோது அப்பெண்ணுக்கு அவளது எஜமானி உதவியாக இருந்தார்.’

முதல் நிவாரணப் படை. ஹேவ்லாக், ஔட்ராம் (Havelock and Outram) கட்டுப்பாட்டில் லக்னோ வந்தடையவே மூன்று மாதங்களானது. பல தடைகளைக் கடந்து ரெசிடென்சியில்

நுழைந்தது. ஆனால் பயனில்லை. படை பெரும் தோல்வியடைந்தது. நிறைய உயிர்ச் சேதம், வீரர்களும் கைதானார்கள். சண்டை, பட்டினிச் சாவு, குண்டுகள், நோய் எல்லாம் அதிகரித்தன. இரு தரப்புமே முழுவீச்சில் கடுமையாகச் சண்டையிட்டனர். கேப்டன் பிர்ச் (Captain Birch) மூன்றாம் மாத முற்றுகையை விளக்குகிறார்:

> 'பயங்கரத் துப்பாக்கிச் சூட்டில் நிலைகுலைந்தோம். சாதாரணக் கைத்துப்பாக்கிகளால் கட்டடத்தின் மேல்பகுதி சல்லடையானது. கோட்டைக்கு வைத்த குறி தவறிப்போய் நேரே எங்கள் மாடியைத் தாக்கியது. ப்ரிகேட் மெஸ்ஸின் மாடியும் வீழ்ந்தது. ரெசிடென்சி வீடு சிதிலமடைந்தது. கேப்டன் ஆன்டர்சனின் பாசறை தகர்ந்து பல நாட்களாகின. இன்னெஸ்ஸின் அறையும் வீழ்ந்தது. இரண்டு தாக்குதலும் 'ரௌண்ட் ஷாட்'டால் (cannon ball) சுடப்பட்டன. ஏறத்தாழ 200 புல்லட்களை கர்னல்கள் கைப்பற்றினர்.'

சோர்வடைந்தாலும் அக்டோபர் வரை சண்டை தொடர்ந்தது. பிறகு, நவம்பர் 2 அன்று சர்.காலின் கேம்ப்பெல்லின் படை கான்பூர் வந்துகொண்டிருப்பதாகச் செய்தி வந்தது.

12ம் தேதி - அவர்களின் துப்பாக்கிகளின் சத்தம் கேட்டது.

13ம் தேதி - படைகள் மெதுவாக, நிதானமாகத் தடைகளை உடைத்து முன்னேறினர்.

14ம் தேதி - மார்டினிர் கல்லூரியைக் கைப்பற்றி பிரிட்டிஷ் கொடி பறக்கவிடப்பட்டது. அது ரெசிடென்சியிலிருந்தே தெரிந்தது. அடுத்து தில்குஷா பிடிபட்டது.

17ம் தேதி - 32வது ரெஜிமென்ட்டின் முன்னாள் உணவு விடுதி கைப்பற்றப்பட்டது. 'அது மிக மகிழ்ச்சியான பதற்றமான நாள்' என்று லேடி இங்லீஸ் தன் டைரியில் அந்நாளைப் பற்றிக் குறிப்பிடுகிறார். 'அதிகாலை 4 மணிக்கு இரண்டு புதிய அதிகாரிகள் எங்கள் வீட்டு வாசல் வழியே குதிரையுடன் சென்றனர்.' அதை வைத்து 'படைகளுக்குத் தகவல் தெரிவிக்கப்பட்டு விட்டது. மீட்புப் பணிகள் உண்மைதான்' என்று அவள் புரிந்துகொண்டாள். லக்னோவின் நீண்ட முற்றுகை இவ்வாறு முடிவுக்கு வந்தது.

சர்.காலின் கேம்ப்பெலின் (Sir Colin Campbell) படை அணிவகுத்து வந்த வழியில் கடைசி பத்து மைல் தூரம்

முழுதும் ரத்த வெள்ளம். ஈட்டியால் வெறிகொண்டு தாக்கி இருக்கிறார்கள். வழியெங்கும் உறுதியான கல் கட்டடங்கள் - பலத்த பாதுகாப்புடையவை. தாக்குதல் நடத்தித்தான் அவற்றைக் கைப்பற்ற வேண்டியிருந்தது. இரு தரப்பினரும் இறுதிவரை போராடினர். சிக்கந்தராபாத்தில் ஒரு பெரிய கல் கட்டடத்தில் எதிரிகள் இருந்த இடத்தில் புகுந்து, பிரிட்டிஷ் படையினர் கடைசி ஆள் வரை வெட்டிக் கொன்றனர். இந்தப் படையின் குணாதிசயம் அது.

நிலப்பரப்பில் ஒரு மரம்கூட இல்லை. படையினர் ரெசிடென்சியிலிருந்து ஒவ்வொரு அடியாக வெற்றி மேல் வெற்றி பெற்று முன்னேறினர். குண்டுகளின் முழக்கத்தில் மேகம்போல் சூழ்ந்த புகையில் அது தெரிந்தது. காலின் கேம்ப்பல் லக்னோவைக் கைப்பற்ற வரவில்லை. ரெசிடென்சியில் இருந்தவர்களை மீட்கவே வந்தார். அவர் வந்த நான்கைந்து நாட்களில் ஆட்களை ரகசியமாக வெளியேற்றினார். நள்ளிரவில் நுழைவாயில் கதவு வழியாக 200 பெண்களும் குழந்தைகளும் முன்னமே வெளியேற்றப்பட்டிருந்தனர்.

நுழைவாயில்

கேப்டன் பிர்ச் கூறுகிறார்:

> ‘திறமை வாய்ந்த ஜெனரலின் கீழ் மிக நேர்த்தியாகத் திட்டமிட்டு ஏற்பாடு செய்யப்பட்ட படைகள் சிறிது சிறிதாக விலகத் தொடங்கினர். அது திறமையும் கவனமும் இணைந்த நகர்வு. முதல்கட்டமாக தொலைவில் எதிரிகளின் கட்டுப்பாட்டிலிருந்த ரெசிடென்சியிலிருந்து படைகள் விலக்கிக் கொள்ளப்பட்டன. பிறகு ஒவ்வொரு பாதுகாப்பு

அரணிலிருந்தும் படைகள் வரிசையாக விலகின. நுழைவாயில் கதவு வழியாக வெளியேறின. ஹாவ்லாக் படையும் இதேபோல விலக்கப்பட்டது. முதன்மை கமாண்டர் படைகள் எங்களுக்குப் பின்னால் அணி திரண்டனர். முழு நடவடிக்கையும் டெலஸ்கோப் நகர்வதுபோல் இருந்தது. கனத்த அமைதி காத்ததால் எதிரிகள் இந்த முற்றுகையை உணரவில்லை.'

தன் கணவர் குறித்தும் ஜெனரல் ஜேம்ஸ் ஔட்ராம் குறித்தும் கூறி இந்த நள்ளிரவு வெற்றியை, இருளில் இவ்வளவு காலம் பாதுகாத்த கதவு வழியே நடந்த நிகழ்வை விவரித்து, லேடி இங்லீஸ் முடிவுரை கூறுகிறார்:

'சரியாகப் பன்னிரண்டு மணி, அவர்கள் வெளியேறினர். ஜானும் சர் ஜேம்ஸ் ஔட்ராமும் மட்டும் எல்லாரும் வெளியேறும் வரை காத்திருந்தனர். பின்னர் தங்கள் தொப்பிகளைக் கழற்றி பெயிலி கார்டுக்கு மரியாதை செலுத்தினர். அந்தக் காட்சி வரலாற்றில் எப்போதும் நினைவில் இருத்தப்பட வேண்டிய ஒன்று.'

59

சர்.காலின் கேம்ப்பெல் வந்த பாதையில் எங்களை ஒரு பிரிட்டிஷ் அதிகாரி அழைத்துச் சென்றார். நான் ரெசிடென்சியை அடைந்தபோது எல்லா வழியும் பரிச்சயமாக இருந்தது. நானே தனியாக நடந்திருக்கலாம். ஆனால் பிறவியிலிருந்தே என் மூளையில் திசைகாட்டி வேலைசெய்யவில்லை. ஆகவே நுழைவாயிலுக்குள்ளேயே சுற்றினேன். கற்பனையில் மீட்புப்படையின் அதிரடிப் பிரவேசத்தை நினைத்துப் பார்த்தேன். எல்லாம் தலைகீழானது. ஆரம்பம் எது, முடிவு எதுவென்றே புரியாத குழப்பம்! சண்டைக்கான செயல் திட்டம் அதைவிடக் குழப்பம். கிழக்கு, மேற்குக்கே வித்தியாசம் தெரியாத எனக்கு கிழக்கு - வலப்பக்கம் போன்ற சண்டை திட்டத்தால் எந்தப் பயனுமில்லை. ரெசிடென்சியின் இடிபாடுகளில் அழகாகத் திராட்சைக் கொடிகள் படர்ந்திருந்தன. அந்த மைதானமே புனிதமானது. அங்குதான்

முற்றுகையில் பலியானவர்கள் புதைக்கப்பட்டுள்ளனர். இந்தியாவைப் பிரிட்டிஷ் ஆட்சி செய்யும் வரை இந்தப் புனித இடம் அலட்சியமாக, இழிவாக, வியாபாரத் தலமாக உபயோகப்படுத்தப்படாது.

அங்கு மாதக்கணக்கில் இரவு பகலாக நடந்த தாக்குதலை நினைத்துப் பார்த்தேன். படையினர் நகர்ந்து போவதை நினைத்துப் பார்த்தேன். ஆனால் 200 பெண்களையும் 250 குழந்தைகளையும் அந்த இடத்தில் பொருத்திப் பார்க்கமுடியவில்லை. லேடி இங்லீஸின் டைரியில் தெரிந்துகொண்டது என்னவெனில், குழந்தைகள், ரத்தம், குண்டு விழுதல், வெடிமுழக்கம், படுகொலைக்கு நடுவே தங்கள் இயல்பு வாழ்க்கையை வாழ்ந்தனர். நர்சரி வாழ்க்கையில் இதெல்லாம் அங்கம் என்பதுபோல. ஆனால், குழந்தை ஜானி புகை மண்டலத்தில் உற்சாகமாக ஓடிவந்து, ‘அம்மா! வெள்ளைக் கோழி முட்டையிட்டுள்ளது’ என்று கூவியதை என்னால் பொருத்திப் பார்க்க இயலவில்லை.

கட்டிலுக்கடியில்தான் ஜானியின் இடம். அங்கு அவனிருப்பைக் கற்பனை செய்தேன். நானே அங்கிருப்பது போலவும் கற்பனை செய்தேன். எனக்கு அப்பொழுது கோழிமுட்டை பற்றி ஆர்வமிருந்திருக்காது. குண்டுவீச்சில்தான் ஆர்வமிருந்திருக்கும். கிளப்பில் இரவு உணவுக்கு முற்றுகையின்போது குழந்தையாக இருந்தவனுடன் அமர்ந்தேன். முற்றுகை சமயத்தில்தான் அவன் பேசத் தொடங்கிய காலம். லக்னோவிலேயே ரெசிடென்சி முற்றுகை சிதிலங்களில் என்னை மிகவும் கவர்ந்தது இந்தக் குழந்தைதான். பயங்கரமான அந்தச் சூழலில் இவன் குழந்தைப் பருவம் எப்படி இருந்திருக்குமோ, புயலுக்குப் பின் அமைதியாய் சத்தமே இல்லாமல் ஒன்றுமே நடக்காமலிருப்பது ஆச்சரியமாக இருக்குமோ, யோசிக்க முடியவில்லை. நான் பார்க்கும்போது 41 வயதுதான். அவன் நிகழ்காலத்தையும் கடந்தகாலத்தின் சிப்பாய்க் கலகத்தையும் இணைக்கும் சங்கிலி.

கான்பூர் சென்றோம். மூரின் தற்காப்புத் தாக்குதல் நடந்த மைதானம், பிரிட்டிஷாரை வஞ்சகமாகக் கொன்று வீசிய கங்கைக்கரை, ப்யூகிள் ஒலியால் சமிக்ஞை செய்ததும் கொலைகாரர்கள் தாக்குதல் நடத்திய சிறிய கோவில் எல்லாம் பார்த்தோம். கோவில் இருந்த இடம் தனிமையானது, அமைதியானது. நதியும் வேகமில்லாமல் நடுவில் மணல்திட்டுகளுடன், குறுகிய நீரோடையாகக்

காட்சி தந்தது. அங்குக் கண்ட ஒரேயொரு ஜீவன் ஆறடி உயரத்தின் மேல் தனிமையில் நின்ற அந்தக் கோரமான புனிதமான பறவை. அது தலையைப் புதைத்துக்கொண்டு கிடைக்கப்போகும் இரையை நினைத்துக்கொண்டு, ஹிந்துச் சடலம் வரும், தனியாக உண்ணலாமா இனத்தவரை அழைக்கலாமா என்ற யோசனையில் இருப்பதுபோல் தோன்றியது. தனிமையும் அமைதியும் சேர்ந்த அந்த இடம் பறவைக்கும் இரைக்கும் பொருந்திப்போனது.

பெண்களும் குழந்தைகளும் கொலையுண்ட இடத்தைப் பார்த்தோம். அவர்கள் சடலங்கள் உள்ள கிணற்றின் மேல் நேர்த்தியான நினைவு மண்டபம் உள்ளது. கல்கத்தாவின் பிளாக் ஹோல் அழிந்துவிட்டது. அதைவிட சிறந்த மரியாதைக்குரிய இடமாக, பிரிட்டிஷார் அனுபவித்த துன்பம், செய்த சாகசம், அடைந்த வெற்றியைப் பறைசாற்றும் லக்னோ, கான்பூர் கோட்டைகள் பாதுகாக்கப்படும். டெல்லிக்கு அடுத்து ஆக்ரா மற்றும் சுற்றுப்புறத்தில் முகமதியப் பேரரசர்கள் காலத்தில் கட்டப்பட்ட மசூதிகள், கோட்டைகள், நினைவு மண்டபங்களைப் பார்த்தோம். அவற்றின் பிரம்மாண்டம், பொருட்செலவு, சிறந்த பொருட்கள், அபாரமான கலைநயம் எல்லாமே அதிசயம். பிற நாடுகளின் அதிசயப் பொருட்களையெல்லாம் இவற்றின் அற்புதத்தோடு ஒப்பிடவே முடியாது. இருந்தாலும் இவற்றைப் பற்றி இங்கு வர்ணிக்கப்போவதில்லை.

நல்ல காலம், நான் இவை பற்றிப் படித்ததில்லையென்பதால் இயற்கையான ஆர்வத்துடன், மிகைப்படுத்தப்படாத கண்ணோட்டத்தில் கவனித்தேன். அதனால் அவை என்னைச் சிலிர்க்க வைத்தன, பிரம்மிக்க வைத்தன, ஆசீர்வதித்தன. முன்கூட்டியே அறிவாளிகளின் கருத்துப் போதை தலைக்கேறி இருந்தால் ஏமாற்றமும் வருத்தமுமே எஞ்சியிருக்கும். பல அற்புதக் கட்டடங்களில் தாஜ்மஹாலைப் பற்றி மட்டும் கூறுகிறேன். அது உலகின் தலைசிறந்த படைப்பு. நிறையவே அதைப் பற்றிப் படித்துள்ளேன். பகல் நேரத்தில் பார்த்தேன். நிலவொளியில் பார்த்தேன். அருகிலிருந்தும் தொலைவிலிருந்தும் பார்த்தேன். கூடவே இந்த எண்ணமும் உதித்தது. இது உலக அதிசயம், இதற்குப் போட்டியாக இப்போதும் எப்போதும் யாரும் வரமுடியாது. ஆனால் இது என் மனத்திலிருந்த தாஜ் கிடையாது. எனது தாஜ் சிறந்த இலக்கியவாதிகளால் உணர்ச்சிபூர்வமாகக் கட்டப்பட்டது. அந்தப் பிம்பம் என் மனத்தில் நிலைத்துவிட்டது. அதைத் தகர்க்க இயலாது.

தாஜ்மஹால் பற்றி நடைமுறையிலுள்ள சில வர்ணனைகளைக் குறிப்பிடுகிறேன். வாசகர் அதை மனத்தில் குறித்துக் கொள்ளட்டும். இந்த வர்ணனைகள் மொழி என்ற வரைமுறைக்குட்பட்டு உண்மையைக் கூறும். மொழி ஏமாற்றக்கூடிய விஷயம். வார்த்தை ஜாலங்களால் சில சமயம் உண்மையைத் திரித்துவிடும். வாசகரின் அதீதக் கற்பனையால் உண்மைகள் மேலும் மேலும் மிகைப்படுத்தப்படும்.

மிஸ்டர் சத்ய சந்திர முகர்ஜியின் தாஜ் பற்றிய கையேட்டில் ஆங்காங்கே ஒரு சில வார்த்தைகளைப் பார்ப்போம்:

> 'தாஜின் உள்ளே மலர்களாலும் இதழ்களாலும் பளிங்கு மேற்பரப்பில் செய்யப்பட்ட வேலைப்பாடுகள் தொடுவதற்கு மென்மையாக இருக்கும். உட்புறத்தில் செதுக்கப்பட்ட பளிங்கு மலர்கள், மொட்டுகள், இலைகள், இதழ்கள் மற்றும் தாமரைத் தண்டுகள்போல, வளர்ந்த உலக நாடுகளில்கூட எங்குமே காண முடியாது. தரையில் கற்கள் மற்றும் ரத்தினங்கள் மிக நேர்த்தியாகப் பதிக்கப்பட்டுள்ளன. ரத்தினங்கள் மலர்கள், மொட்டுகள், இலைகள், எல்லாப் பக்கமும் காணப்படுகின்றன. நாம் கண்முன்னே என்ன பார்க்கிறோம், மாயாஜாலமா? நகைப் பெட்டியா? தாஜ்மஹால் அற்புதமான அனுபவத்தைத் தருகிறது. அது அழகானது, தெய்வீகமானது.'

சர் வில்லியம் வில்சன் ஹன்டர் (Sir William Wilson Hunter) குறிப்பிலிருந்து:

> 'தாஜ்மஹால் எனும் அழகிய கூம்புகளுடன் கூடிய ஒரு பளிங்கு அற்புதம் நதிக்கரையில் எழுந்துள்ளது. வெள்ளைச் சலவைக் கற்கள், சிவந்த படிகாரக் கற்கள். சிக்கலான வடிவமைப்பும் நுணுக்கமான வேலைப்பாடும் வர்ணிக்க முடியாத ஆச்சரியம். உயரமான பளிங்கு மேடையில் அந்த மசூதி வீற்றிருக்கிறது. நான்கு மூலைகளிலும் உயரமான தூண்கள் கச்சிதமான அளவுடன் அழகான வேலைப்பாடுகளுடன் நிற்கின்றன. மேடைக்குப் பின்னால் இரு நீண்ட பகுதிகள். அது சிறந்த கலைநயத்திற்குச் சான்று. மொத்த வடிவமைப்பின் மத்தியில் 186 அடி சதுரத்தில் மசூதி இருக்கிறது. கோணங்கள் கூர்மையாகச் செதுக்கப்பட்டு எண்கோண வடிவாக்கப்பட்டுள்ளன.

நடுவிலுள்ள தூணின் சிறப்பம்சமே அந்தக் கூம்புதான். உருளைபோல உப்பலாகவும் உச்சியில் குறுகிக் கூராக இருக்கும் மகுடத்தில் இருக்கும் பிறைநிலா. அதன் கீழ் பாதுகாப்புத் தட்டி. பளிங்கிலேயே மனைவி, கணவன், பேரரசன் சமாதிகளைச் சுற்றி ஒவ்வொரு மூலையிலும் சிறிய கூம்புகள் முக்கோண வடிவு மேடையில் எழுப்பப்பட்டுள்ளன. முகலாய பாணி அலங்கார வளைவுகளுடன் பளிங்கிலுள்ள துளை மூலம் உட்பகுதிக்கு வெளிச்சம் வருகிறது. அந்த வெளிச்சம் பளீரென்றும் இல்லாமல் மங்கலாகவும் இல்லாமல் இருக்கிறது.

உள்பக்க அலங்காரங்கள் அகேட், ஜாஸ்பர் போன்ற உயர்தர ரத்தினங்களால் அழகுபடுத்தப்பட்டுக் கட்டடக் கலையின் மாட்சிமையைக் காட்டுகின்றன. ஊதா மற்றும் மாநிறப் பளிங்குகளைத் தாராளமாக இழைத்தது, சலிக்க வைக்கும் வெண்மை நிறச் சுவருக்கு மாற்றாகக் கண்களுக்குக் குளிர்ச்சி தருகிறது. தாஜின் வடிவமைப்பும் நிறமும் உலகிலேயே சிறந்த கைவினைத் திறனின் வெளிப்பாடு. வெளிப்புறமும் உட்புறமும் நல்ல பொருத்தம். ஒருமுறை பார்த்தாலும் மறக்க முடியாதது. மேலிருந்து பார்க்கும்போது உருளை வடிவ டோம்கள் பளீரென்ற வானத்தில் பளிங்குக் குமிழிகளாகத் தெரியும்.

இந்தோ - முகமதியக் கட்டடக் கலைஞர்களின் கைவண்ணம் தாஜின் அலங்காரத்தில் தெரிகிறது. ஒரு கட்டத்தில் கட்டடக் கலைஞன் மறைந்து நகைக்கலைஞன் தோன்றுகிறான். குறுக்குவாட்டிலுள்ள அலங்காரம், பெரிய வாயிற்கூடம் இரண்டும் இதிமத் - உத் - தௌலா, சிக்கந்தரா மசூதிகளின் வடிவமைப்பைவிட பன்மடங்கு அற்புதம். பளிங்குக் கம்பிகள் அழகான அழுத்தமான முறுக்குகளுடன் உறுதியாகவும், முக்கோண வடிவ வெண்கற்களும் பெரிய பூக்களும் செருகப்பட்டுள்ளன. செங்குத்தாக கறுப்புப் பளிங்குகள் சரிவிகிதத்தில் வாயிற்புறத்தின் உட்பகுதியில் பயன்படுத்தப்பட்டுள்ளன. உச்சியில் மூர் வகை (ஆப்பிரிக்க இஸ்லாமியர்) வளைவுக்குப் பதில் சிறு குடில்கள் மற்றும் கூடாரங்களுக்குப் பதில் ஹிந்து பாணி பிராக்கெட்கள் மற்றும் ஒரே கல்லிலான சிக்கந்தரா பாணி வடிவமும் உள்ளன. கீழே தாஜ்

தோட்டத்தின் பிரமிப்பூட்டும் காட்சி, யமுனை நதியின் காட்சி, தொலைவில் ஆக்ரா நகரம் மற்றும் ஆக்ரா கோட்டையையும் காணலாம். தாஜுக்குப் போகும் பாதையில் இந்தத் திறந்தவெளியில் நடந்துபோனால், நடுவில் நீரோடையுடன் இருபுறமும் பசுமையான மரங்கள்.

தாஜ் முழுவதும் பளிங்கும் ரத்தினங்களும்தான். பிற முகமதியக் கட்டடங்கள் போலிருக்கும் செங்கற்கள் மறைந்தேவிட்டன. தாஜ் முழுவதும் வெள்ளைப் பளிங்கினால் கட்டப்பட்டு ரத்தினங்கள் மலர்களைப்போலப் பதிக்கப்பட்டுள்ளன. அந்த வெண்மையும் தூய்மையும் வழுவழுப்பும் கண்ணையும் மனத்தையும் கவர்கின்றன. கீழ்ப்புறச் சுவரில் துலிப், ஓலியாண்டர், லில்லி போன்ற மலர்களின் வடிவம் வெண்ணிறப் பளிங்கு மேல் செதுக்கப்பட்டுள்ளன. மலரெல்லாம் ரத்தினங்களால் செய்யப்பட்டாலும், மொத்தத்தில் நிறமற்ற வெண்மை ஊடுருவி அமைதியையும் மனநிம்மதியையும் தருகின்றன. வெண்மையைக் குலைப்பது ரத்தினங்களும் கறுப்புப் பளிங்கும் கல்வெட்டு எழுத்துகளும்தான்.

பெரிய மசூதியின் மாடத்தின் கீழ் நெடிய பளிங்குத்திரை, இரு மசூதிகளையும், பேரரசர் மற்றும் ராணியின் நினைவிடங்களைச் சுற்றியும் எழுப்பப்பட்டுள்ளது. இந்தப் பளிங்கு அற்புதம் பழைய வடிவியல் முறையிலிருந்து மலரும் அரும்பும் இலையுமாய் அழகியல் முறையில் வளர்ந்து சுதந்திரமாகச் செயல்பட்டுள்ளது. இந்த அற்புதமான இரண்டு நினைவிடங்களிலும் இருப்பது ஷாஜகானின் ‘கலம்தான்’ எனும் பேனா வைக்கும் பெட்டி. அதைத் தவிர வேறு எதுவும் செதுக்கப்படவில்லை. இரண்டு நினைவிடங்களுமே உயர்தர ரத்தினங்களால் செய்த மலர்களால் பதிக்கப்பட்டுள்ளன.’

பேயார்ட் டெய்லர் (Bayard Taylor) இதுகுறித்து மேலும் விவரிக்கிறார்:

‘இரு பக்கங்களிலும் பனைமரம், ஆலமரக் கிளைகள், மூங்கில் மர இலைகள் ஒன்றோடு ஒன்று உரசிக்கொள்கின்றன. பறவைகளின் சங்கீதம் செவிகளை மகிழ்விக்கிறது. ரோஜாவும் எலுமிச்சையும்

காற்றை இனிமையாக்குகின்றன. இப்படி ஒரு சூழலில்தான் தாஜ்மஹால் எழும்பியுள்ளது. இதில் எந்த மர்மமும் இல்லை, எந்தக் குறையுமில்லை. பரிபூரணமான அழகின் சின்னம். முழுமையாக நேர்த்தியாகக் கட்டப்பட்டுள்ளது. ஜீனியின் குறைவற்ற திறமைபோல. ஜீனிக்கு மனிதனின் குற்றங்களும் குறைபாடுகளும் தெரியாது.'

எல்லா விவரங்களும் உண்மைதான். ஆனால் ஒட்டுமொத்தமாகப் பார்த்தால் பொய்யென்று நமக்குத் தோன்றும். சரியாக வரையறுக்க முடியாது. எழுத்தாளர்கள் தங்கள் வார்த்தைப் பிரயோகத்தின் மதிப்பை அறிந்தவர்கள். ஆனால் நமக்கு அந்த வார்த்தைகள் வேறு மாதிரியான அர்த்தங்களைத் தரும். எனக்குப் பரிச்சயமானவை சில. ஒரு சில வார்த்தைகளை வாசகருக்காக இங்கே தொகுத்தளிக்கிறேன். கூடவே எண்களும் தருகிறேன். எழுத்தாளரின் வார்த்தைகளுக்கும் வாசகரின் தவறான புரிதலுக்குமுள்ள வித்தியாசத்தைப் பார்ப்போம்:

அகேட் ஜாஸ்பர் போன்ற ரத்தினங்கள் - 6

ஒவ்வொரு முக்கியப் புள்ளியும் செழுமையாக வடிவமைக்கப்பட்டுள்ளன - 5

தாஜ்மஹாலில் கட்டடக்கலைஞன் மறைந்து நகை வடிவமைப்பாளன் தோன்றுகிறான் - 5

தாஜ் முழுவதும் பளிங்கும் ரத்தினங்களும்தான் - 7

மலர் வடிவில் அழகிய ரத்தினங்கள் பதிக்கப்பட்டுள்ளன - 5

ரத்தினங்களில் வரையப்பட்ட மலர்கள் அதியற்புதம் - 2

அழகிய பிரம்மாண்டமான மசூதி - 5

பளிங்கு அற்புதம் - 5

அருமையான கட்டடக் கலை - 5

உயர்தர ரத்தினங்களால் செதுக்கப்பட்ட மலர்கள் - 5

பரிபூரணமான அழகின் நேர்த்தியான சின்னம் - 6

இந்த விவரங்கள் உண்மைதான். அந்த எண்கள் தனிப்பட்ட நபர்கள் பலரின் எண்ணங்கள். உண்மை இப்படியிருக்கும்போது வாசகர்களுக்கு மட்டும் ஏன் தவறான அபிப்பிராயம் ஏற்படுகிறது. காரணம், வாசகர்களை அளவுக்கு மீறிய கற்பனை தவறாக வழிநடத்துகிறது. எழுத்தாளர்கள் முதல் மூன்று எண்களைக்

கூட்டி உண்மையைச் சொல்வர். 5+5+9=19. வாசகர் அதை 559 என்று புரிந்துகொள்வர். எழுத்தாளர் 12 எண்களையும் கூட்டி தாஜ் பற்றிய உண்மையை 63 என்று கூறினால், வாசகரோ கற்பனையை ஓடவிட்டு ‘55975255555’ என்று புரிந்துகொள்வார். நிறுத்தக் குறியீடுகளை நாம்தான் புரிந்துகொள்ள வேண்டும். என் வேலையைத் தொடர்கிறேன்.

வாசகர்கள் எப்பொழுதும் தவறான புரிதலோடு அணுகுவார்கள். கண்ணெதிரே சூரிய ஒளியில் ஜொலிக்கும் ரத்தினங்கள் இழைத்த தாஜ்மஹால், மேட்டர்ஹார்ன் மலைபோல் உயர்ந்து நிற்கும். என் கற்பனையில் நான் கண்ட நயாகராவை நேரில் காட்சிப்படுத்த 15 முறை நயாகராவிற்குச் செல்ல வேண்டியிருந்தது. நயாகரா நீர்வீழ்ச்சி முழுமையான அதிசயம். இயற்கையாக எப்படியிருக்குமோ அப்படியிருந்தது. நான் எதிர்பார்த்ததுபோல் இல்லை. முதல் முறை அண்ணாந்து பார்த்தபோது இமயமலையொத்த உயரத்திலிருந்து அட்லாண்டிக் பெருங்கடல் விழப்போகிறது, அறுபதடி தூரத்தில் அறுபதடி உயரமுள்ள கடற்பச்சை நிறச் சுவர் தெரியப்போகிறது என்றெல்லாம் கற்பனை

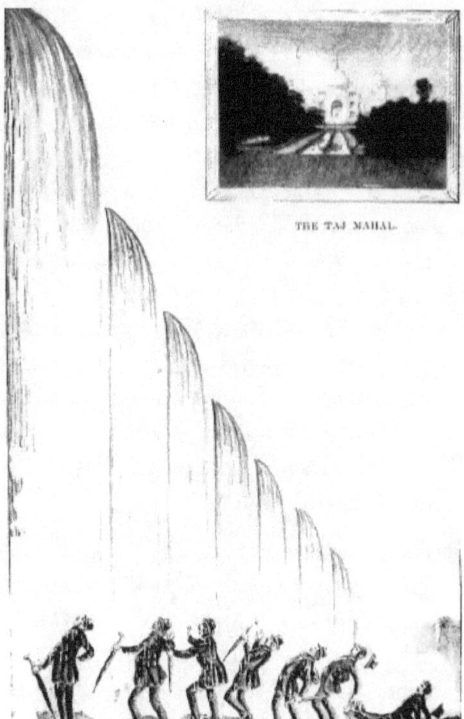

THE TAJ MAHAL.

செய்தேன். ஆனால், உண்மை அதிர்ச்சி தந்தது. உலரவைத்த சிறிய ஈரமான ஏப்ரன் (apron) ஒழுங்கில்லாமல் தொங்கிக்கொண்டிருப்பது போலக் காட்சியளித்தது நயாகரா நீர்வீழ்ச்சி. இந்த அதிர்ச்சியை என்னால் தாங்க முடியவில்லை.

மெல்ல, உறுதியாக, நிதானமாக 15 முறை விஜயம் செய்தபோது மனம் யதார்த்தத்தை ஏற்றுக்கொண்டது. நயாகரா என்பது 165 அடி உயர, 1/4 மைல் அகல மனம்கவர் நீர்வீழ்ச்சி. என் கற்பனைக் கண்ணோட்டம் நிரம்பவில்லை. ஆனாலும் அழகுதான். நயாகராவுக்குச் செய்ததுபோல தாஜுக்கும் செய்யவேண்டும் என்று எனக்குத் தெரியும். பதினைந்து முறை பார்த்தால் மனது எழுத்தாளர்களின் வர்ணனைகளிலிருந்து வெளிவந்து, தாஜ்மஹாலை எதார்த்தமான கண்ணோட்டத்தில் பார்க்கும். அது சிறந்ததாகவும் நுணுக்கமானதாகவும் அதிசயமாகவும் மற்ற அதிசயத்தைவிட உயர்வாக இல்லாவிட்டாலும் நன்றாகவே இருக்கும்.

நான் கவனமில்லாமல் படிப்பேன். உணர்வுவாதி. முக்கியக் குறிப்புகளைச் சரிவரப் படிக்காமல் மொத்தமாக எல்லா விவரங்களையும் உள்வாங்கிப் பொதுவான ஓர் அபிப்ராயத்தை ஏற்படுத்திக் கொள்பவன். இது தவறான போக்கு. என் முன் இருக்கும் குறிப்புகளை நான் சரிவர ஆராயவில்லை, கவனமாக அதன் பொருளை உணரவில்லை, சீர்தூக்கிப் பார்க்கவுமில்லை. அதன் விளைவு உண்மையைவிட 35-40 மடங்கு நுணுக்கமானது, உண்மையைவிட அதிக மதிப்புள்ளதும்கூட. அதனால் உண்மையைத் தேடி ஓடாமல் உண்மையிலிருந்து வெகுதூரம் விலகியிருக்க விரும்பினேன். அதன் மூலம் என் தனிப்பட்ட கற்பனையான சொர்க்கத்திலிருந்து நேரடியாக விழும் பிரம்மாண்ட நயாகரா, விவரிக்க முடியாத ஒப்புயர்வற்ற தாஜ்மஹால், வானவில் போல் ரத்தினங்களால் இழைக்கப்பட்ட நிலவொளியில் மிளிரும் தாஜ் குறித்த கற்பனைகள் பாதுகாக்கப்படும்.

ஒழுங்குமுறையற்ற கற்பனையுடன் உலக அதிசயத்தைப் பார்க்கச் செல்வது தவறு. பனிப்புயல் எப்படி இயற்கையின் சாதனையோ அதுபோல தாஜ்மஹால் மனிதனின் சாதனை. இதைவிட சிறந்த, கலைநயம் மிக்க, அழகான, நுணுக்கமான, நளினமான அற்புதப் படைப்பு இருக்க முடியாது என எண்ணினேன். எப்போதிருந்து இந்த அபிப்பிராயம்

எனக்குள் வந்ததோ தெரியாது. ஆனால் ஒன்று உறுதியாகத் தெரியும். ஒன்றை நினைக்கும்போது மற்றதைப் பற்றிய உயர்வான எண்ணமும் கூடவே தோன்றும். பனிப்புயலைப் பற்றி நினைத்தால் கண் முன்னே தாஜின் அழகிய தெய்வீக வடிவம் காட்சி தரும். தாஜ்மஹாலைப் பற்றி, அதன் கலைநயத்தை, வடிவங்களை நினைக்கும்போது ஆலங்கட்டியின் காட்சி நினைவு வரும். ஆகவே இவ்வளவு நாட்களில் கோவில்களோ அரண்மனைகளோ மனிதன் படைத்த எந்தக் கட்டடங்களும் தாஜ்மஹாலுக்கு நிகராக, போட்டியாக வரவில்லை. தாஜ்மஹால் மனிதனின் கட்டடக்கலையின் பனிப்புயல், ஆலங்கட்டி.

இங்கு லண்டனில் ஒருநாள் ஸ்காட்ச் (Scotch) மற்றும் ஆங்கில நண்பர்களுடன் பேசிக் கொண்டிருந்தேன். பனிப்புயலை ஓர் உவமையாகக் கூறினேன். யாருமே அதைப் பற்றிக் கேள்விப்பட்டதில்லை என்பதால், அந்த உவமையை யாரும் ரசிக்கவில்லை. அமெரிக்க இலக்கியத்தில் பரிச்சயமுள்ள ஒரு நண்பர் எந்தப் புத்தகத்திலும் அது பற்றிப் பார்த்ததில்லை என்றார். எனக்கும் அது எந்தப் புத்தகத்தில் இருக்குமென்று சொல்ல முடியவில்லை. இருந்தாலும் இலையுதிர் காலப் பசுமையும் அமெரிக்க இயற்கைக் காட்சிகளும் முழுமையான கவனத்தைப் பெற்றுள்ளன.

ஆலங்கட்டிப் பொழிவு அமெரிக்காவில் ஒரு பெரும் நிகழ்வு. அதைக் கவனிக்காமல் இருக்க முடியாது. அது நிகழும்போது வீட்டில் பல மூலைக்கும் செய்தி பரவும். கதவைத் தட்டி உற்சாகக் கூவல்கள் கேட்கும், ‘பனிப்புயல்! பனிப்புயல்!’ சோம்பேறிகளாகத் தூங்கிக் கொண்டிருப்பவர்கள்கூட போர்வையை உதறி ஜன்னல் வழியாக வேடிக்கை பார்க்க விரைவர். இந்தப் பனிப்புயல் குளிர் காலத்தில் நடுவில் தோன்றும். இரவின் இருளில் அமைதியில்தான் இது நிகழும். முதலில் மணிக்கணக்கில் மெல்லிய தூறலாக மழை மரக்கிளைகளில் இலைகளில் விழும். மழைத்துளி விழும்போதே உறைந்துவிடும். ஒவ்வொரு மரக்கிளையும் மரமும் செடியும் தூய்மையான பனிக்கட்டியாகிவிடும். மரம் ஸ்படிகத்தால் செய்த கண்ணாடி மரம்போல் காட்சி தரும். சிறு சிறு துளிகள் விழுவதால், ஒவ்வொரு கிளையின் பக்கவாட்டிலும் சின்ன சின்ன பனிக்கட்டிகள் நிறைந்திருக்கும். சில துளிகள் உருண்டை மணிகளாக உறைந்த கண்ணீர்த் துளிகள் போலிருக்கும்.

விடியும் பொழுது வானிலை தெளிந்துவிடும். சிறிதும் மேகமூட்டம் இல்லாமல் தூய்மையான வானம் காட்சி தரும். புயல் காற்று வீசாமல் அசைவின்றி இருக்கும். விடிந்ததும் பனிப்புயலின் செய்தி சிறியவர் முதல் பெரியவர் வரை சுற்றிவரும். உறங்குபவர்கள் ஓடிச் சென்று ஜன்னல் வழியே தெரியும் வெள்ளைப் பிசாசுகளை வேடிக்கை பார்ப்பர். எதுவும் பேசாமல், எதுவும் செய்யாமல், பேரதிசயத்தைக் காணக் காத்துக் கொண்டிருப்பார்கள். கடிகாரச் சத்தத்தைத் தவிர வேறு ஓசை இருக்காது. நேரம் கடந்துகொண்டே இருக்கும். கடைசியில் சூரியனின் ஒளிக்கீற்று வெள்ளை மரத்தின் மேல் பட்டு வைரமாக ஜொலிக்கும்.

வெள்ளை அதிசயம். மூச்சைப் பிடித்துக்கொண்டு இந்த அதிசயத்தைக் கண் கொட்டாமல் பார்ப்பர். ஆனால் இன்னமும் காத்துக்கொண்டிருப்பர். அவர்களுக்குத் தெரியும் இன்னும் இன்னும் இருக்கிறது என்று. சூரியன் மேலே எழ எழ மரக்கிளைகளின் அடியில் வெண்மையான தீப்பிழம்பு காட்சி தரும். பிறகு ஒரே நொடியில் எந்த அறிகுறியும் இல்லாமல் பேரதிசயம், மிகச்சிறந்த அதிசயம், ஈடு இணையற்ற அதிசயம் நிகழும். புயல் காற்று வீசி ஒவ்வொரு மரக்கிளையையும் இலைகளையும் வேகமாக அசைப்பதில் வெள்ளை மரங்களிலிருந்து வண்ண வண்ண ரத்தினங்கள் சிதறுவதுபோல் ஒளி வீசும். பளீர்! பளீர்! பளீர்! மாணிக்கம், மரகதம், வைரம், பச்சை எனக் கண்கவர் காட்சி. பார்வையைப் போக்கும் காட்சி, தெய்வீகமான காட்சி. தீப்பிழம்பில் வண்ணங்கள் குழைத்த கற்பனைக்கெட்டாத அதிசயம், பொறுத்துக்கொள்ள முடியாத அதிசயம், இதுவரை இந்தப் பூமியில் கண்டிராத சொர்க்கத்தின் வாசலில்கூட காண முடியாத அதிசயம்.

என் உணர்வுகள் மூலம் எனக்குத் தெரிந்து, பனிப்புயல்தான் இயற்கையின் அழகியலில் ஒப்புயர்வற்ற சாதனை. என் அறிவின் மூலம் தெரிந்தது தாஜ்மஹால்தான் மனிதனின் பனிப்புயல். ஒவ்வொரு கிளையிலிருந்தும் சொட்டும் பனித்துளி தனித்தனி ரத்தினமாக மாறும். காற்றில் மரக்கிளை ஒவ்வொரு முறை அசையும்போதும் ஒவ்வொரு நிறமாக மாறும். ஒவ்வொரு மரத்திலும் பத்து லட்சம் ரத்தினங்கள் உண்டு. வனப்பகுதியில் ஒரு மரத்தின் அதிசயம் ஆயிரம் மடங்காகப் பெருகி காட்சி தரும். பனிப்புயலை நான் ஓவியமாகப் பார்த்ததில்லை. எந்த ஓவியரும் வரைந்ததாகவும் தெரியவில்லை என்று இப்பொழுது

எனக்குத் தோன்றுகிறது. ஓவியம் மூலம் சூரியனின் ஒளிக் கதிர்களை ஜொலிக்க வைக்க முடியாதோ?

இயற்கையின் அற்புதக் காட்சியை ஓவியமாய்த் தீட்டாமல் இருக்க நிச்சயமாக ஏதோவொரு காரணம் இருக்க வேண்டும். பெரும்பாலும், தவறான புரிதலுக்குக் காரணம் கடுமையாக உண்மையை உரைத்தல்தான். தாஜ்மஹாலை வர்ணிப்பவர்கள் ரத்தினம் என்ற சொல்லை அறிவியல் கண்ணோட்டத்தில் உபயோகப்படுத்தியுள்ளனர். அவ்வகையில் அது எளிய வார்த்தை, ஒளியில்லாத பிரகாசமில்லாத சாதாரண வார்த்தை. அது தாஜ்மஹாலின் வேலைப்பாட்டைத் துல்லியமாக விவரிக்கிறது. மெத்தப் படித்தவர் ஆயிரத்தில் ஒருவருக்கு அது சரியாகப் புரியும். மீதம் 999 பேருக்கும் தவறாக விளங்கும். இந்த 999 பேர்தான் கவனத்தில் கொள்ளவேண்டியவர்கள். அவர்களுக்கு இவை சாதாரண கார்னிலியன் அகேட் போன்ற பொருட்களில் செய்த வடிவங்கள் அல்ல. அவர்களுக்கு இது மாணிக்கங்கள், வைரங்கள், கோமேதகம் என்றே புரியும். புத்தகத்தில் இவ்வரிகளைப் படிக்கும்போது கண் முன்னே பலவித வண்ணங்கள் காட்சியளிக்கும்.

எழுத்தாளர்கள் எழுதுவது சாதாரண மக்களுக்காக. எனவே அவர்களுக்குப் புரியும் வார்த்தைகள் இருக்கவேண்டும் அல்லது விவரிக்கவேண்டும். மிகக் குறைந்த மக்களே உள்ள சிரியாவில் நீர்வீழ்ச்சி என்றால் ஒரு அர்த்தம். வட அமெரிக்காவில் அதே வார்த்தைக்கு வேறு அர்த்தம். அங்கு 7,50,00,000 மக்கள் வாழ்கின்றனர். சிரியாவின் அழகைப் பற்றி வர்ணிக்க 'ஒரு மைலுக்கும் குறைவான குறுகிய இடத்தில்கூட நிலாவின் ஒளி வெள்ளத்தில் இருநூறு அற்புதமான நீர்வீழ்ச்சிகளைக் கண்டேன், அதிசயக் காட்சி' என்று கூறி வியந்தால், வட அமெரிக்கன் இதைக் கொத்துக் கொத்தாக மேலிருந்து விழும் நீர்வீழ்ச்சிகள், வளைவுகளில் வளைந்து செல்லும் நீரின் சாரல், நில ஒளியில் பார்க்க வெள்ளைத் தீ போலத் தெரியும் என்று கற்பனை செய்துகொண்டு பின் ஏமாறுவான். சிரியாக்காரன் ஏமாற மாட்டான். அவன் இருநூறு நீரூற்றுகளைப் பார்ப்பான். ஆங்காங்கே மிதியடிகள் போல் தோன்றும் சின்ன சின்ன நீர்க் குட்டைகளைப் பார்த்துப் பிரமிக்க மாட்டான். இந்தக் காட்சிகளைக் கண்டு நிதானத்தை இழக்கவும் மாட்டான். 'நீர்வீழ்ச்சி' என்ற என் வார்த்தை சரிதான். அது உண்மையைத்தான் கூறுகிறது. எண்ணிக்கையில் குறைந்த

சிரியா மக்களுக்கு அது சரியாகவே புரியும். ஆனால் மில்லியன் கணக்கில் மக்கள் உள்ள வட அமெரிக்காவிற்குத் தீர்மானமாகத் தவறான கருத்தையே உணர்த்தும்.

ரத்தினங்கள், நிறைய ரத்தினங்கள், மீண்டும் ரத்தினங்கள், இன்னும் பலவகை ரத்தினங்கள். இப்படி தாஜ்மஹாலை வர்ணிப்பவர்கள் சட்டப்படி சரி, ஆனால் தர்மப்படி தவறு. அவர்கள் அறிவியல் ரீதியாக உண்மையைப் பேசுகிறார்கள். அப்படிச் செய்வதால் இல்லாததை இருப்பதுபோலப் பாராட்ட வைக்கிறார்கள்.

60

இந்தியாவில் பல இடங்களுக்குச் சுற்றித் திரிந்தோம். அதிலொன்று லாகூர். அந்த லெஃப்டினென்ட் கவர்னர் ஒரு யானையை அனுப்பினார். என் அனுபவத்தில் இந்த விருந்தோம்பல் மிகவும் தனித்தன்மை வாய்ந்தது. அந்த யானை அருமையானது, அறிவுள்ளது, பழக இனிமையானது. அதைக் கண்டு எனக்குப் பயமில்லை. தைரியமாக அதன் மேலேறி ஊரைச் சுற்றி வந்தேன். அங்கு இந்த யானை குதிரைகளைப் பயமுறுத்தியது. குழந்தைகள் அதிர்ஷ்டவசமாக மிதிபடாமல் தப்பித்தனர். அதன் வழியிலிருந்து ஒதுங்காவிட்டால் விளைவுகளைச் சந்திக்க வேண்டும் என்ற தோரணையோடு வீதியின் நடுவே சுதந்திரமாக நடந்தது.

வாகனம் ஓட்டினாலும், சவாரி செய்தாலும் மோதிவிடுவோம் என்ற பயம் எனக்கு உண்டு. ஆனால் யானை மேல் அமர்ந்தபோது அந்தப் பயம் இல்லை. பெரிய பட்டாளத்திற்கு நடுவே சொகுசாகச் சவாரி செய்ய முடியும். மோதிவிடும் அபாயம் இல்லை என்பதாலும், யானை மேலிருந்து ஊரைச் சுற்றிப் பார்ப்பது கௌரவமாக இருப்பதாலும், அழகிய காட்சிகளைக் கண்டு ரசிக்க முடிவதாலும், குடும்பங்களில் தனிமையில் என்ன நடக்கிறது என்று ஜன்னல் வழியாகப் பார்க்க முடிவதாலும் நான் வேறு வாகனத்துக்குப் பதில் யானைச் சவாரியைப் பரிந்துரைப்பேன்.

லாகூர் குதிரைகள் யானைகளுக்கு நன்கு பழகிவிட்டன. ஆனால் பயம் போகவில்லை. ஒருவேளை யானையைப்

பற்றி அதிகம் தெரிந்ததால் வந்த மரியாதையாக இருக்கலாம். நம் விஷயத்தில் டைனமைட்டைப் பற்றிப் பரிச்சயம் ஏற்படும் வரை நமக்குப் பயம் இருக்காது.

ராவல்பிண்டி வரை சென்றோம். அதுதான் ஆப்கான் எல்லை என்று நினைக்கிறேன். ஹர்சகோவினாவாகக் (Herzegovina) கூட இருக்கலாம். அது அங்குதான் எங்கேயோ இருந்தது. மீண்டும் தில்லி வந்தோம். தொன்மையான கட்டடக்கலை அதிசயங்களைப் பழைய தில்லியில் கண்டோம். மாபெரும் தாக்குதல் நடந்த சிப்பாய்க் கலக நாட்கள், பிரிட்டிஷ் தில்லியை அதிரடியாகக் கைப்பற்றியது, வரலாற்றில் இடம்பெற்ற துணிச்சலான அழிவில்லாத வீரம் எல்லாவற்றையும் நினைவுகூரும் காட்சிகளைக் கண்டோம். தில்லியில் ஒரு பழைய வரலாற்றுச் சிறப்புமிக்க மாளிகையில் நன்றாக ஓய்வெடுத்தோம். அதைக் கட்டியது ஓர் ஆங்கிலேயர், பிறகு கீழை நாட்டுப் பழக்கங்களுக்கு மாறியவர். ஜெனானா குடும்பப் பெண்களுக்காகத் தனியிடம்கூட கட்டியிருந்தார். பரந்த மனதுடையவர்.

அந்தப்புர மகளிரை மகிழ்விக்க மசூதியும் கட்டினார். தனது ஆத்ம திருப்திக்குத் தேவாலயமும் கட்டினார். எங்கிருந்தோ இது போன்றோர் வருவர். கலகக் காலத்தில் இந்த மாளிகைதான் பிரிட்டிஷ் அதிகாரிகளின் தலைமை இடம். இது கீழை நாகரிகத்தில் அமைக்கப்பட்ட பிரமாதமான தோட்டத்தில் அமைந்துள்ளது. அதனைச் சுற்றிப் பெரிய மரங்கள் உள்ளன. மரத்தில் நிறைய குரங்குகள். சுறுசுறுப்பாகவும் உஷாராகவும் இருக்கும் குரங்குகள். பயமில்லாதவை. வாய்ப்பு கிடைத்தால் வீடு புகுந்து தங்களுக்குத் தேவையில்லாததை எல்லாம் அள்ளிச்செல்லும்.

ஒருநாள் வீட்டின் தலைவர் குளியலறையில் இருந்தார். வீட்டின் ஜன்னல் திறந்திருந்தது. அங்கேயே ஒரு டப்பாவில் மஞ்சள் பெயிண்ட்டும் தூரிகையும் இருந்தன. சில குரங்குகள் ஜன்னலருகே வந்தன. அவற்றை விரட்டத் தன் ஸ்பான்ஜை எடுத்து வீசினார். அவை சிறிதும் பயப்படவே இல்லை. அறைக்குள் குதித்து அவர் உடல் முழுதும் மஞ்சள் பெயிண்ட்டைக் கொட்டி அவரை விரட்டிவிட்டன. பின்னர் சுவர், தரை, ஜன்னல், தொட்டி, இருக்கைகள் என ஓரிடம் விடாமல் பெயிண்ட் அடித்தன. அடுத்து ஒப்பனை அறையை பெயிண்ட் அடித்துக் கொண்டிருந்தபோது, உதவிக்கு ஆள் வந்து குரங்குகளை வெளியேற்றினார்.

இவற்றில் இரண்டு இன்று காலை என் அறைக்கும் வந்தன. ஜன்னல் கதவைத் திறந்து வைத்திருந்தேன். நான் கண்விழித்தபோது ஒன்று கண்ணாடி முன் தலை சீவிக்கொண்டிருந்தது. மற்றொன்றின் கையில் எனது நோட்டுப் புத்தகம். நகைச்சுவைக் குறிப்புகளைப் படித்து அழுதுகொண்டிருந்தது. தலை சீவிய குரங்கு என்னைப் பாதிக்கவில்லை. ஆனால் இந்தக் குரங்கின் செயல் மிகவும் வலித்தது. இன்னமும் வலிக்கிறது. அதன் மேல் எதையோ வீசினேன். அது தவறாகிவிட்டது. குரங்குகளைத் தனியே விட்டுவிடுவது நலமென்று மாளிகை உரிமையாளர் ஏற்கெனவே கூறியிருந்தார். கையில் எதையெல்லாம் எடுக்கமுடிந்ததோ அதையெல்லாம் தூக்கி என்மேல் வீசின. மேலும் சில பொருட்களை எடுக்கக் குளியலறைக்குச் சென்றன. நான் வெளியிலிருந்து தாழிட்டுவிட்டேன்.

ஜெய்ப்பூரில் சில காலம் தங்கினோம். ஊருக்குள் அல்ல, ஊரை விட்டுப் பல மைல் தொலைவில் சிறிய ஐரோப்பியப் புறநகர்ப் பகுதியில். வெகு சில ஐரோப்பியர்கள் - பதினான்கு பேர் - மட்டுமே இருந்தனர். ஆனால் அவர்கள் அன்பாகவும் இனிமையாகவும் பழகினர். சொந்தத் தேசத்திலிருந்தது போல் உணர்ந்தோம். இந்தியாவில் பல இடங்களில் பார்த்ததுபோல் ஜெய்ப்பூரிலும் பார்த்தோம். இந்தியப் பணியாளர்கள் மிகவும் அரிதானவர்கள். சில

சமயம் கண்காணிக்கப்படுவார்கள். ஆங்கிலேயர்கள் கண்காணிப்பார்கள். அவர்களை ஏதேனும் வேலையாக வெளியில் அனுப்பினால் வேலையைச் செய்து முடித்ததாக வார்த்தையில் சொன்னால் போதாது. ஒப்பம் பெற்றுக்கொள்வார். எங்களுக்குப் பழங்களும் காய்கறிகளும் அனுப்பியபோது கூடவே ஒரு சீட்டும் இருந்தது. நாங்கள் கையெழுத்திட வேண்டிய ரசீது. இல்லாவிடில் பொருட்கள் வந்து சேராமல் போகலாம். யாராவது எங்களுக்குத் தனது வண்டியை அனுப்பினாலும், இந்த இடத்திலிருந்து இத்தனை மணிக்குப் புறப்பட்டுக் குறிப்பிட்ட இடத்தைக் குறிப்பிட்ட நேரத்தில் அடைவதாக ஒரு சீட்டு இருக்கும். வண்டி ஓட்டுநருக்கும் அவரது உதவியாளர்களுக்கும் இது பெரும் சங்கடம். குறிப்பிட்ட நேரத்திற்கு முன்பாக எங்களை இறக்கிவிட்டு மீதி நேரத்தில் அவர்கள் சுற்றித் திரியமுடியாமல் போனது.

நாங்கள் அருமையான இரண்டு மாடிக் கட்டடத்தில் தங்கினோம். சுற்றிலும் காலியான பெரிய காம்பவுண்டில் ஆளுயர மண் சுவர். ஒன்பது ஹிந்துச் சகோதரர்கள்தான் இதன் உரிமையாளர்கள். அதே காம்பவுண்டுக்குள் ஒரு கட்டடத்தில் எல்லோரும் தங்கள் குடும்பத்துடன் வாழ்ந்து வந்தனர். வராந்தாவில் அவர்களின் அழகான குழந்தைகள். பெற்றோருக்கும் குழந்தைகளுக்கும் குறுக்கே ஹுக்கா பிடிப்பதற்காக ஒரு தடுப்பு. வராந்தா அருகில் ஒரு பனைமரம். அதில் ஒரு குரங்கு தனிமையில் வாழ்ந்தது. எப்போதும் சோர்வாக, சோகமாக இருந்தது. காக்கைகளைப் பார்த்தால் எரிச்சல் அடையும்.

அசலான கிராமப்புறத்தின் தனிமையைக் குறிக்கும் விதமாகப் பசு உண்டு. குறிப்பிட்ட இனமில்லாத நாய் எப்போதும் காம்பவுண்டில் இருக்கும். எப்போதும் உறங்கும், எப்போதும் கால்களை நீட்டி ஓய்வெடுக்கும். அவ்விடத்தின் ஆழமான அமைதியை மேலும் அதிகப்படுத்தும். காக்கைகள் மட்டும் எப்போதும் சுறுசுறுப்பாக இருக்கும். வெள்ளை உடையணிந்த வேலையாட்கள் வந்து போய்க்கொண்டிருப்பர் ஆவிகள்போல். காலணி இல்லாததால் ஓசையும் எழும்பாது.

அதே வீதியில் மரத்தடியில் ஒரு யானை துதிக்கையை நீட்டி எஜமானியிடம் பிச்சை கேட்கும் அல்லது காலடியில் விளையாடும் பிள்ளைகளைத் தள்ளும். அந்தச் சூழலின் அமைதிக்குத் தகுந்தபடி ஒட்டகங்கள் வழுவழு கால்களில் நடக்கும். இந்த அத்தியாயத்தில் வருகின்ற சாத்தான் நமக்குப்

பரிச்சயமான சாத்தான் அல்ல. அவன் சென்றுவிட்டான். எங்களை விட்டுப் போய்விட்டான். நான் வருந்தாத நாளில்லை. இவ்வளவு நாளாகியும் அவனின் இழப்பு பாதிக்கிறது. சுறுசுறுப்பாக வேலை செய்யும் அருமையான ஜீவன். சரியாகச் செய்யமாட்டான். ஆனால் வேலையை முடித்துவிடுவான். நேரத்தை வீணாக்கியதில்லை.

“சாத்தான், பெட்டி பைகளைத் தயார் செய்.”

“வெய்ர் குட்.” (வெரி குட்)

தரதரவென இழுக்கும் சத்தம், அடித்து மூடும் சத்தம், முனகல், ‘ஸ்ஸ்ஸ்’ என்ற சத்தமெல்லாம் கேட்கும். சூறைக்காற்று சுழற்றியதுபோல் ஜாக்கெட், கவுன், கோட், பூட், பிற சாமான்களெல்லாம் நொடியில் மாயமாகும். பிறகு குனிந்து வணங்கி, “தயார், ஐயா”.

அருமை! தலை சுற்றியது! துணிகளையெல்லாம் எப்படியோ திணித்துவிட்டான். முதலில் வேலையைப் பற்றித் தெளிவில்லை. தவறான பெட்டியில் தவறான பொருளை வைத்தான். போகப் போகத் தெரிந்துகொண்டான். ஓரளவுக்குத்தான். ஏனெனில் கடைசிவரை, கண்ட குப்பையையெல்லாம் வேறு இடம் கிடைக்காவிட்டால் புனிதமான புத்தகப் பையில்தான் அடைப்பான். ‘கொன்றுவிடுவேன்’ என்று மிரட்டினாலும் கவலைப்பட மாட்டான். மென்மையாகச் சிரித்து சிப்பாய்போல் வணக்கம் சொல்லி ‘நல்லது’ என்று கூறிவிட்டு மறுநாளும் அதேபோல் செய்வான்.

எப்போதும் சுறுசுறுப்பாக இருந்தான். அறையைச் சுத்தமாக வைத்திருந்தான். பூட்ஸைப் பளபளப்பாக மின்ன வைப்பான். துணிகள் துவைக்கப்பட்டு, குளியல் தொட்டி சுத்தமான நீரால் நிரப்பப்பட்டு, சொற்பொழிவுக்கு அணியவேண்டிய உடை ஒரு மணி நேரம் முன்பாகவே தயாராக வைக்கப்பட்டிருக்கும். இதுநாள் வரை எல்லா வேலையையும் நானே செய்துகொள்ள வேண்டுமென்று உறுதியாய் இருந்தவனை மாற்றி தலை முதல் பாதம் வரை எல்லா வேலையும் அவனே செய்தான். அவன் பிறவி முதலாளி! கட்டளையிடுவது ரொம்பப் பிடிக்கும். எனக்குக் கீழ் உள்ளவர்களுடன் சண்டையிடுவதும் வாக்குவாதம் செய்வதும் அவனுக்கு மிகவும் இஷ்டம். ரயில்வே ஸ்டேஷனில் அவன் திறமை அருமை! அங்கு இருந்தவர்களிலேயே அவன்தான் திறமையானவன்.

அந்தக் கூட்ட நெரிசலில் நல்ல பிரயோகம் செய்து இடித்துப் பிடித்து வருவான். அவன் பின்னால் வந்த 19 கூலிகள் ஒவ்வொருவரும் ஒரு சிறு பையைத் தூக்கிக் கொண்டு வந்தனர். ஒருவன் பெட்டி, இன்னொருவன் குடை, இன்னொருவன் போர்வை, இன்னொருவன் விசிறி, இப்படிப் பெரிய ஊர்வலம் போலச் சென்றான். வழியில் பிரயாணி யாராவது மூட்டை முடிச்சுகளுடன் உறங்கிக் கொண்டிருந்தால் அவர்கள் சாமான்கள் சிலவற்றை எங்களதுதான் என்று அடித்துக் கூறுவான். எங்களது பெட்டிக்கு வந்ததும் படுக்கையைத் தயார் செய்து, பொருட்களை அதனதன் இடத்தில் வைத்து எல்லாம் இரண்டு நிமிடத்தில் செய்துவிடுவான். பிறகு ஜன்னல் வழியாகத் தலையை வெளியே நீட்டி, அவன் கீழுள்ள கூலியாட்களுடன் கூலி குறித்து வாக்குவாதம் செய்வான். நாங்கள் வந்து அவர்களுக்குக் கூலியை ஒழுங்காகக் கொடுக்கச் சொல்லி அவன் கூச்சலை நிறுத்தும் வரை இது தொடர்ந்தது.

கூச்சல் என்றால், நான் பார்த்ததிலேயே இந்தியாவில் அவன்தான் மிக அதிகமாகக் கூச்சலிடும் குட்டிப் பிசாசு. மிகையாகக் கூறுகிறேன். அவன் குரலுக்காகவே நான் அவனை விரும்பினேன். ஆனால் என் குடும்பத்தினர் அந்தக் குரலுக்காகவே அவனை வெறுத்தனர். அவர்களால் சகிக்க முடியவில்லை. அவனை அனுசரித்துப் போவது அவர்களுக்கு அவமானமாக இருந்தது. 600 கஜ நீளமுள்ள பெரிய ரயில்வே ஸ்டேஷனில் இக்கும்பலின் கத்தலும் கூச்சலும் அலறலும் கேட்டு நான் உற்சாகமடைவேன். ஆனால் என் குடும்பத்தினர் அவமானத்துடன், ‘அதோ! சைத்தான்! ஏன் அவ்னை வைத்துக் கொண்டிருக்கிறீர்கள்?’ என்பர்.

1500 பேர் நடமாடிக்கொண்டிருக்கும் இடத்தில், இந்த ஜந்து குடல்வலி வந்த சிலந்திபோல் சைகை காட்டி, கருவிழிகள் பிதுங்க, தொப்பியின் குஞ்சம் ஆட, கூலியாட்களை வசைபாடுவதைக் காணலாம். ஆனாலும் எனக்கு அவனைப் பிடித்தது. ஆனால் என் குடும்பம் அவன் குறித்துப் பொறுமையாக இல்லை. இன்றுவரை அவன் இழப்புக்கு நான் வருந்துகிறேன், அவன் திரும்பிவந்தால் நலமாக இருக்கும் என்று நினைக்கிறேன். ஆனால் இவர்கள் வேறு எண்ணம் கொண்டவர்கள். அவன் சூரத் நகரைச் சேர்ந்தவன். இவனது ஊருக்கும் மேனுவலின் ஊருக்கும் 20 டிகிரி

தூரம் அட்சரேகையில். இரண்டிற்குமிடையே வழியெங்கும் ஆயிரக்கணக்கான குணாதிசயங்கள், நடவடிக்கைகள். மேனுவல் பிடிக்கும். சாத்தானை ரொம்பவே பிடிக்கும். இவனது இயற்பெயர் இந்தியத்தனமான கடினமான பெயர். எனக்கு அதைச் சரியாகக் கூற வரவில்லை. பந்தர் ராவ் ராம்சந்தர் க்ளாம் சவுடேர்போல ஏதோ.

மிக நீளமாக இருந்ததால் நான் சுருக்கிவிட்டேன். இரண்டு மூன்று வாரங்கள் எங்களுடன் அவன் தங்கியிருந்தபோது சில தவறுகள் செய்தான். மிகப் பிரயத்தனப்பட்டு நான் அதைச் சரிசெய்தேன். ஒருநாள் பனாரஸ் செல்லும்போது வண்டியிலிருந்து இறங்கி யாரையாவது வம்பு செய்யலாமென்று பார்த்துக் கொண்டிருந்தான் - நீண்ட பயணம் சலித்துப்போனதால் புத்துணர்ச்சி பெறுவதற்காக! அவன் தேடிய ஆளைக் கண்டுபிடித்தான். ஆனால் நேரமாகிவிட்டது. அவன் விடுபட்டுவிட்டான்.

நாங்கள் ஒரு புதிய ஊரில் இருந்தோம். சேடிப்பெண்கள் யாரும் இல்லை. எங்களுக்குச் சங்கடமாக இருந்தது. இனிமேல் இதுபோல் செய்யக்கூடாதென்று கடிந்துகொண்டோம். சலாம் வைத்து எப்போதும் போல் இனிமையாக ‘வெய்ர் குட்’ என்றான். பிறகு லக்னோவில் அளவுக்கதிகமாகக் குடித்துவிட்டான். நான் அவனுக்கு ஜுரம் என்று சொல்லிச் சமாளித்தேன். அவன் என் குடும்பத்தின் பரிதாபத்தைப் பெற்றான். ஒரு டீஸ்பூன் குய்னைன் குடிக்கத் தந்தார்கள். அது அவனது உறுப்புகளை உற்சாகமடைய வைத்தது. சிரித்துக்கொண்டே இருந்தான். லிஸ்பன் பூகம்பம் பற்றி இதைவிட விவரமாக எந்த ஓவியமோ வர்ணனைகளோ கூற முடியாது என்று தோன்றியது. மறுநாள் காலைவரை போதை தெளியவில்லை. இன்னொரு ஸ்பூன் குய்னைன் கொடுத்து குடும்பத்தாரிடமிருந்து காப்பாற்றி இருக்கலாம். ஆனால் ஏற்கெனவே தெளிவான நினைவில்லை, தடுமாறிக்கொண்டு சோர்வாகப் புன்னகைத்து சலாம் வைத்தான். பிறகு ஏதேதோ உளறினான்.

‘ஸ்கூஸ் மேம் ஸாகிப்! ஸ்கூஸ் மிஸ்ஸி ஸாகிப்! சாத்தானுக்கு இஷ்டமில்லை.’

அவன் குடித்திருந்தது தெரிந்துவிட்டது. ‘இன்னொரு முறை இதுபோல் நடந்தால் வெளியேற்றி விடுவோம்’ எனக் கடுமையாக எச்சரித்தனர். பரிதாபமாகப் பார்த்து ‘வெய்ர் குட்’ என்று தள்ளாடினான்.

ஒரு வாரம்தான். மறுபடியும் விழுந்தான். அதுவும் ஹோட்டலில் அல்ல, ஆக்ராவில் ஓர் ஆங்கிலேயரின் பங்களாவில். அதனால் அவனை வெளியேற்றி விட்டனர். அதை நான் அவனிடம் கூறியபோது பொறுமையாக 'வெய்ர் குட்' என்று சொல்லி இறுதியாக ஒரு சலாம் வைத்தான். பிறகு போயே விட்டான். திரும்பி வரவே இல்லை.

இந்த ஒரு அன்பான பரிதாபமான பிசாசுக்காக, நான் நூறு தேவதைகளை இழப்பேன்! ஹோட்டலாக இருந்தாலும் விருந்தினர் மாளிகையாக இருந்தாலும் அவனது அலங்காரம் அபாரம். பாதம் வரை பனித்துளிபோல் வெண்மையான மஸ்லின் துணி, இடையில் பொன்னிற நூல்களால் வேலைப்பாடு செய்யப்பட்ட சிவப்பு மேலாடை, கடற் பச்சை நிறத்தில் துருக்கியர் தலைப்பாகை போலப் பெரிய தலைப்பாகை.

பொய் பேசமாட்டான். ஆனால் பொய்யாகவே மாறிவிடுவான் சில சமயம். ஒருமுறை என்னிடம் கூறினான், சிறுவனாக இருந்தபோது பற்களாலேயே தேங்காயை உடைப்பானாம். அவன் வாய்க்குள் தேங்காய் எப்படி நுழைந்தது என்று நான் கேட்டேன். அப்போது ஆறடி உயரம் இருந்ததாகவும் மிகப் பெரிய வாய் இருந்ததாகவும் கூறினான். நானும் விடாமல் அந்த உயரம் என்னவானது என்று கேட்டேன். அதற்கு அவன் வீடு இடிந்து தலையில் விழுந்ததாகவும் அதன் பின் உயர முடியவில்லையென்றும் கூறினான். நேர்மையான மனிதன் உண்மையிலிருந்து விலகி, இதுபோலத் திசை மாறிப்போனால் ஒரு கட்டத்தில் பொய்யனாக மாறிவிடுவான்.

அவனுக்குப் பிறகு வேலைக்கு வந்தது ஒரு இஸ்லாமியன். சஹதத் முஹம்மது கான். மிக உயரம், மிகக் கறுப்பு, மிகக் கடுமையானவன். தலை முதல் காலணியில்லாத பாதம் வரை, எப்போதும் வெள்ளை ஆடையை அணிந்திருப்பான். பெரிய தலைப்பாகை. மெலிதான குரல். சத்தமில்லாமல் நகர்வான். பேய்போலவே இருக்கும். கெட்டிக்காரன். வேலைகள் திருப்திகரமாக இருந்தன. ஆனால் அவன்

எங்கிருந்தாலும் அது ஞாயிற்றுக்கிழமை போலவே தோன்றியது. சாத்தான் இருந்தபோது அப்படி இல்லை.

ஜெய்ப்பூர் இந்தியத் தன்மை மிகுந்த நகரம். இரண்டு அல்லது மூன்று விஷயங்கள் மட்டுமே ஐரோப்பிய அறிவியல், ஐரோப்பிய நாகரிகம் இருப்பதற்கான அடையாளமாகப்

பொதுமக்களிடையே இருந்தன. உதாரணமாக, அரசாங்கத்தின் செலவில் தட்டுப்பாடில்லாத குடிநீர், நல்ல சுகாதாரம் - அதனால் மேம்பட்ட ஆரோக்கியம், இந்தியாவிலேயே அதிக ஆரோக்கியம், கேளிக்கைப் பூங்கா, பெண்களுக்கென்று பிரத்தியேகமான சலுகைபெற்ற தினங்கள், இளைஞர்களுக்குத் தொழில்நுட்பம், கைவினை எல்லாம் கற்றுத் தரக்கூடிய பள்ளிக்கூடங்கள், ஆர்வமாகக் காண புதிய அரண்மனை எனப் பல விஷயங்கள். மகாராஜாவின் கருணையும் நிதியும் இல்லாவிட்டால் இவ்வளவு சிறப்பான திட்டங்களைச் செயல்படுத்தியிருக்க முடியாது. அவர் பரந்த கண்ணோட்டமும் பரந்த மனப்பான்மையும் உடையவர். ஆகவே இதெல்லாம் செய்து தந்தார்.

நாங்கள் ஹோட்டல் கெய்சர்-ஈ-ஹிந்திலிருந்து அடிக்கடி நகரத்திற்குச் சென்றோம். அந்தப் பயணம் பகலிலும் இரவிலும் எப்போதுமே சுவையானதாக இருக்கும். அந்தச் சாலைகள் அமைதியாகவே இருந்ததில்லை, காலியாகவும் இருந்ததில்லை. ஓடிக்கொண்டே இருந்த இந்தியா. வெள்ளமென இந்திய மக்கள் வானவில்போல் வண்ண வண்ண உடைகளில் உணவு தயாரித்துக்கொண்டு, மகிழ்ச்சியாகக் கூச்சலுடன் அரட்டையடித்துக்கொண்டு, அழகாக விசித்திரமான மிருக வாழ்க்கை வாழ்ந்துகொண்டு, வித்தியாசமான வாகனங்களில் சென்று வந்து கொண்டிருந்தனர்.

அந்த நகரமே ஆர்வமாக இருக்கும். எந்த இந்திய நகரமும் அப்படித்தான். ஆனால் இது எது போலும் இல்லை. ஊர் முழுவதும் ஓர் உயரமான அரணுக்குள் அடங்கியுள்ளது. முக்கியப் பகுதி ஆறு நேர்ச் சாலைகளாகப் பிரிக்கப்பட்டுள்ளது. ஒவ்வொரு சாலையும் நூறடி அகலம். வரிசையாக வீடுகள். வெளித்தோற்றம் அபாரமான கட்டடக்கலைக்குச் சான்று. நீண்ட வரிசைகள் இடையிடையே சிறிய பால்கனியால் பிரிக்கப்பட்டு, கலைநயமிக்க வேலைப்பாட்டுடன் தூண்கள், மேலும் சின்ன சின்ன தாழ்வாரங்கள், முகப்பில் ஸ்ட்ராபெர்ரி ஐஸ் போன்ற செழுமையான நிறத்தில் தூரிகையால் தீட்டப்பட்ட விதவிதமான ஓவியங்கள். வீதியின் முனை வரை பார்த்தால் இவையெல்லாம் உண்மையான வீடுகள் என

நம்பவே முடியாது. நாடக அரங்கக் காட்சியமைப்புபோல், கனவுபோல், படம்போல் நினைக்கத் தோன்றும்.

ஒருநாள் இந்த மாயை இன்னும் கூடுதல் மாயத்தோற்றமானது. ஹிந்துச் செல்வந்தர் ஒருவர் மிகுந்த பொருட்செலவில் ஏராளமான சிலைகளையும் அவை தொடர்பான பிற பொருட்களையும் தயார் செய்துகொண்டிருந்தார். முக்கியக் கடவுள் அல்லது குருவின் வாழ்க்கைச் சரித்திரத்தை விளக்கும் காட்சிகள் தயார் செய்யப்பட்டு, சுமார் பத்து மணியளவில் வீதிகளில் ஊர்வலமாக எடுத்துச் செல்லப்படவுள்ளது. நாங்கள் நகரப் பூங்காவில் இருந்து ஊரை நோக்கிச் சென்றபோது ஊரெங்கும் திருவிழாக் கூட்டம். கண்கொள்ளாக் காட்சி. மற்றொரு காட்சி, பரந்த புல்வெளியில் வீற்றிருக்கும் அரண்மனை. அதில் அமைந்துள்ள அருங்காட்சியகம். அழகான கல் கட்டடம், அதில் வளைவுகளுடன் சம இடைவெளி கொண்ட தூண் வரிசைகள், ஒன்றன் மேல் ஒன்றாக மாடிகள். பிறகு குறுகிய மொட்டை மாடி வானத்தை நோக்கி. ஒவ்வொரு மாடியிலும் ஜன நெரிசல். கற்பனை செய்து பாருங்கள், ஒன்றன் மேல் ஒன்றாக வண்ணங்களின் கலவையாக ஜனத்திரள். மேலே மேலே நீல வானத்தைப் பார்த்து, எல்லாவற்றையும் தீப்பிழம்பாக மாற்றும் இந்தியச் சூரியன்.

பிறகு நகரத்தை வந்தடைந்தோம். முக்கியமான வீதியைப் பார்த்தோம். ஸ்ட்ராபெரி வண்ணத்தில் மூழ்கிய சுவர்கள். முன்பு பார்த்த வீதிகளைப் போலவே இங்கேயும் ஒவ்வொரு பால்கனியிலும், பறவைக்கூண்டு போன்ற வீட்டின் நெருக்கமான முன் பகுதிகளிலும், கூரைகளிலும் மக்கள் கூட்டம். ஒவ்வொரு கூட்டமும் வண்ணங்களைத் தெறித்தது. பிறகு அந்த அகலமான வீதியே நெடுந்தூரம் வரையிலும் கலகலப்பாக இருந்தது. அழகாக ஆடையணிந்த மக்கள் ஓரிடத்தில் நில்லாமல் நகர்வதும் ஆடுவதும் அசைவதும் மயங்க வைக்கும் வண்ணங்களின் கண்காட்சி.

மென்மையானவை, பளீர் நிறங்கள், அழகானவை, அடர் நிறங்கள், அசத்தும் நிறங்கள், வெளிர் நிறங்கள் என எல்லா நிறங்களின் கலவையும் நம்மைக் கடந்து செல்லும்போது, ஹரிகேன் புயலில் பறந்துசெல்லும் 'ஸ்வீட் பீ' மலர்கள் போலத் தோன்றும். இப்பொழுது அந்த வண்ணங்களின் புயலிலிருந்து, ஞாயிற்றுக்கிழமை சிறப்புக் கண்காட்சிக்காகப்

பிரத்தியேகமான துணியுடன் ஆடி அசைந்து ராஜநடையுடன் வருகின்றன கம்பீரமான யானைகள். தொடர்ந்து வரிசையாக அலங்காரம் செய்யப்பட்ட ஊர்திகளில் விதவிதமாக, விலையுயர்ந்த அழகிய சிலைகளின் ஊர்வலம் வந்தது. ஊர்வலத்தின் கடைசியில் அழகிய உடையில் சவாரி செய்பவர்களுடன் ஒட்டகங்கள். நிறங்கள், அழகு, புதுமை, விசித்திரம், நீடித்த ஆர்வம், ஈர்ப்பு என இதுவரை நான் பார்த்ததில், எல்லா வகையிலும் மிகுந்த திருப்தியளித்த காட்சி இதுதான். மீண்டும் இதுபோன்ற ஒரு காட்சி காணக்கிடைக்காது என்றே நினைக்கிறேன்.

www.ingramcontent.com/pod-product-compliance
Lightning Source LLC
LaVergne TN
LVHW090324051026
849518LV00005B/1874